E-Z DICKENS OFURHETJA
BÓK 1 OG 2
TATTOO ENGILL; Þrír

Cathy McGough

Stratford Living Publishing

Hvað lesendur segja

getur ekki hreyft tærnar. Þrátt fyrir að vera bundinn við hjólastól uppgötvar hann að hann getur flogið – með vængi sem spretta úr öxlum hans þar sem húðflúr ættu að vera. Hann er ekki skilinn eftir einn til að ráða bótum á sér í nýjum og ókunnum heimi, því hann á frænda sinn, Sam, sem tekur við uppeldi hans, ásamt yfirnáttúrulegum verum sem birtast þegar minnst er á þær.

Mér líkar E-Z.

Hann er sérkennilegur, og þótt slys hafi stöðvað drauma hans um að verða atvinnumannshafnaboltaleikmaður, vorkennir hann sér ekki og dregur lesandann með sér. Viðhorf hans er hvetjandi (þrátt fyrir að hann hafi vængi, engin orðaleikur ætlaður). Lesendur munu hrósa honum til hróss. Gott er að sjá fatlaðan persónu gegna miðlægu hlutverki í söguþræðinum, fremur en að vera á hliðarlínunni og leggja lítið af mörkum til atburðanna.

Lófaklapp fyrir höfundinn. Mér líkar líka hugmyndin um að draugar veiti E-Z sérstaka krafta, en ég hefði viljað að þeir hefðu þróast meira eins og aðrir aðalpersónur. Engu að síður snjöll saga. Bókin mun höfða til unglinga. Vel gert.

FIMM STjörnur - umsögn á Amazon - BÓK 2: Þrír

E-Z DICKENS SUPERHERO BÓK 2: Þrír eftir Cathy McGough er frábær ofurhetjusaga. Aðalpersónurnar, E-Z, Lia og Alfred, taka þig með í ævintýri fullt af óvæntum vendingum. Og hvað eiga æðstu englunum að gera með verkefni þeirra? Finndu það út fyrir þig sjálfan. Ég naut söguþráðsins, ritstílsins og sögunnar í botn, sem héldu mér í spennu fram að síðasta kafla.

Ég mæli með þessari bók fyrir alla sem hafa gaman af ofurhetjum, spennu, hasar, ævintýrum, unglingum, ungmennabókmenntum eða skáldsögum.

Efnisyfirlit

Helgun

Fyrir Dorothy sem trúði.

Bók 1:

TATTOO ENGILL

Inngangur

Fʏʀsᴛᴀ ᴠᴇʀᴀɴ ꜰʟᴀᴜɢ á brjóst E-Z og lenti þar, með hökinn beint fram og hendur á mjaðmaliðum. Hún sneri sér einu sinni réttsælis. Þegar hún snerist hraðar spúnaði söngur frá vængjablaki hennar. Söngurinn var djúpur kvöl. Sorglegur söngur úr fortíðinni í minningu um líf sem var horfið. Veran hallaði sér aftur, höfuðið hvílandi á brjósti E-Z. Snúningurinn stöðvaðist en söngurinn hélt áfram að spila.

Annað dýrið gekk til liðs við þau og framkvæmdi sama athöfnina, á meðan það sneri siglda. Þau sköpuðu nýtt lag, án pípa- og zoom-hljóðanna. Því þegar þau sungu var ekki þörf á hljóðeftirlikun. Á meðan hún var nauðsynleg í hversdagslegum samræðum við menn. Þetta lag lagtist yfir hitt og varð gleðilegt, hátt hátíðarlag. Hátíðarsöngur um komandi tíð, um líf sem enn átti eftir að lifa. Lag fyrir framtíðina.

Úðinn af demantsryki sprakk úr gullnu augnholunum þeirra þegar þau snerust í fullkomnu samræmi. Demantsrykið úðaðist úr augum þeirra yfir sofandi líkama E-Z. Skiptingin hélt áfram þar til hann var hulin demantsryki frá toppi til táar.

Unglingurinn hélt áfram að sofa djúpt. Þangað til demantsrykið gegnsósaði hold hans – þá opnaði hann munninn til að öskra en enginn hljómur kom.

"Hann er að vakna, bíb-bíb."

"Lyftið honum, zoom-zoom."

Saman lyftu þeir honum upp og hann opnaði tómbleika augun.

"Sofðu meira, bíb-bíb."

"Finndu enga verki, zoom-zoom."

Þær báðar vefðu líkama hans örmum sínum og tóku sársauka hans til sín.

"Rís upp, bíb-bíb," skipaði hann.

Og hjólastóllinn reis upp. Hann stillti sig undir líkama E-Z og beið. Þegar blóðdropi féll, tók stóllinn hann. Sogaði hann inn. Neytti hann – eins og hann væri lifandi vera.

Þegar máttur stólsins jókst, styrktist hann einnig. Fljótlega gat stóllinn haldið húsbónda sínum á lofti. Þetta gerði hinum tveimur verum kleift að ljúka verki sínum. Verki sínum við að sameina stólinn og manninn. Að binda þá saman, að eilífu með krafti demantsryks, blóðs og sársauka.

Þegar líkami unglingins skalf, gróuðu götin í húð hans. Verkið var lokið. Demantsrykið var orðið hluti af eðli hans. Þannig stöðvaðist tónlistin.

"Það er búið. Nú er hann skotþolinn. Og hann hefur ofurstyrk, bípp-bípp."

"Já, og það er gott, zoom-zoom."

Hjólstóllinn sneri aftur á gólfið, og unglingurinn aftur í rúmið sitt.

"Hann mun ekki muna neitt eftir þessu, en hinir sönnu vængir hans munu byrja að virka mjög fljótlega beep-beep."

"Hvað með aðra aukaverkanir? Hvenær munu þær byrja og verða þær áberandi zoom-zoom?"

"Það veit ég ekki. Hann gæti orðið fyrir líkamlegum breytingum... það er áhætta sem er þess virði til að draga úr sársaukanum, beep-beep."

"Samþykkt zoom-zoom."

ORSAK

LLAR FJÖLSKYLDUR ÁGREINAST. SUMIR rífast um hvern einasta smáhlut. Dickens-fjölskyldan var sammála um flesta hluti. Tónlist var þó ekki einn af þeim.

"Komdu nú, pabbi," sagði tólf ára gamli E-Z. "Mér er leið og þeir eru að spila helgi tileinkuð Muse á gervihnettinum akkúrat núna."

"Komstu ekki með heyrnartólin þín?" spurði móðir hans, Laurel.

"Þau eru í bakpokanum mínum í farangursrýminu." Hadz andvarpaði.

"Við gætum alltaf stoppað og sótt þau..."

Martin, faðir drengsins sem var að keyra, kíkti á klukkuna. "Mig langar að komast upp í sumarbústaðinn í fjöllunum áður en það verður myrkur. Muse er fínt hjá mér. Að auki, við verðum þarna fljótlega."

Laurel snéri rásarvalinu á gervihnattakerfinu í splunkunýja rauða kabríólinum þeirra. Hún hikstaði um stund á rásinni Classic Rock. Upplestari sagði: "Næst á dagskrá er Kiss-sóknhyldin I Wanna Rock N Roll All Night. Ekki snerta rásina."

"Bíddu, þetta er góð lag!" hrópaði drengurinn.

"Hvað, enginn Muse meira?" spurði Laurel og hélt höndinni á rásarvalinu.

"Eftir Kiss, í lagi?"

"Kiss verði það þá," sagði Martin og kveikti á rúðuþurrkunum. Það var ekki byrjað að rigna enn, en þruma drundi. Greinar og annað rusl svifu inn og út úr bílnum þeirra á meðan þeir óku upp fjallið.

Laurel hnerraði og setti bókamerki í síðuna. Hún lagði hendur yfir sig og skjálfaði. "Þessi vindur ætlar að garga. Má ég setja þakið aftur á?"

"Ég segi já," sagði E-Z og tók greinar úr ljósa hárinu sínu. THWACK.

Það var enginn tími til að öskra—þegar tónlistin þagnaði.

Eyrun á drengnum voru enn að hvæsa af hljóðinu ásamt sprengingu fjögurra loftkassa. Blóð rann niður ennið á honum þegar hann snerti hlutinn á lærunum: tré. Blóðið safnaðist saman í og við tréð sem hafði þrýst sér inn. Hadz renndi fingri eftir bolnum. Það fannst eins og húð; hann var tréð, og tréð var hann.

"Mamma? Pabbi?" hvæskti hann, brjóstið hrekkjandi. "Mamma? Pabbi? Svarið, vinsamlegast!"

Hadz þurfti að hringja eftir hjálp. Hvar var síminn hans? Áreksturinn hafði kastað honum burt. Hadz sá hann, en hann var of fjarlægur til að ná til hans. Eða var hann það? Hadz var kúrekari, og sumir sögðu að kastarmill hans væri eins og gúmmí. Hadz einbeitti sér, teygði sig og teygði sig þar til hann náði því.

Merkið var sterkt þegar blóðugir fingur hans ýttu á 9-1-1, og síðan rofnaði sambandið. Til þess að þeir fyndu hann þurfti hann að nota nýju bætta þjónustuna. Hadz sló inn E9-1-1. Þetta veitti yfirvöldum leyfi til að nálgast staðsetningu hans, símanúmer og heimilisfang.

"Neyðarlína. Hvað getur þú gert fyrir mig?"

"Hjálp! Við þurfum hjálp! Vinsamlegast. Foreldrar mínir!"

"Fyrst segðu mér, hversu gamall ert þú? Hvað heitir þú?"

"Ég er tólf ára. Þeir kalla mig E-Z."

"Vinsamlegast staðfestu heimilisfangið þitt og símanúmerið þitt."

Hadz gerði það.

"Hæ E-Z. Segðu mér frá foreldrum þínum. Sástu þá? Eru þeir meðvitundarlausir?"

"Ég, ég sé þá ekki. Tré féll á bílinn, á þá og á fæturna mína. Hjálp. Vinsamlegast."

"Við erum að staðsetja þig núna."

E-Z lokaði augunum.

"E-Z?" Hærra, "E-Z!"

Strákurinn vaknaði. "Ég, mér þykir leitt, ég."

"Við erum að senda þyrlu. Reyndu að halda þér vakandi. Aðstoð er á leiðinni."

"Takk," augun lögðust þung fyrir en hann þröngvaði þeim upp. "Ég verð að halda mér vakandi. Hún sagði að ég mætti ekki sofna." Allt sem hann vildi var að sofa, sofa til að enda alla verkið.

Yfir honum glömpuðu tvö ljós, eitt grænt og eitt gult, fyrir augum hans. Í eina stund hélt hann að hann sæi smá vængi blaka þegar hlutirnir tveir svifu um.

"Hadz er illa settur," sagði hinn græni, og færði sig nær til að skoða hann betur.

"Við skulum hjálpa honum," sagði hinn guli og flaug hærra.

E-Z rétti upp höndina til að slá á ljósin sem blikkaðu. Hátt tónfall særði í eyrun á honum.

"Viltu hjálpa okkur?" sungu ljósin.

"Já. Hjálpið mér."

Þá varð allt svart.

Áhrif

S AM, FRÆNDI E-Z, VAR á sjúkrahúsi þegar hann vaknaði. Drengurinn spurði ekki hvar foreldrar hans væru, því hann vildi ekki heyra svarið. Ef hann vissi það ekki gæti hann látið eins og þeim liði vel. Að þeir myndu ganga inn á herbergi hans og kasta örmum sínum utan um hann hvenær sem er. En djúpt inni í huga sínum vissi hann, í raun trúði hann því að þeir væru dánir.

Hann ímyndaði sér það, hvernig hann myndi fella frá sér sængurverin og hlaupa til þeirra og þau myndu koma saman í hónhnigningu og gráta af hamingju yfir því hve heppin þau voru. En bíddu nú við, af hverju gat hann ekki hreyft tærnar? Hann reyndi aftur, beitti sér alla athygli en ekkert gerðist.

Sam, sem var að horfa á, sagði: "Það er engin auðveld leið til að segja þér þetta," á meðan hann barðist við að hemja grátið.

"Fæturna mína," sagði E-Z, "ég, ég finn þá ekki."

Frændi Sam þrýsti á hönd frænda síns. "Fætur þínir..."

"Ó nei. Segðu mér það ekki. Vinsamlegast ekki."

Hann kippti hendinni lausri frá föðurbróður sínum. Hann huldi andlitið, skapaði vegg milli sín og heimsins á meðan tár runnu niður kinnar hans.

Frændi Sam hikstaði. Frændi hans var þegar farinn að gráta, var þegar í sorg, en hann þurfti samt að segja honum frá foreldrum hans. Það var engin auðveld leið til að segja það, svo hann blasti það út: "Foreldrar þínir. Bróðir minn og mamma þín... þeir lifðu það ekki af."

Það var munur á því að vita það og að heyra orðin. Annað gerði það að staðreynd. E-Z kastaði höfði aftur og gelti eins og særð dýr, skjálfandi og langaði til að flýja, hvert sem var. Bara í burtu.

"E-Z, ég er hér fyrir þig."

"Nei! Þetta er ekki satt. Þú ert að ljúga. Af hverju ertu að ljúga að mér?" Hann veltist um, kreisti hnefana og sló þeim niður í dýnuna á meðan hann brast í reiðiköst án afláts.

Sam ýtti á hnappinn við rúmið. Hann reyndi að róa hann, en E-Z var úr böndunum, sparkaði og bölvaði. Tvær hjúkrunarfræðingar komu; önnur setti hann í nálina á meðan hin, ásamt Sam, reyndi að halda honum kyrru og hann hvíslaði hljótt að allt myndi verða í lagi.

Sam horfði á, á meðan frændi hans – í draumalandi eða hvar sem hann nú var – dró fram bros. Hann kunni að meta það bros og hugsaði að það myndi taka nokkurn tíma áður en hann sæi slíkt aftur á andliti frændans. Þetta yrði langur og erfiður vegur framundan. Frændi hans myndi þurfa að takast beint á við þann dag þegar líf hans hafði molnað. Þegar hann gerði það gæti hann barist og saman gætu þeir byggt honum alveg nýtt líf.

Nýtt – öðruvísi – ekki það sama. Ekkert yrði nokkurn tíma eins aftur.

Allt vegna þess að þeir voru á röngum stað á röngum tíma. Þolendur náttúrunnar: tré. Tré sem varð vopn náttúrunnar vegna vanrækslu manna. Viðbyggingin hafði verið dauð, rætur hennar ofan jarðar kepptu um athygli árum saman. Og þegar þeir sögðu honum að því hefði verið merkt með X til að fella það á vorin – langaði hann til að öskra.Í staðinn hringdi hann í besta lögmanninn sem hann þekkti. Hann vildi að einhver borgaði – greiddi reikninginn fyrir tvö líf sem höfðu verið skorin skammvaxin of snemma, og fyrir brotnu fætur og líf bróðurbarns síns.

En hvað var tilgangurinn? Ekkert gæti breytt fortíðinni – en í framtíðinni myndi hann hjálpa bróðurbarninu að finna veginn. Á þeim augnabliki mótaði Sam áætlun.

Sam var líkur fullorðinni útgáfu af Harry Potter (án örsins). Sem eini lifandi ættingi E-Z myndi hann annast frænda sinn. Hlutverk sem hann hafði vanrækt áður. Hann myndi reyna að vera eins og eldri bróðir hans, Martin – ekki til að taka við af honum.

Hann hristði af sér afsakanirnar sem bubbuðu upp innan hans. Afsakanir sem reyndu að fá hann til að nota vinnuna til að losna undan ábyrgð. Hann myndi ganga burt, afmá allar skuldbindingar. Þá gæti hann hætt að lasta sjálfan sig. Hann hataði sjálfan sig fyrir allan þann tíma sem hann hafði glatað.

Á meðan frændi hans svaf hringdi hann í forstjóra hugbúnaðarfyrirtækis síns. Sem reyndur aðalforritari í fremstu röð vonaðist hann til að þeir kæmust að samkomulagi. Hann sagði þeim hvað hann vildi gera.

"Auðvitað, Sam. Þú getur unnið fjarvinnu. Ekkert mun breytast. Gerðu það sem þú verður að gera. Við stöndum með þér. Fjölskyldan fyrst – alltaf."

Þegar hann lagði á hringdi hann aftur við rúm barnabarnið síns. Í bili myndi hann flytja inn í fjölskylduheimilið, svo E-Z gæti verið áfram nálægt vinum sínum og skólanum. Saman myndu þeir setja púslbrotin saman aftur og byggja líf hans upp á nýtt. Það var þó undir því komið að hann myndi ekki algjörlega missa sig. Sem ókvæntur maður hafði hann litla sem enga reynslu af börnum – hvað þá unglingum.

EFTIR AÐ HAFA YFIRGEFIÐ sjúkrahúsið – knúin áfram af örlögum – gátu þeir ekki annað en skapað tengsl sem gengu lengra en blóðbandalagið.

E-Z settist þvert á það, í afneitun og hélt að hann gæti gert allt sjálfur. Að lokum gat hann ekki annað en þegið þá hjálp sem boðin var.

Sam stóð undir nafninu – var til staðar fyrir hann – eins og hann vissi hvað bróðursonur hans þurfti áður en hann bað um það.

Og hann var til staðar fyrir E-Z á næst versta degi lífs hans – þegar honum var sagt að hann myndi aldrei ganga aftur.

"Komdu inn," sagði Dr. Hammersmith, einn af fremstu taugalækningaskurðlæknunum.

Í hjólastól sínum gekk E-Z inn, og Sam á eftir honum.

Hammersmith var frægur fyrir að laga það sem ekki var hægt að laga, og hann ætlaði að laga hann. Í fyrri skoðunum hafði hann lofað drengnum að hann myndi aftur spila hafnabolta.

"Mér þykir það leitt," sagði Hammersmith. Eftir nokkrar sekúndur óþægilegrar þögn fyllti hann þær með því að flettja pappírum.

"Hvað er það nákvæmlega sem þér þykir leitt?" spurði E-Z og þrýsti af öllu afli til að færa sig fram í sætinu. Þar sem honum mistókst að lyfta sér fram, sat hann kyrr.

"Hvað hann bað um," sagði Sam og hreyfði sig auðveldlega fram í sætinu.

Hammersmith hreinsaði sér hálsinn. "Við vonuðum, þar sem allt virkaði eðlilega, að lömunin gæti verið tímabundin. Þess vegna sendi ég þig í frekari prófanir og lagði til að þú fengir sjúkraþjálfun. Nú er enginn vafi á því, mér þykir leitt að segja þér þetta, E-Z, en þú munt aldrei ganga aftur."

"Hvernig geturðu gert þetta við hann?" spurði Sam.

Alvarleiki orða hans sökk inn hjá honum. "Komdu mér héðan, frændi Sam!"

"Bíddu," sagði Hammersmith og gat ekki litið þeim í augu. "Ég bað um hjálp frá samstarfsfélögum um allan heim. Niðurstaða þeirra var sú sama."

"Takk fyrir."

"E-Z, það er kominn tími til að þú haldir áfram með líf þitt. Ég vil ekki gefa þér meiri falska von. Sam stóð upp, lagði hendur á handfang hjólastólsins.

"Við förum til annarra lækna til að fá aðra skoðun, þriðju og fjórðu!"

"Þú getur gert það," sagði Hammersmith, "en við gerðum það nú þegar. Ef það væri eitthvað nýtt þarna úti – eitthvað sem við gætum nýtt okkur – þá myndum við gera það. Eitthvað gæti breyst á meðan þú lifir, E-Z. Frumrannsóknir eru að ná miklum framförum. Í millitíðinni vil ég ekki að þú lifir lífi þínu út frá "ef" og "kanski"."

Síðan beindi hann orðunum að Sam:

"Láttu ekki bróðurson þinn sóa lífi sínu. Hjálpaðu honum að byggja sig upp aftur og komast aftur meðal hinna lifandi.

Ó, og mér þykir leitt að koma þessu fram, en við þurfum hjólastólinn til baka fljótlega – það virðist sem við séum dálítið skort á þeim. Ef þú hefur ekki neitt á móti því að útvega annan."

"Allt í lagi," sagði Sam þegar þeir gengu út úr skrifstofu Hammersmiths án þess að segja orð. Hann setti hjólastólinn í farangursrýmið, festi öryggisbeltið sitt og setti bílinn í gang.

"Það verður allt í lagi."

E-Z, sem tárin runnu niður kinnarnar á honum, þurrkaði þau burt. "Mér þykir leitt."

"Þú þarft aldrei að biðjast afsökunar fyrir mér, krakki, fyrir að sýna tilfinningar þínar."

Sam sló hnefana niður á stýrið, togaði svo bílinn út úr bílastæðinu og lét dekkjunum skræla.

Þeir óku um í nokkrar stundir án þess að tala, en þá rétti hann úr sér og kveikti á útvarpinu. Það fyllti upp í þögnina á milli þeirra og gaf E-Z tækifæri til að gráta sig úr sér án þess að finnast hann vera óþægilegur.

Þegar þau beygðu inn í innkeyrsluna heima voru þau róleg og svöng. Áætlunin var að horfa á nokkur þættir í röð og panta pizzu.

Nokkrum dögum síðar kom splunkuný hjólastóll.

Tvö ljós: EITT GULT og eitt grænt blikkaðu við nýju hjólastólinn hans E-Z.

"Þetta dugar ekki, bíp-bíp."

"Ég er sammála, þetta dugar engan veginn. Hann þarf eitthvað léttara, sterkara, eldþolið, skotþolið og frásogandi, zoom-zoom."

"Þú-veist-hver sagði að við ættum ekki að eyða tíma – svo skulum við gera það áður en mannfólkið vaknar, bíb-bíb."

Ljósin dönsuðu um hjólastólinn. Eitt tók við af málminum og hitt af dekkjunum. Þegar þau höfðu lokið ferlinu leit stóllinn út eins og áður, en hann var það ekki.

E-Z hvíslaði í svefni.

"Komum okkur héðan! Bípp bípp!"

"Beint á eftir þér! Súm súm!"

Og svo gerðu þau það á meðan krakkinn svaf áfram.

Á RI SÍÐAR VIRTIST E-Z-I sem frændi Sam hefði alltaf verið til staðar. Ekki að hann hefði komið í stað foreldra hans. Nei, hann gæti aldrei gert það, í raun myndi hann ekki einu sinni reyna – en þeir komust áfram. Þeir voru vinir. Þeir voru meira en það, þeir voru fjölskylda. Einasta fjölskyldan sem þrettán ára gamli drengurinn hafði eftir í heiminum.

"Ég vil þakka þér," sagði hann og reyndi að halda tárunum niðri.

"Þú þarft ekki að þakka mér, krakki."

"En það geri ég, frændi Sam, án þín hefði ég gefið mig fram."

"Þú ert sterkari en svo."

"Ég er það ekki. Síðan slysið hef ég verið hræddur, ég meina, virkilega hræddur. Ég hef verið að fá martraðir."

"Okkur öllum verður óttast; það hjálpar að tala um það. Ég meina, ef þú vilt tala við mig um þetta."

"Það gerist stundum á nóttunni – þegar þú ert sofandi. Ég vil ekki vekja þig."

"Ég er í næsta herbergi og veggirnir eru ekki svo þykkir. Hrópaðu bara á mig og ég kem. Mér er alveg sama."

"Takk, ég vona að ég þurfi ekki að gera það en það er gott að vita."

Þeir sneru aftur að því að horfa á sjónvarpið og ræddu málið aldrei aftur.

Þangað til eina nótt, þegar E-Z vaknaði öskrandi og Sam var þar eins og lofað hafði verið.

Hann kveikti á ljósinu. "Ég er hér. Er allt í lagi?

"E-Z hélt sig fast í rúmbrúnina, eins og einhver sem væri að fara að detta fram af kletti. Hann hjálpaði honum aftur upp í dýnuna.

"Betra núna?"

"Já, þakka þér."

"Viltu tala um þetta? Ég get gert kakó."

"Með marmíum?"

"Það þarf vart að segja það. Verð strax til baka."

"Í lagi." E-Z lokaði augunum í augnablik og háværu hljóðin hófust aftur. Hann huldi eyrun og horfði á gulu og grænu ljósin dansa fyrir augunum á sér. Hann tók hendurnar frá og heyrði berar fætur frænda síns slá um ganginn.

"Hér er fyrir þig," sagði Sam og setti bolla af heitu súkkulaði í hönd bróðursonar síns. Hann settist í hjólastólinn, drakk úr bollanum og andvarpaði.

Með vinstri hendi sló E-Z í loftið, nánast að hella drykknum sínum út.

"Hvað ertu að gera?"

"Heyrirðu það ekki? Þetta eyðandi hljóð?"

Sam hlustaði gaumgæfilega, en heyrði ekkert. Hann hrist höfuðið. "Ef þú heyrir eitthvað skrítið, af hverju ertu þá að reyna að slá það burt?"

E-Z beindi athyglinni að heita drykknum sínum, og kyngdi síðan smámarshmallow. "Þá geturðu ekki séð ljósin, held ég?"

"Ljós? Hvaða ljós?"

"Tvö ljós: eitt grænt og eitt gult. Um það bil á stærð við enda fingursins. Kveikna og slökkva hér – síðan slysið. Skera í eyrun á mér og blikka fyrir augunum á mér. Pirra mig."

Sam fór að höfðborðinu og leit yfir frá sjónarhorni bróður sonar síns. Hann bjóst ekki við að sjá neitt – og auðvitað sá hann ekkert – tilgangurinn var að sannfæra sjálfan sig. "Nei, en segðu mér meira, svo ég skilji betur hvernig þetta byrjaði."

"Við slysið sá ég tvö ljós, gult og grænt og, ekki hlægja, en ég held að þau hafi talað við mig. Þess vegna hef ég verið að fá martraðir."

"Hvaða konar ljós? Meinarðu eins og jólaljós?"

"Æh, nei, ekki eins og jólaljós. Þetta er ekkert. Þau eru horfin núna. Líklega áfallastreituröskun, eða afturkastsminning."

"Áfallastreituröskun og afturkastsminning eru tvennt mjög ólíkt. Ég velti fyrir mér hvort þú ættir að tala við einhvern. Ég meina einhvern, utan við mig."

"Meinarðu eins og vinina mína?"

"Nei, ég meina fagaðila."

POP.

POP.

Þær voru komnar aftur. Blikkaðu fyrir framan nefið á honum og lögðu hann í þversýni. Hann hélt aftur af sér. Reyndi að slá þær ekki burt. Þegar Sam tók bolla sinn með annarri hendi og lagði hina á ennið, sló hann í loftið. "Farðu frá mér!"

Sam horfði á þegar frændi hans stífnaði upp, eins og ísskúlptúr á vetrarhátíðinni. Sam smellaði fingrunum fyrir framan augun á honum, en engin viðbrögð komu. E-Z andvarpaði og hallaði sér aftur, tók djúpt andvarp og innan nokkurra sekúndna var hann farinn að hnerra eins og hermaður. Sam dró teppið upp yfir hann. Hann kysti frænda sinn á ennið og sneri svo aftur í sitt herbergi. Að lokum sofnaði hann.

Næsta dag lagði Sam til að E-Z skrifaði tilfinningar sínar niður, kannski í dagbók. Á meðan myndi hann kanna möguleikana á að panta tíma hjá fagaðila.

"Átt þú við sálfræðing?"

"Eða sálfræðing. Og á meðan, skrifaðu þetta niður. Þegar þú sérð þá, hvernig þeir líta út – skráðu sjónarsviðin."

"Dagbók, ég meina, hverjum lít ég út fyrir að vera, Oprah Winfrey?"

"Nei," sagði Sam. "Krakki, þú ert að fá martraðir, heyrir háa tóna og sérð ljós. Þetta gætu verið merki um, eins og þú sagðir, áfallastreituröskun eða eitthvað læknislegt. Ég þarf að rannsaka málið og tala við lækninn þinn, fá ráð hans. Á meðan gæti það hjálpað að skrifa hugleiðingar þínar niður, halda dagbók. Margir karlar hafa skrifað dagbækur eða haldið dagbók."

"Nefndu einn sem ég myndi þekkja?"

"Við skulum sjá, Leonardo da Vinci, Marco Polo, Charles Darwin."

"Ég meina einhvern úr þessari öld."

"Þú nefndir nú þegar Oprah."

A NDLEGT ÁSTAND E-Z BATNAÐI eftir nokkra fundi með sálfræðingi/ráðgjafa. Hún var vingjarnleg og dæmdi hann ekki sem ungling, eins og hann hafði óttast. Í staðinn bauð hún honum upp á tillögur og ákveðnar aðferðir til að róa hann og hjálpa honum. Hún, eins og frændi hans Sam, hafði einnig lagt til að hann skrifaði allt niður – í dagbók.

Í staðinn skrifaði hann stutta sögu fyrir skólaverkefni innblásna af uppáhaldsfugli móður hans: dúfu. Eftir að hann fékk A+ í ritgerðinni sinni skráði kennarinn hans söguna í héraðssamkeppni í ritlist. Í fyrstu var hann pirraður yfir því að hún hefði sent söguna hans inn án þess að spyrja hann. En þegar hann vann var hann ótrúlega ánægður. Frá þeim tíma hefur kennarinn hans sent söguna hans í landskeppni.

Á meðan frændi hans var að kafa ofan í listina að skrifa, var Sam að byrja á nýjum áhugamáli: ættfræði. Einn kvöld þegar þeir voru að borða kvöldmat, blikkaði hann út úr sér:

"Nú þegar þú hefur skrifað smásögu og náð einhverjum árangri, ættirðu kannski að reyna að skrifa skáldsögu."

"Ég? Skáldsögu? Aldrei."

"Þú ert með rithöfundablóð," afhjúpaði frændi Sam. "Með því að rekja ættir okkar hef ég komist að því að þú og ég erum skyldir eina og sanna Charles Dickens."

"Kannski ættir ÞÚ þá að skrifa skáldsögu," sagði hann og hló.

"Ég er ekki sá sem hefur hlotið verðlaun fyrir smásögu."

Grænu og gulu ljósin blikkaðu yfir disknum hans. A.m.k. heyrði hann ekki hið háa suð meðan frændi Sam talaði áfram.

"... Eftir allt saman, þú og ég, við erum bróðurbörn yfir tíma við Charles Dickens. Skoðaðu allt sem þú hefur yfirstigið. Þú ert ótrúlegt barn – hvað hefur þú að tapa?"

Hann heitir Ezekiel Dickens, og þetta er saga hans.

KAFLI 1

Á FYRSTU ÞRETTÁN ÁRUM lífs síns var hann þekktur undir nokkrum nöfnum. Ezekiel, fæðingarnafnið hans. E-Z, gælunafnið hans. Kastið í hafnaboltaliðinu hans. Stuttasagnahöfundur. Sonur foreldra sinna. Frændi bróður síns. Besti vinur. Nú höfðu þeir nýtt nafn fyrir hann.

Ekki að honum þætti "h-orðið" neitt mál. Reyndar þótti honum sum önnur orð sem honum var beint mun óþægilegri. Til dæmis athugasemdir sem sumir sögðu, af því að þeim þótti það pólitískt rétt. "Ó, hér er krakkinn sem er bundinn við hjólastól." Þeir sögðu þetta og bentu á hann – eins og þeir héldu að hann væri heyrnarlaus líka. Eða þeir sögðu: "Mér þykir leitt að heyra að þú sért nú orðinn hjólastólanotandi."

Það fékk hann til að hryllast. En það sem var yfir hans þolmörk var: "Ó, þú ert krakkinn sem notar hjólastól núna." Að sjá einhvern, sérstaklega yngri einstakling í hjólastól, gerði suma óþægilega til. Ef þeim leið svona, af hverju þurftu þeir þá að segja eitthvað?

Þetta vakti upp minningu úr fjarlægri fortíð. Minningu um foreldra sína sem horfðu á myndina Bambi í sjónvarpinu á rigningarsetudegi síðdegis.

Mamma gerði sína frægu poppkúlur. Þau höfðu gos, M&Ms, marsmallows og uppáhalds Twizzlers pabba. Kanínan Thumper sagði: "Ef þú getur ekki sagt eitthvað fallegt, þá segðu ekkert." Þegar móðir Bambis dó var þetta í fyrsta sinn sem hann sá móður sína og föður sína gráta yfir kvikmynd. Vegna þess að hann var svo hissa á hegðun þeirra, grét hann sjálfur ekki eina tár.

Sumir fífl í skólanum kölluðu hann "trjádreng". Nokkrir þeirra voru samíþróttamenn sem áður höfðu litið upp til hans þegar hann var konungur bak við heimilisgrunninn. Hann hataði að vera kallaður trjádrengurinn. Hann fann ekki fyrir samúð með sjálfum sér (að mestu leyti) og vildi ekki að neinn hefði samúð með sér heldur.

Þegar kom að því að hann færi aftur í skólann á þessum fyrsta degi, gerði hann það með hjálp vina sinna. PJ (stytting á Paul Jones) og Arden studdu hann og ýttu undir hann eftir þörfum. Þeir urðu fljótlega þekktir sem Tornado-þríeykið. Aðallega vegna þess að þar sem þeir fóru braust út ringulreið. Þá lærði E-Z að búast við hinu óvænta.

Þannig að þegar vinir hans komu einn morgun nokkrum mánuðum síðar til að sækja hann í skólann – og sögðust svo ekki ætla að fara – varð hann ekki mjög hissa. Þegar þeir sögðu að þeir þyrftu að blinda hann – það hafði hann ekki búist við.

Á aftursætinu spurði hann: "Hvert erum við að fara?" Engin svör. "Mun mér líka þarna?"

"Já," sögðu vinir hans.

"Af hverju þessi dulbúningur?"

"Vegna þess að þetta er óvænting," sagði PJ.

"Og þú munt meta það meira þegar við komum þangað."

"Jæja, ég get ekki flúið," hvæskti hann.Móðir Ardens lagði bílnum. "Takk, mamma," sagði hann.

"Hringdu í mig þegar þú þarft að ég sæki þig," sagði hún.

Vinirnir tveir hjálpuðu E-Z í hjólastólinn hans og lögðu af stað.

"Er það bara ég, eða virðist þessi stóll verða léttari í hvert sinn sem við tökum hann út?" spurði Arden.

"Það er þú!" svaraði PJ.Þegar þeir gengu yfir misjöfnu landið greindi E-Z lykt af nýslegnu grasi. Þegar vinir hans tóku blindfoldið af honum var hann kominn á hafnarboltavöllinn. Tár fylltu augun þegar hann sá fyrrverandi liðsfélaga sína, andstæðingana og þjálfarann Ludlow. Þeir voru í fullum búningi, raðaðir upp eftir nýuppteiknuðu grunnlínunni.

"Velkominn aftur!" hrópuðu þeir.E-Z þurrkaði burt tárin með erminni þegar stóllinn færðist nær leikvelli. Eftir að slysið hafði svipt hann draumnum um að spila í atvinnuboltanum hafði hann forðast leikinn. Með klessu í hálsinum var hann svo fullur tilfinninga að hann gat varla andað.

"Hann er orðlaus," sagði PJ og gaf Arden hnénum.

"Það er nýtt.""Takk, strákar. Þið voruð ekki að villa ykkur á því að þetta væri óvænt."

"Bíddu hér," vinir hans sögðu.

E-Z var skilinn eftir einn til að njóta útsýnisins yfir hafnabolta völlinn. Staðurinn sem hafði einu sinni verið uppáhaldsstaður hans á jörðinni. Augun fylltust tárum aftur þegar hann horfði á græna grasið glitra í sólskininu. Hann þurrkaði þau burt þegar vinir hans komu til baka með tækjapoka.Arden beygði sig að honum. "Óvænt skemmtun, félagi, þú ert að grípa í dag!"

"Hvað áttu við? Ég get ekki spilað í þessu!" sagði hann og sló höndunum í handleggjana á hjólastólnum.

"Hér, horfðu á þetta á meðan við útbúum þig," sagði PJ og rétti honum símann sinn og ýtti á spilun.

E-Z horfði í undrun þegar leikmenn eins og hann gengu inn á hafnabolta völlinn. Hann skoðaði hjólastóla þeirra nánar sem voru með sérútbúna hjóla. Leikmaður renndi sér að sláborðinu, sló í boltann og flýtti sér um basana.

"Vá! Þetta er æðislegt!"

"Ef þeir geta gert þetta, þá geturðu það líka!" sagði Arden á meðan hann setti hnéhlífar á fætur vinar síns og PJ festi brjósthlífina. Á leiðinni út á völlinn köstuðu vinir hans til hans grímu og hanska gripvarðans."Sláari á!" hrópaði þjálfarinn Ludlow.

Kastari kastaði fyrsta hraðkasti beint í slagssvæðið og hann tók það.

Annað kast var hábolti. E-Z stefndi á boltann, þeyttist þangað og lyfti sér upp. Rétti í sig. Hann kom sjálfum sér á óvart þegar hann náði boltanum. Þeir höfðu ekki tekið eftir því, en hann hafði lyft sér upp. Rassi hans hafði lyft sér af sætinu í stólnum og hann hafði enga hugmynd um hvernig hann hafði gert það."Vá," sagði PJ, "þetta var frábær grip."

"Já, þú hefðir líklega misst af þessu ef ekki væri fyrir stólinn."

E-Z brosti og hélt áfram að spila. Þegar leiknum lauk fann hann sig vel. Eðlilegur. Hann þakkaði strákunum fyrir að hjálpa honum að komast aftur í rútínuna.

"Næst skalt þú slá," sagði PJ.

E-Z hæðniskvað þegar mamma Ardens ók þeim í gegnum bílþjónustuna og síðan aftur í skólann. Ef þeir flýttu sér myndu þeir ná því áður en næsti tími byrjaði. Nemendur þröngvuðu gangana þegar hann renndi sér á hjólastólnum að skápnum sínum. Bekkjarfélagar hans heyrðu slæp-slæp hljóð dekka á línóleumgólfinu – og þeir skildu brautina.

E-Z hafði verið fyrsta barnið sem þurfti aðgengi fyrir hjólastól í skólanum sínum, en hann var þegar orðinn goðsögn áður en hann missti notkun fótanna. Það hafði krafist mikils af honum að biðja um hjálp, en þegar hann gerði það fékk hann hana. Hann hafði þegar hlotið virðingu þeirra sem íþróttamaður, hann hafði sjálfur unnið fjölda bikara og sem hluti af liðinu. Hann þurfti að vinna virðingu þeirra aftur sem nýi sjálfur sín.

Eftir leikinn sneru þeir aftur í skólann og kláruðu daginn. Þar sem þetta hafði aðeins verið hálfur dagur var E-Z nokkuð þreyttur þegar mamma Ardens og vinir hans skiluðu honum heim eftir skóla.

Eftir að hafa þakkað þeim fór hann inn.

"Ég er kominn heim, frændi Sam."

"Það sést, átt þú góðan dag," sagði Sam.

"Já, það var góður dagur." Hann teygði úr sér og yaugði."Komdu nú. Ég á eitthvað að sýna þér. Óvæntingu."

"Ekki enn eina," sagði E-Z og fylgdi frænda sínum niður ganginn. Fyrst framhjá herbergi foreldra hans til hægri – sem einn daginn myndi verða gestaherbergi. Þangað til var það nákvæmlega eins og þau höfðu skilið það eftir – og þannig myndi það vera áfram þar til E-Z myndi ákveða annað.Stundum bauð frændi Sam sér til aðstoðar við að fara í gegnum herbergið, en frændi hans sagði alltaf það sama.

"Ég geri það þegar ég er tilbúinn."

Sam samþykkti tregt. Hann var staðráðinn í að frændi hans færi áfram með líf sitt. Þetta var fyrsta skrefið í þá átt. Síðan hafði hann rætt við ráðgjafa sína sem sagði að Sam ætti að hvetja E-Z til að tala meira um foreldra sína. Hún sagði að það að gera þá að hluta af hversdegi hans myndi hjálpa honum að gróa hraðar. Þeir héldu áfram eftir ganginum, framhjá baðherberginu, og stöðvuðust við geymslukassann.

"Tada!" sagði frændi Sam og ýtti honum inn.

E-Z varð málslaust þegar hann tók til við nýbreyttu skrifstofuna. Í miðjunni, fyrir framan gluggann sem snérist að garðinum, stóð skrifborð. Á því var splunkunýtt tölvubúnaður til leikja og hljóðkerfi. Hann renndi stólnum undir borðið – fullkomin passun – og lét fingurna renna yfir lyklaborðið. Nálægt var prentari, fullhlaðinn pappír, og ruslatunna – allt skipulagt innan seilingar.

Vinstra megin við hann var bókaskápur. Hann velti sér nær. Fyrsta hilla innihélt bækur um ritlist og klassík. Hann þekkti nokkrar af uppáhaldsbókum foreldra sinna. Á annarri hillunni voru bikarar, þar á meðal verðlaunin fyrir ritlist hans. Á þriðju og fjórðu hillunni voru allar uppáhaldsbækur hans úr æsku. Neðstu tvær hillur voru tómar. Augun hans runnu upp að efri brún bókahillunnar; hann þurfti að færa stólinn aftur til að sjá hvað var þarna uppi.

Sam kom inn í herbergið hjá honum. Hann lagði hönd á axlir frænda síns."Þessar... ég vissi ekki hvort það væri of snemmt. Ég..."

Hápunkturinn: fjölskyldumynd. Tár rann niður kinnina á honum þegar hann mundi eftir deginum sem myndatökunni var haldið. Hún var tekin í litlu ljósmyndastofu í miðbænum. Þau voru öll fínklædd. Pabbi í sínum bláa jakkafötum. Mamma í sínum nýja bláa kjól með rauðum trefil bundinn um hálsinn. Hann í sínum gráa jakkafötum – sömu sem hann hafði verið í á útför þeirra.Hann bældi niður hulkun og mundi eftir uppsetningunni í ljósmyndastofunni. Stofan var full af jólaanda – þótt ekki væri nema júlí. Hann brosti þegar hann hugsaði til kjánalegra jólaskreytinga og gervieldsstaðarins. Vikum síðar kom kortið með póstinum, en fyrir foreldra hans komu jól aldrei. Hann sneri stólnum að útganginum og gekk niður ganginn með frænda sinn á eftir sér.

"Ég veit að þetta tekur tíma. Mér þykir leitt ef ég fór of hratt fram úr mér, en það er liðið yfir árið og við, ég og ráðgjafi þinn, töldum að tíminn væri kominn."

E-Z hélt áfram. Hann vildi komast burt. Að flýja inn á herbergið sitt og loka út umheiminn, en þá rann eitthvað upp fyrir hann. Eitthvað mikilvægt. Frændi hans gat ekki hafa vitað sögu myndarinnar. Hefði hann vitað það, hefði hann ekki sett hana þarna. Eftir allt sem hann hafði gert fyrir hann skuldaði hann honum skýringu. Hann stöðvaðist.

"Við notuðum það aldrei, það var ætlað fyrir jólaóskakortið okkar, en þau náðu aldrei að komast í jólin."

"Mér þykir svo leitt. Ég vissi það ekki."

"Ég veit að þú vissir það ekki, en það gerir sársaukann ekki minni."

Útþreytur bæði líkamlega og andlega færðist hann nær herberginu sínu. Innri rödd hans hélt áfram með jákvæða hvatningu. sem minnti hann á að allt myndi líta betur út á morgun. Því það gerði það nánast alltaf.

"Þetta átti að vera staður fyrir þig til að skrifa. Mundu, þú ert verðlaunaður rithöfundur núna, og þú hefur rithöfundablóð."

Hann var næstum kominn að herberginu sínu – af hverju hafði frændi hans ekki látið hann í friði? Reiði hans blossaði upp."Ég skrifaði eina stuttsögu, en það þýðir ekki að ég geti skrifað meira eða vilji það. Þú segir að blóð Charles Dickens flæði um æðar mínar, en það sem ég vil er að verða gripari hjá L.A. Dodgers. Aðeins af því að þeir kalla mig "tréstrákurinn" – þýðir ekki að ég þurfi að sætta mig við það. Af hverju ætti ég að þurfa að sætta mig við minna?"

"Ég vildi að þú myndir ekki láta þá komast í kollinn á þér."

"Ég er trjádrengur! Ef ekki væri fyrir þetta bölvaða tré!" hrópaði hann og snéri sér skyndilega við og sló hnéð í vegginn. Hnéskelin hans, sem var ekki svo fyndin, særði eins og brjálæðingur.

"Ertu okei?"

E-Z hnerraði í svari, snéri sér síðan við og hélt til herbergis síns. Hann ætlaði að skella hurðinni á eftir sér. Í staðinn festist hann hálfpartinn inni og hálfpartinn úti í opnu hurðargatinu. Þá lásu hjólin á stólnum hans.

"Djöfuls!"

Sam sleppti stólnum án þess að segja orð. Lokaði hurðinni á leið út.

E-Z tók nokkur ónýtanleg fyrirbæri og kastaði þeim að veggnum. Til að róa sig ímyndaði hann sér foreldra sína, segjandi honum hversu stolt þau voru af honum. Hann saknaði þess. En ef pabbi hans væri hér núna, myndi hann rífa hann niður fyrir að vera svona leiðinlegur krakki. Móðir hans myndi einnig ávíta hann, en á mildari og blíðari hátt. Hann þurrkaði burt tárin. Hann fann stingjandi skömm og líkaminn sökk niður af algerri þreytu í hjólastólnum.

Frændi Sam spurði í gegnum lokaða hurðina: "Ertu í lagi?"

"Láttu mig í friði!" svaraði E-Z. Þrátt fyrir að hann þyrfti á hjálp hans að halda. Án hans gat hann hvorki komist í náttfötin sín né legið sig í rúmið. Hann myndi þurfa að sofa í stólnum, í fötunum sínum. Djúpt inni hafði hann alltaf vitað sannleikann. Ef hann hætti að hafa áhuga, myndi allir aðrir hætta að hafa áhuga líka. Þá yrði hann sannarlega alveg einn.

Hann hjólaði stólnum sínum að glugganum og horfði út á næturhiminninn. Tónlist. Hún hafði verið það eina sem raunverulega tengdi þá sem fjölskyldu. Vissulega höfðu þeir mismunandi tónlistarsmekk, en þegar góð lag kom í útvarpið, lögðu þeir það til hliðar.

Grákkaður svartur köttur gekk yfir túnið. Móðir hans hafði alltaf viljað að þau færu til New York og sæju Cats á Broadway. Hann óskaði þess að þau hefðu farið saman. Skapað minningu. Nú myndu þau aldrei gera það. Það lag, eitthvað við minningar, fékk hann til að ná í símann sinn. Hann valdi harðan rokksöng, hækkaði niðurstillinguna. Notaði hnefana til að slá taktinn á armar stólsins á meðan hann æstist upp og öskraði textann.

Þangað til hann rokkaði svo fast að hann velti sér úr stólnum og lenti á gólfinu. Í fyrstu, þegar hann sá herbergið sitt úr gólfinu, langaði hann til að gráta. Í staðinn hóf hann að hlæja og gat ekki hætt.

"Ertu okei þarna inni?" spurði Sam.

"Æh, ég gæti notað hjálpina þína." Maginn á honum verkjaði af því að hann hafði hlegið svo mikið.Upphafleg viðbrögð Sams voru áfall – þegar hann sá frænda sinn á gólfinu halda fyrir magann. Þegar hann áttaði sig á að hann var að halda fyrir hlátur, sökk hann niður á gólfið við hlið hans.

Síðar, þegar Sam var að fara, sagði hann: "Þú verður í lagi, krakki."

"Okkur mun ganga vel."

Þá gerðu þeir sáttmála um að láta stinga á sig húðflúr.

KAFLI 2

"**F**YRIRGEFÐU, ÉG GET EKKI spilað hafnabolta með ykkur í dag."

"Komdu nú," sagði Arden. "Þú varst ekki svona slæmur síðast."

"Farðu til helvítis," svaraði E-Z. Hann eykur hraðann til að mæta föðurbróður sínum og rekst á Mary Garner, yfirmóðgari.

"Ó, fyrirgefðu, Mary."

Þetta var í fyrsta sinn sem hann sá hana síðan slysið. Hann leit upp þegar hárið hennar féll eins og gardína yfir augun á honum: það ilmdi af kanil og hunangi.

"Fífl," sagði hún. "Gættu þín hvar þú ert að fara."

Hún tók nokkur skref afturábak og gekk burt. Fylgdarlið hennar fylgdi í kjölfarið.

Hann brosti og rétti úr hálsinum til að fylgjast með henni. Vinir hans komu að honum og gerðu hið sama. Arden flautaði.

Hún leit yfir öxlina og sýndi þeim miðfingurinn.

"Guð minn góður, hún er æðisleg," sagði PJ.

"Hún er heit," sagði Arden.

"Mjög."Nú þegar þau voru að yfirgefa skólann spurði PJ: "Svo, segðu okkur af hverju þú vilt ekki leika þér í dag."

"Já, hjálpaðu okkur að skilja," sagði Arden og dró í andlitið og þveraði augun. "Við erum gagnslausir án þín."

"Sjáðu til, frændi Sam og ég gerðum sáttmála. Að gera eitthvað saman - eitthvað stórt - eftir skóla í dag."

Vinir hans krossuðu armpana og lokuðu leiðinni fyrir hjólastólinn hans.

"Ætlarðu ennþá að útiloka okkur – og þú ætlar ekki einu sinni að segja okkur af hverju?" sagði rauðhærði PJ.

"Þú ert algjör drullusokkur."

"Við myndum aldrei gera svona við þig."

Þeir gengu burt og flýttu sér.

E-Z hraðaði för sinni, en það dugði ekki. "Biðið! Við erum að fara fá húðflúr!"

Vinir hans stöðvuðust.

"Ég er að fara fá húðflúr til minningar um mömmu og pabba – dúfuvængi, eitt á hvorri öxl."

"Við erum með þér!"

"Ég hélt að þið mynduð halda að ég væri of tilfinningasamur."

Þau gengu áfram þögul um stund.

"Frændi Sam er að hitta mig á húðflúrstaðnum."

KAFLI 3

Þ EGAR SAM SÁ FRÆNDA sinn með vinum sínum varð hann hissa.

"Ég hélt að þessi sátt væri á milli okkar, þ.e. leyndarmál?"

"Strákarnir vildu fara með mig á leik – ég varð að segja þeim frá."

"Allt í lagi, sanngjarnt. En ég er ekki vanur að taka við hlutverki foreldra þeirra eða gefa leyfi fyrir þeirra hönd." Síðan sagði hann við PJ og Arden: "Mér er alveg sama þótt þið séuð hér, en aðeins foreldrar ykkar geta samþykkt húðflúr ykkar."

"Bíddu!" sagði PJ. "Ég hef ekki einu sinni hugsað um að við myndum fá okkur húðflúr."

"Mínir munu örugglega segja nei," sagði Arden. Foreldrar hans voru að eiga í vandræðum, sem hann nýtti sér til fulls. Hann lét eins og stöðugar rifrildur þeirra trufluðu hann ekki nema að litlu leyti. Stundum, þegar hann gat ekki borið þetta lengur, leitaði hann hælis hjá vini sínum.

"Ég líka." PJ var elstur og átti tvær systur, fimm og sjö ára. Foreldrar hans hvöttu hann til að vera gott fordæmi og það gerði hann að mestu leyti. Með því að einbeita sér að framtíð í íþróttum hélt hann sjálfum sér á réttri braut.

Þegar þeim rann loks ljós yfir málið slóu unglingarnir hnefahögg hvorum öðrum.

"Hvað?" spurði Sam.

"Við segjum þeim af hverju E-Z er að gera þetta og að við viljum fá húðflúr til að styðja hann," sagði PJ.

Arden kinkaði kolli.

"Bíddu nú við. Þannig að þið tveir fífl ætlið að nota dauða foreldra minna sem afsökun til að láta stinga á ykkur?"

Sam opnaði munninn en orðin sviktu hann.PJ og Arden voru roðnaðir í andliti og störðu á gangstéttina.

E-Z kom þeim til hjálpar. "Mér er það sama."

Sam lokaði munni sínum og hann og drengirnir tveir mynduðu hálfhring utan um hjólastólinn.

"Lofið mér þó eitt – engar fiðrildi leyfðar."

"Hæ, hvað eigið þið eiginlega á móti fiðrildum?" spurði Sam.

KAFLI 4

T IL AÐ GERA LANGA sögu stutta sannfærðu PJ og Arden foreldra sína um að fá að láta stinga á sig húðflúr.

"Ég kem til ykkar strax," sagði húðflúrlistamaðurinn og leit á þá fjóra. Framan í speglinum sat stórvaxinn karlkyns viðskiptavinur sem var að bæta við enn einu húðflúrinu í safnið sitt. Þetta nýja húðflúr var á milli þumals og vísifingurs. "Ertu Sam?" spurði maðurinn sem var að stinga á hann.

Sam varð dálítið óglatt í maganum, því hann hafði lesið að höndin væri eitt sársaukafullasti staðurinn til að fá húðflúr. "Já, ég talaði við þig í símanum. Þetta er bróðursonur minn E-Z og vinir hans, PJ og Arden."

"Þið fjögur viljið fá húðflúr í dag? Því ég bjóst bara við tveimur."

"Fyrirgefðu það. Við getum frestað þessu ef þörf krefur, eða ég get látið gera mínu á öðrum degi," sagði Sam kveifandi.

"Sem betur fer er dóttir mín að koma til aðstoðar fljótlega. Velkomin í Tattoos-R-Us. Þið getið beðið þarna. Takið ykkur glas af vatni. Einnig eru hér nokkrar bæklingar sem þið gætuð skoðað. Gæti hjálpað þér að ákveða hvar þú vilt fá húðflúr. Hver svæðið á líkamanum hafa mismunandi sársaukamörk." Stóri kallinn sem var að láta húðflúra sig glotti.

"Takk," svaraði Sam og þau gengu að biðsvæðinu. Þegar hann settist á sóma gaf titrandi hné hans PJ og Arden kvíðahroll. Þau gengu yfir herbergið og litu á tilkynningaborðið. Til að róa taugarnar talaði Sam endalaust áfram. "Ég skoðaði þau á netinu, þau hafa verið í bransanum í tuttugu og fimm ár, og sá maður sem við ræddum við er eigandinn. Þau hafa framúrskarandi orðspor hjá Better Business Bureau. Auk þess fjölda fimm stjörnu umsagna á vefsíðunni þeirra."

Allir snéru sér við þegar áberandi kona í gotneskri fatnaði gekk inn. Hún var þrítug eða svo og miðað við útlit hennar var hún dóttir eigandans. Hún var með húðflúr á öllum berskjaldaðri húð og göt víðs vegar annars staðar.

"Fyrirgefðu að ég seinkaði mér," sagði hún og lagði höndina á öxl föður síns. Hún kastaði auga að biðsvæðinu og hvíslaði eitthvað að honum. Hún brosti breitt og sneri sér að viðskiptavininum.

"Hæ, ég er Josie." Hún rétti fram höndina og rétti hverjum þeirra höndina. "Þar yfir er Rocky. Hann er eigandinn og ég er dóttir hans."

"Ég heiti Sam, og þetta eru frændi minn E-Z og vinir hans tveir, PJ og Arden." Hann féll frekar en settist aftur niður.

Josie fór að ná í glas af vatni fyrir hann.

E-Z var að velta fyrir sér hversu mikið það hefði verið sárt að láta píra í tunguna á henni, þegar hann sagði við frænda sinn: "Þú þarft ekki að gera það."

"Ertu að kalla mig kjána?" sagði hann, með allan líkamann skjálfandi þegar Josie setti glasið í hönd hans. Þegar hann lyfti því að vörunum helltist smá vatn úr því.

"Þið eruð óskreyttir, ekki satt?" spurði Josie.

E-Z hugsaði að hún hefði sætt rödd, eins og Stevie Nicks, uppáhaldssöngkona föður hans úr Fleetwood Mac, syngjandi um nornina Rhiannon.Þeir þurftu ekki að svara, því þögn þeirra sagði allt.

"Jæja, þið eruð í frábærum höndum hjá Rocky. Hann er besti húðflúrari í bænum. Þetta mun verða sárt, strákar. Já, þetta verður sárt. En þetta er eins konar sársauki sem John Cougar syngur um. Þið vitið – Hurts So Good."

Sam vrætti. "Hversu sárt er þetta eiginlega?"

"Það fer eftir þoli þínu fyrir sársauka – og hvar þú velur að láta stinga hann. Þarna er bæklingur sem kortleggur mismunandi svæði líkamans og gefur þeim sársaukastig."

E-Z fann andlitið verða heitt, og húðlitur vina hans var á svipaðri gráðu. Hann kastaði auga til Sams og tók eftir að húðlitur hans hafði breyst í grænlegan blæ.

Josie hélt áfram. "Eftir fyrstu húðflúrinu gæti þér farið að líka það og þú vildir fá fleiri."

Sam stóð, líkaminn titraði af ótta.

"Hann gæti þurft smá ferskan loft," sagði E-Z og leiddi afa sinn að dyrunum.

Þegar út var komið gekk Sam fram og til baka eftir gangstéttinni, hjartað sló svo hratt að það virtist ætla að stökkva úr brjósti. "Ég vildi að ég reykti." Ég þakka þér kærlega fyrir að koma með mér hingað, það geri ég, en heiðarlega sagt þarftu ekki að vera með í þessu. Ég veit að við gerðum samkomulag, og þetta er eitthvað sem ég vil gera – til minningar um mömmu og pabba – en þú skuldar mér ekkert. Hvers vegna ferðu ekki í göngutúr, færð þér kaffi og við sendum þér skilaboð þegar við erum búin, í lagi?"

"Ég sagði að ég myndi alltaf vera þér til stuðnings. Ég er hér fyrir þig núna. Ég hata nálir. Og bor. Ég hélt að ég gæti gert þetta, en nú átta ég mig á að óttinn er sterkari en ég. Ég er svo mikið púkó."

"Þú hefur alltaf staðið fyrir mér, frændi Sam. Þú þarft ekki að sanna það fyrir mér, eða neinum, með því að láta stinga á þig húðflúr sem þú vilt ekki einu sinni. Nú ferðu héðan. Ég hringi í þig þegar við erum búnir." Hann keyrði sig aftur upp rampa með vinum sínum sem fylgdu honum í röðinni. Hann kastaði auga yfir öxlina til Sams. Vesalings maðurinn var stífur eins og stytta.

"Mér mun líða vel. Nú skaltu fara."

Sam hló. "En áður en ég fer, ættirðu frekar að gefa mér bréfið sem þú skrifaðir í gærkvöldi, svo ég geti bætt nöfnum PJ og Arden við. Því án leyfis míns – fær enginn ykkar húðflúr."

"Góður hugmynd," sagði E-Z og rétti miðann niður röðina. Nú kom hann aftur upp undirritaður. Hann setti hann í vasa sinn og þeir gengu inn þar sem Josie beið.

"Allt í lagi, þú ert næstur. Ef þú ætlar að pissa á þig, þá skal ég sýna þér hvar salernið er núna."

"Bít mig," sagði E-Z og keyrði stólnum sínum í rétta stöðu.

Á MEÐAN ROCKY VAR að klára við afgreiðsluborðið rétti Josie E-Z bók með myndum af húðflúrum.

"Ég veit það nú þegar án þess að líta í bókina. Ég vil dúfuvæng á hvorri öxl." Þar voru þau aftur, grænu og gulu ljósin. Hann vildi svo gjarnan slá þau burt, en hann vildi ekki að Josie héldi að hann væri líka brjálaður.Josie fletti bókinni. "Er þetta það sem þú hafðir í huga?"

Hann kinkaði kolli, horfði svo á hana í speglinum á meðan hún þvoði sér um hendurnar og setti á sig svartan hanska. Hún tók blekkeramikbolla úr sterilum umbúðum og raðaði þeim upp á borðinu.

"Ertu með leyfisbréf frá foreldri eða forráðamanni? Ég geri ráð fyrir að þú sért ekki átján ára?"

E-Z brosti og rétti henni bréfið.

"Allt lítur vel út. Nú að mikilvægari málum. Ertu með loðna bakið?" Hún brosti. "Ef svo er, þurfum við að hreinsa og raka það fyrst. Ég meina allt bakið þitt."

"Algerlega ekki."

Hlátur vina hans úr biðstofunni lét hann brosa líka. Á meðan hvarf Josie inn í bakherbergið og tónlist heyrðist. Í eina stund heyrðist Another Brick in the Wall, en svo hvarf tónlistin.

"Hæ, af hverju gerðirðu það?" spurði hann.

"Ég þoli ekki neitt eftir Pink Floyd." Hún hélt áfram að undirbúa sig.

"Þú mátt ekki segja það, nema þú hafir aldrei hlustað á Dark Side of the Moon."

"Ég hlustaði, það var drasl," sagði hún og dró skyrtuna hans yfir höfuðið. "Ó!"

POP.

POP.

Og tvær ljósin hurfu.

Rocky gekk yfir og stóð við hlið hennar. "Hvað í ósköpunum?"

"Hvað í ósköpunum, já," sagði Josie.

Sem færði PJ og Arden til sín.

"Ég skil þetta ekki, E-Z. Af hverju myndir þú ljúga?"

"Auðvitað myndi hann ekki ljúga – E-Z lygar aldrei," sagði Arden.

"HVAÐ!?" spurði E-Z og reyndi að snúa stólnum sínum til að sjá það sem þau voru að sjá. "Lýgi? Um hvað? Segðu mér, hvað sem það er. Ég ræð við það."

Josie spurði: "Af hverju lygðirðu um að þú hefðir aldrei fengið húðflúr?"

✳✳✳

"ÉG GERÐI ÞAÐ EKKI!" stamaði E-Z, sem hafði enga hugmynd um hvað hún átti við.

"Bíddu nú við," sagði Arden. "Komdu nú, karlinn minn, ef þú lygðir þá hlýtur þú að hafa góða ástæðu."

"Þetta er upp komið!" sagði PJ. "Þó hefði hann ekki getað fengið þær án leyfis fullorðins."

Rocky tók upp handspegil og beindi honum þannig að E-Z gæti séð það sem þeir voru að sjá. Tveir húðflúr, eitt á hægri öxl hans og hitt á vinstri. Vængir.

"Hvað í ósköpunum?"

"Hann sagði mér að hann vildi vængi," sagði Josie. "Ég hélt að þú værir fínt kríli."

"Ég er það! Heiðarlega, ég hef enga hugmynd um hvernig þær komust þangað, og þetta eru ekki vængirnir sem ég vildi. Ég vildi dúfuvængi. Þessir líta meira út eins og englavængir."

"Komdu nú, félagi," sagði Rocky. "Þetta var gert af atvinnumanni. Fyrir nokkrum tíma. Og þetta eru býsna framúrskarandi englavængir. Kveðja mín til þess sem gerði þetta. Segðu þeim að ef þeir eru einhvern tíma að leita að vinnu, þá skuli þeir hafa samband við mig."

"Ég sver það, ég lét ekki stinga á mér. Þetta er í fyrsta sinn sem ég hef nokkurn tíma komið á húðflúrstað. Spyrðu frænda minn. Hann mun styðja mig. Hann veit það."

"Ekkert af þessu gengur upp," sagði Arden.Rocky hristði höfuðið. "Að minnsta kosti játið það, krakki."

"Vilið þið fá húðflúr?" spurði Josie og lagði hendur á mjöðm.

"Nei," svöruðu þau.

"Karlar eru svona lygarar," sagði Josie þegar þau lokuðu hurðinni á eftir sér.

"Ekki málið, ástin mín, það er kominn tími að við fáum okkur að borða," sagði hann og setti SKALLAÐ-skiltið á hurðina.

S AM SNERI AFTUR OG sá þrjá drengina bíða fyrir utan stúdíóið. Líkamstunga þeirra var undarleg. Rauðhærði PJ hafði armpana krosslagða, en Arden með olíuhúðina hafði hendur á mjöðmum. Á meðan var frændi hans næstum því farinn að gráta.

"Guð sé þakka, frændi Sam, guð sé þakka að þú ert kominn aftur."

Hann flýtti sér að honum. "Ó nei, var þetta hræðilega sárt? Það mun linast eftir nokkra daga. Það verður allt í lagi. Nú leyfðu mér að líta á þetta." Hann flautaði þegar frændi hans hallaði sér fram svo hann gæti lyft skyrtunni sinni. "Djöfuls, þetta hlýtur að hafa verið sárt."

"Það var það líklega," sagði PJ.

"Þegar hann fékk þau fyrst."

"Fyrst? Hvað?"

"Hann var þegar búinn að fá þau þegar hún tók skyrtuna hans af."

"Það sem við komumst hins vegar ekki að er: hvernig?"

"Hvað áttu við? Ég get fullvissað þig um að hann var ekki með þær í gær."

"Sjáðu til, ég sagði þér að frændi Sam myndi styðja mig." Ef þeir trúðu honum ekki, myndu þeir trúa frænda hans, en af hverju myndu þeir halda að hann væri að ljúga um þetta? Þeir vissu að hann var ekki lygari.

"Samkvæmt Rocky hefur hann haft þetta svona lengi."

"Sjáðu hvernig þau eru öll gróin?" sagði PJ. "Rocky og Josie voru pirraðir, og það er alveg skiljanlegt þar sem E-Z virtist jafn hissa og við að sjá þau."

"Og þið tvö," spurði Sam, "hvernig gekk með húðflúrunum ykkar?"

"Við ákváðum að láta það vera," sagði PJ.

"Það fannst mér ekki rétt."

Sam sagði: "Segðu okkur hvað gerðist. Útskýrðu þetta, maður, því ég skil hvorki upp né niður í þessu."

"Ég get það ekki. Frændi, þú veist að þau voru ekki þarna í gær. Ég hef enga skýringu. Allt sem ég vil er að fara heim." Hann hóf að hreyfa sig, sló á hjólin á hjólastólnum sínum, hraðar, hraðar og enn hraðar. Hann vildi komast burt, hvert sem er. Ef þeir trúðu honum ekki, þá skít í þá.

Þegar hann nálgaðist enda götunnar breyttist umferðarljósið úr grænu í rautt. Litla stelpa var ein á ferð og þegar að því kom að fara yfir. Hún steig út af kantsteininum þegar húsbíll beygði um hornið. Hjólastóllinn lyftist af jörðinni og skaut að henni. Hann rétti úr sér, greip í hana. Akkurat í tíma til að bjarga henni frá því að lenda undir hjólum ökutækisins.Nú þegar hún var laus við hættu tók hjólastóllinn aftur jörðina og hann bar hana á öruggan stað. Framundan honum stóð stór hvít svanur. Hann gaf honum þumalfingur upp með vængnum og flaug svo burt.

"Svanur," sagði litla stelpan, á meðan hann leit að foreldrum hennar.

E-Z nýtti tækifærið til að blandast mannfjöldanum og hverfa bak við hornið, spilaði síðan á geisla hjólanna af meiri krafti en nokkru sinni fyrr og var fljótlega nokkrar götur í burtu.

"Sástu það?" hrópaði Arden og stöðvaðist á horninu. "Æi," sagði hann þegar konan á eftir honum rakst á hann. "Æi" heyrði hann aftan úr, aðrir vegfarendur á eftir honum rekust saman.PJ hélt sér stöðugur þegar karlinn aftan við hann rakst á hann. Hann sagði við Arden: "Já, ég sá það... en ég er ekki viss um hvað ég sá. Tatuerturkinarnir voru eitt, þetta var... hvað? Undur?"

"Þetta var sjónrænt blekking," sagði Sam þegar síminn hans titraði. Það var skilaboð frá E-Z sem bað hann að sækja sig sem fyrst nálægt bílastæðinu við járnvörubúðina. "E-Z þarf á mér að halda, munið þið tvö finna leiðina heim aftur?"

"Jú, engar áhyggjur, Sam."

"Ég vona að honum líði vel."

Sam gekk aftur að bílnum, reyndi að halda ró sinni á meðan hann reyndi að rökstyðja fyrir sér það sem nýverið hafði gerst.

Enginn strákanna vildi tala um það sem þeir höfðu séð – hjólastól E-Z í loftinu."Sástu þetta?" hvísluðu aðrir á eftir þeim þegar mannfjöldi safnaðist saman.

"Ég vildi að ég hefði haft símann tilbúinn," sagði kona.

Önnur kona með hljóðnema og myndavél þröngvaði sér fram. Þegar ljósin breyttust fór hún yfir götuna, á eftir kom pör í tárum – foreldrar litlu stelpnanna. Á eftir þeim var ökumaðurinn í húsbílnum."Guð sé þakkað, þú varst þarna," kallaði hann. "Ég sá hana ekki. Þú ert hetja, kríli. Takk fyrir."

"Mamma!" kallaði barnið þegar móðir hennar tók hana í faðm sinn. Hún og eiginmaður hennar faðmuðu hana fast, á meðan blaðamaðurinn færðist nær og myndatökumaðurinn festi augnablikið.Við hliðina á þeim grét maðurinn sem hafði næstum keyrt hana niður. Fréttamaðurinn og ljósmyndari ræddu við hann. "Hann bjargaði henni og mér. Stráknum, stráknum í hjólastólnum."

Þeir reyndu að finna hann, en hann var horfinn. Hann var falinn, eins og glæpamaður. Að bíða eftir að frændi Sam kæmi og bjargaði honum. Reyndi að skilja hvað hafði gerst. Reyndi að halda sér frá því að panikka.Aftur á vettvangi þvösuðu tvö ljós, eitt grænt og eitt gult, hugann hjá öllum í nágrenninu. Síðan eyðilögðu þau allt tekið myndefni.

"Hvað erum við að gera hér?" spurði fréttamaðurinn.

"Enga hugmynd," svaraði myndatökumaðurinn.

Á leiðinni heim fannst E-Z einhvern veginn eins og hetja. En hann vissi að hin raunverulega hetja var stóllinn; hjólastóllinn hans sem hafði tekið flugið.

E-Z Dickens var húðflúrengill.

"É G FLAUG, FRÆNDI SAM. Ég flaug alvöru."

Sam ók inn í innkeyrsluna og lagði bílnum.

"Þú sást það, ekki satt? Þú sást mig bjarga þessari litlu stúlku. Ég hefði aldrei náð þangað tímanlega, og hjólastóllinn minn vissi það og lyfti sér af jörðinni og flaug að henni."

"Já, ég sá það. Það var einstakt. Ég meina hvernig þú bjargaðir þessari litlu stúlku frá voða. En hjólastóllinn þinn lyfti sér ekki af jörðinni. Það var hreyfiorkan sem knúði þig áfram. Með adrenalínskubbi og hversu hratt þú þurftir að hreyfa þig til að komast þangað, fannst eins og þú værir að fljúga – en þú varst það ekki."

"Ég flaug. Stóllinn lyfti sér af jörðinni."

"E-Z, komdu nú. Þú veist og ég veit að þetta var ekkert flug. Þú hlýtur að vita það. Ég meina, hvað heldurðu að þú sért? Einhver bölvaður engill?"

Sam steig út úr bílnum, tók hjólastólinn úr farangursrýminu og kom aftur að bílnum til að hjálpa frænda sínum að komast í hann. Þegar hann gerði það skrapast hægri öxl E-Z við kantinn á hurðinni og hann öskraði af sársauka.

"Vatn!" öskraði hann. "Mér finnst eins og ég sé að brenna upp."Sam hljóp inn í eldhúsið og kom aftur með flösku af vatni.

E-Z hellti vatninu yfir öxlina á sér. Væddi aðeins, en svo fannst honum hin öxlin vera að brenna. Hann hellti restinni af flöskunni yfir hana. Sam ýtti honum inn í húsið, á meðan E-Z reyndi að rífa af sér skyrtuna. Sam hjálpaði honum að draga hana yfir höfuðið.

"Ó nei!" hrópaði Sam og hylldi fyrir nefið. Axlablöð bróður sonar síns litu nú út og lyktu eins og brenndur grillkjötsbita. Hann hljóp inn í eldhúsið til að ná í meira vatn.

Á leiðinni öskraði E-Z og hélt áfram að öskra þar til hann missti meðvitund.

KAFLI 5

Það var dimmt og hann var alveg einn, með aðeins skugga tunglsins sem breiddist út yfir hann á himninum.

Armar hans voru krossaðir yfir brjósti, eins og hann hafði séð látna líka raðaða í opnu kistufullkomulagi. Hann rétti úr þeim. Nú, afslappaður, lagði hann þá á armpúðana í hjólastólnum sínum, aðeins til að uppgötva að hann var ekki í stólnum. Óttandi um að hann myndi falla fram af, krossaði hann aftur arminn yfir brjóstið. En bíddu, hann féll ekki fram þegar hann krossaði þá áður – hann gerði það aftur og hélt sér í jafnvægi.

E-Z hélt annarri örm fast að bringu sinni, en hina, hægri, rétti hann út eins langt og hann gat. Fíngerðir hans snertu eitthvað kalt og málmt. Með vinstri örm gerði hann hið sama, fann aftur málm. Hann hallaði sér fram og snerti vegginn fyrir framan sig og gerði hið sama aftan við sig. Þegar hann hreyfði sig, hreyfðist sætið undir honum, með gefa og taka líkt og fjöðrunarkerfi.

Það var þetta kerfi sem hélt honum á fætur, eða var það það?

PFFT.

Hljóð þoku, sem reis til himins. Varmann hennar magnaði lyktarskyn hans og baðaði hann í ilm blómablöndu lavender og sítrus.

Hann sökk í djúpan svefn, þar sem hann dreymdi drauma sem voru ekki draumar, heldur minningar. Slysið – það var að gerast aftur og aftur – í sífelldri endurtekningu. Hann kastaði höfði aftur og gelti.

"Bíðið nú við," sagði kvenraddur.

Hún var vélræn, eins og maður heyrir á upptöku þegar enginn maður er nálægt.

Alltof hræddur til að sofna aftur, spurði hann: "Hver er þarna? Vinsamlegast. Hvar er ég?"

"Þú ert hér," sagði röddin og hló síðan upp úr. Hláturinn endurómaði af íláti sem minnti á kjarnaeldflaugageymi, dynjandi á eyrun á honum þegar hann kom og fór.

Þegar það hætti ákvað hann að brjótast út. Með allri sinni styrkri teygði hann úr örmum og ýtti. Það var gott. Að gera eitthvað, hvað sem er – í fyrstu – þar til þröngsýnin tók yfirhöndina.

PFFT.

Úðinn, nær núna, fór beint í augun á honum. Sítrónusýran brenndi, og tárin fylltu augun eins og hann hefði verið að skera lauk, og hann stóð upp.

Bíddu nú við...

Hann féll aftur niður. Hann hreyfði tærnar. Hann gerði það aftur. Hann rétti út hægri fótinn. Síðan vinstri fótinn. Þeir virkuðu. Fætur hans virkuðu. Hann lyfti sér upp...

Rödd, karlmannleg að þessu sinni, sagði: "Vinsamlegast setjist að nýju."

Hann klempti sig í hægri lærinu og svo í vinstra. Hver hefði vitað að klemmt gæti verið svona gott? Enginn gat stöðvað hann. Svo lengi sem hann gat notað fæturna myndi hann standa aftur.

Hávaði heyrðist yfir honum, eins og lyfta væri á ferð. Hljóðið óx. Hann leit upp. Loft silósins var að síga niður. Það var að stækka og stækka. Að lokum stöðvaðist það alveg.

"Setjist," krafðist karlmannsbrodurinn.

E-Z reis upp, en loftið sígaði hægt niður – þar til hann gat ekki staðið lengur. Hann settist þolinmóður og beið eftir að hluturinn dregðist til baka eins og lyfta sem rís til topps – en hann hreyfðist ekki.

PFFT.

"Látið mig út!"

"Bætið laudanum við," sagði kvenraddir.

Veggirnir stöðvuðust, svo úðaðu þeir út aukalöngu skammti.

PPPFFFTTT.

Það var síðasta hljóðið sem hann heyrði.

AFTUR Í RÚMINU SÍNU – veltir fyrir sér hvort hann hafi misst vitið og ímyndað sér að allt silóatvikið hafi verið E-Z. Það fannst honum raunverulegt, það lyktuðu raunverulega. Og hin tvö raddir – af hverju létu þær sig ekki sjá? Hann klóraði sér í höfðinu og sá tvö ljós fyrir framan augun. Eins og áður var eitt grænt og hitt gult.

"Halló?" hvíslaði hann, á meðan hávær kvakandi tónn eins og plága mýflugna réðst á hann. Hann rétti hægri höndina aftur og sló til með miklum krafti. En áður en höggið náði markinu stöðvaðist hann, höndin í loftinu. Augun urðu glær, eins og hjá hypnotíseraðri kjúklingi.

POP.

POP.

Ljósin breyttust í tvö veru. Hvor um sig ýtti við öxlinni á honum og E-Z datt niður á koddann þar sem hann lokaði augunum og sofnaði.

"Við ættum að gera það núna, bí-bí," sagði fyrrverandi gula ljósið.

"Við skulum ganga úr skugga um að hann sé sofandi fyrst, zoom-zoom," sagði fyrrverandi græna ljósið.

"Allt í lagi, skulum við hefja verkið, bí-bí."

"Erum við með samþykki hans, zoom-zoom?"

"Hann sagðist ætla að gera það, en hann man það ekki. Ég er hrædd um að þetta sé ekki bindandi samkomulag. Þetta gæti bara verið hlutalag, og þú-veist-hver-hatar hlutalög. Að ekki sé minnst á að mannshlutalögin myndu festast á milli bíp-bípanna."

"Já, mér líkar hann of vel til að láta hann verða að einhverjum sem er á milli hluta zoom-zoom."

"Að líka hefur ekkert með þetta að gera. Ekki gleyma hvað gerðist með svaninn. Að ekki sé minnst á – af hverju segja menn hvað eigi ekki að nefna áður en þeir nefna það sem þeir vilja ekki segja?" Án þess að bíða eftir svari. "Við værum í klípu og þú-veist-hver yrði mjög reiður beep-beep."

"En maðurinn er þegar með húðflúrðu vængina. Prófanir hefjast ekki fyrr en þátttakandinn hefur samþykkt." Hún smellti fingrunum og bók birtist. Hún sveiflaði vængjunum og skapaði gola sem snúði blaðunum. "Sjáðu hér, þar stendur að vængir eru aðeins settir upp EFTIR að þátttakandinn hefur verið samþykktur. Svo þegar hann sagði já, þá hlýtur það að hafa fest málið zoom-zoom."

Hún rétti úr örmum sínum og bókin flaug upp, eins og hún ætlaði að rekast í loftið, en hvarf í gegnum það í staðinn.

Þær flugu, önnur settist á öxl E-Z og hin á höfuð hans.

"Ég gerði það ekki," sagði hann án þess að opna augun.

"Sofðu áfram, zoom-zoom," sagði hún og snerti augun hans.

"Ssss, beep-beep."

"Mamma, komdu aftur. Vinsamlegast komdu aftur!"

"Hann er mjög órólegur, zoom-zoom."

"Hann er að dreyma, beep-beep."

E-Z opnaði munninn og hrjósaði eins og fílastrákur. Andvari hélt þeim á lofti – engin þörf var á að spreyta vængina. Þær glottuðu að sér, þangað til hann lokaði munninum. Sem sendi þær í frjálsan fall. Með því að spreyta af alefli náðu þær fljótt jafnvægi.

"Ó nei, hann er að knirra tönnum, bíb-bíp."

"Menn hafa skrýtnar venjur, zoom-zoom."

"Þetta mannsbarn hefur gengið í gegnum nóg. Með því að veita honum þessi réttindi mun hann finna minni sársauka, bíb-bíp."

Fyrsta veran flaug á brjóst E-Z og lenti þar, með hökuna beint fram og hendur á mjaðmali hans. Veran sneri sér einu sinni, réttsælis. Hún snerist hraðar og úr vængjabultinu spúði lag. Lagið var djúp þjáningarsvip. Sorglegt lag úr fortíðinni til að fagna lífi sem ekki var lengur til. Veran hallaði sér aftur, með höfuðið hvílandi á brjósti E-Z. Snúningshreyfingin stöðvaðist en lagið hélt áfram að spila.

Annað dýrið tók þátt í athöfninni, framkvæmdi sama sið en sneri sig í hina áttina, klukkanbaks. Þau sköpuðu nýtt lag, án beep-beepanna og zoom-zoomanna. Því þegar þau sungu var ekki þörf á hljóðeftirlikun. Á meðan hún var nauðsynleg í hversdagslegum samræðum við menn. Þetta lag lagtist yfir hitt og varð gleðilegt, hátt hljóðandi hátíðarlag. Hátíðarlag um komandi tíð, um líf sem enn beið þess að lifa því. Lag fyrir framtíðina.

Úðinn af demantsryki sprakk úr gullnu augnholunum þeirra. Þau snerust í fullkomnu samhljómi. Demantsrykið spúðist úr augum þeirra yfir sofandi líkama E-Z. Skiptingin hélt áfram þar til hann var hulin demantsryki frá toppi til táar.

Unglingurinn hélt áfram að sofa djúpt. Þangað til demantsrykið gegnsótti hold hans – þá opnaði hann munninn til að öskra en enginn hljómur kom frá honum.

"Hann er að vakna, bíb-bíb."

"Lyftið honum, zoom-zoom."

Saman lyftu þeir honum upp og hann opnaði tóm augu sín.

"Sofðu meira, bíb-bíb."

"Finndu enga verki, zoom-zoom."

Þær báðar vefðu líkama hans örmum sínum og tóku sársauka hans til sín.

"Rís upp, bíb-bíb," skipaði hann.

Og hjólastóllinn reis upp. Hann stillti sig undir líkama E-Z og beið. Þegar blóðdropi féll, tók stóllinn hann. Sogaði hann inn. Neytti hann – eins og hann væri lifandi vera.

Þegar máttur stólsins jókst, styrktist hann einnig. Fljótlega gat stóllinn haldið húsbónda sínum á lofti. Þetta gerði hinum tveimur verunum kleift að ljúka verki sínum. Verki sínum við að sameina stólinn og manninn. Að binda þá saman, að eilífu með krafti demantsryks, blóðs og sársauka.

Þegar líkami unglingins skalf, gróuðu göt á húð hans. Verkið var lokið. Demantsrykið var orðið hluti af eðli hans. Þannig stöðvaðist tónlistin.

"Það er búið. Nú er hann skotþolinn. Og hann hefur ofurstyrk, bípp-bípp."

"Já, og það er gott, zoom-zoom."

Hjólstóllinn sneri aftur á gólfið og unglingurinn aftur í rúmið sitt.

"Hann mun ekki muna neitt eftir þessu, en hinir raunverulegu vængir hans munu byrja að virka mjög fljótlega, beep-beep."

"Hvað með aðra aukaverkun? Hvenær mun hún hefjast og mun hún sjást, zoom-zoom?"

"Það veit ég ekki. Hann gæti orðið fyrir líkamlegum breytingum... það er áhætta sem er þess virði til að draga úr sársaukanum, beep-beep."

"Samþykkt zoom-zoom."

Úrkúgaðar krupu tvær verur sig að brjósti E-Z og sofnuðu. Þær vissu ekki af sér þegar hann teygði úr sér um morguninn – og féllu á gólfið.

"Úps, fyrirgefðu," sagði hann við vængjuðu verurnar áður en hann sneri sér við og fór aftur að sofa.

"**E**RTU VAKANDI?" SPURÐI SAM og opnaði hurðina smávegis. Frændi hans var að hnerra hressilega, en stóllinn hans var ekki þar sem hann hafði skilið hann eftir þegar hann hjálpaði honum í rúmið. Hann hnippti öxlum og sneri aftur í herbergið sitt þar sem hann las nokkur köflum úr David Copperfield. Klukkutímum síðar sneri hann aftur í herbergi frænda síns.

"Bamm, bamm."

"Æ, góðan morgun," sagði E-Z.

"Má ég koma inn?"

"Jú."

"Sofirðu vel?"

"Ég held það." Hann teygði úr sér og hallaði sér svo aftur að höfðgaflinum.

"Hvernig komst stóllinn þinn hingað? Ég hélt að ég hefði sett hann við vegginn."

Hann hnippti öxlunum.

"Og skoðaðu armpúðana – málaðirðu þá?"

Hann beygði sig yfir, sá rauða tóna og hnippti aftur öxlunum. " Hvað gerðist með mig?"

"Þú missti meðvitund. Það sem ég skil ekki er af hverju. Þú sagðir að þér liði eins og öxlarnir væru í bálum. Ég leitaði á netinu með lýsingunni þinni og heimaprófarkun kom upp. Það er ótrúlegt hvað maður finnur þar. Ég blandaði lavenderolíu með vatni og alóevera í úðabrúsa og úðaði beint á húðina á þér. Þar stóð að þetta myndi veita þér strax létti. Þeir voru ekki að grínast því þú slakaðir á og sofnaðir."

"Takk, mér líður miklu betur núna." Hann reyndi að komast upp úr rúminu, en zzzzz-in flugu um höfuðið á honum eins og hann væri Wile E. Coyote. "Ég held ég verði í rúminu aðeins lengur."

"Góð hugmynd. Get ég fært þér eitthvað?"

"Smá ristuðu brauði? Með jarðarberjasultu?"

"Vissulega, krútt." Hann fór út úr herberginu og sagðist koma aftur fljótlega. Þegar hann kom aftur með mat á bökku reyndi frændi hans að borða en gat ekki haldið neinu niðri.

"Kannski bara vatni."Sam kom með flösku sem E-Z reyndi að drekka úr, en hann gat ekki haldið neinu niðri.

"Ég held ég haldi áfram að hvíla mig." Augun hans héldust opin og staraðu fram í ekkert. "Hversu seint er?"

"Klukkan er fimm um morguninn og í dag er laugardagur. Þú hefur verið úti í tólf tíma. Þú skelfdir mig."

Tengslin, lavenderliturinn á báðum stöðum, þóttu E-Z undarleg. Hefði hann upplifað raunverulegan lífs- og tímarýmis-flutning? Þetta var of mikil tilviljun, að því gefnu að silóið væri yfir höfuð til. Eða hafði þetta verið draumur? Frekar martröð. En fætur hans höfðu virkað inni í því málmíláti. Hann myndi fara aftur inn eftir augnablik – taka hvaða áhættu sem var – til að fá notkun fótanna aftur.

"E-Z?"

"Æh, hvað? Ég... Ég held, að ég myndi vilja loka augunum og hvíla mig aðeins lengur."

Sam fór út úr herberginu og lokaði hurðinni á eftir sér.

E-Z datt í og úr meðvitund, á meðan slysið spilaðist endalaust í huga hans. Með hvítum vængjum og Stevie Nicks sem sögði söguna með tónlist sinni. Á meðan tvö ljós – eitt grænt og eitt gult – hoppuðu upp og niður í bakgrunni.

N æstu daga reyndi hann að setja púslbrotin saman í huga sínum með því að gera lista yfir sameiginlega þætti:

Hvítar vængjar – hvítir vængir húðflúrðir á axlir hans. Stevie Nicks hafði hvítar vængjar í draumi sínum.

Lavender – Frændi Sam notaði lavender og alóea til að róa brunasárin. Í kírnunni spreyjaði lavender loftið til að róa hann.

Gul og græn ljós. Hann sá þau eftir slysið og á herberginu sínu.Hjólstóll – hafði flogið svo hann gæti bjargað litlu stúlkunni. Þegar hann var kúrekinn hafði rassinn hans lyftst af stólnum svo hann gæti gripið boltann.

Armpúðar – voru nú rauðir. Engir svipaðir atburðir. Engin skýring.

Brennsluáhrif á öxlum/tatoverur sem birtust á öxlum. Engin skýring.

Hann trúði ekki á guð lengur, ekki síðan slysið. Enginn guð myndi láta tré kúga foreldra sína. Þau voru góð fólk, höfðu aldrei meitt neinn. Það skipti engu máli hvað varð um fætur hans. Hver sem var guð sem eitthvað skipti máli hefði gripið inn í og stöðvað þetta áður en það gerðist.

Nema kannski ef til var guð, þá var hann í hádegishléi. Jájá, auðvitað.

Breytingar voru að eiga sér stað á líkama hans og hann vildi fá svör. Djúpt inni vissi hann að eina leiðin til að fá þau var að fara aftur inn í bölvaða geymslustokkinn – ef hann var þá yfir höfuð til.

KAFLI 6

Næsta morgun var E-Z að svífa í loftinu yfir rúmi sínu þar sem vængir hans höfðu sprottið. Á leiðinni til að skoða nýju útlimina í fataskápargluggganu stefndi hann næstum á vegginn.

"Er allt í lagi þarna inni?" kallaði Sam frá herberginu sínu við hliðina.

"Já," sagði hann og flaug hliðlægt á meðan hann dáðist að nýfundnu flugkrafti sínum.

Fjaðrirnar heilluðu hann. Sérstaklega hvernig þær knúðu hann áfram, eins og þær væru eitt með líkama hans. Hann fann sig meira sem fugl en engil og reyndi að rifja upp það sem hann hafði lært í skólanum um fuglafræði. Hann vissi að flestir fuglar hefðu aðalflugfjaðrir, mögulega tíu. Án þeirra gætu þeir ekki flogið. Hann hafði meira en tíu aðalflugfjaðrir á vængjunum, og fleiri aukafjaðrir líka.

Hann reyndi að beygja til vinstri og síðan til hægri, til að meta hreyfanleika sinn. Hann fann sig þyngdarlausan og svifaði um herbergið sitt. Hann svifaði yfir hjólastólinn – sem hann þurfti ekki lengur. Með þessum vængjum gat hann svifið yfir heiminn. Hann setti hendur á mjöðmir, eins og Supermann, og stefndi að dyrunum. Hann kom þangað rétt þegar Sam opnaði þær.

"Þú skelfdir mig næstum til dauða!" sagði Sam, næstum því að springa úr skinninu.Óundirbúinn reyndi unglingurinn að halda stjórn á aðstæðunum. Hann breytti stefnu sinni og ætlaði sér að lenda á rúminu. Breytingin reyndist þó ekki eins auðveld og hann hafði vonast til og hann fór í frjálsan fall.

Sam hljóp að hjólastólnum og hreyfði hann fram og aftur til að halda honum undir frænda sínum.

E-Z jafnaði sig og flaug aftur upp.

"Komdu niður hingað, strax!" hrópaði Sam og veifði hnefum sínum í loftinu.Hann flaug að rúminu og lenti örugglega. Vængirnir hans lokuðust eins og tónlistarlaus harmonikka. "Þetta var svo gaman. Ég get varla beðið eftir að fljúga í skólann."

Sam féll í hjólastól frænda síns. "Hvað var þetta allt saman? Og helderðu virkilega að þú gætir flogið þessu dóti í skólann? Þú myndir verða hlægilegur."

"Þeir myndu venjast því og í stað þess að kalla mig 'tréstrákurinn' gætu þeir kallað mig flugstrákurinn. Já, mér líkar það."

"Úr því sem ég sá var þetta klunnaleg tilraun. Og flugstrákurinn hljómar fáránlega."

"Þetta var fyrsta tilraun mín. Ég kemst yfir þetta."

Sam hrist höfuðið en forvitnin sigraði og yfirbugaði óskina um að flýja.

"Má ég skoða þetta betur? Ég meina, án þess að þú takir á loft?" spurði hann og stóð upp þegar E-Z sneri sér að honum. "Þær eru horfnar. Alveg. Ég meina húðflúrnar. Þær hafa verið skipt út fyrir alvöru vængi – og þú getur flogið. Ó, boy!" Hann settist niður áður en hann féll.

"Ég vaknaði, vængirnir komu út og næsta sem ég vissi var að ég var að fljúga."

"Þetta er galdur. Verður að vera það. Eða kannski erum við að dreyma, þú ert í draumi mínum eða ég í þínum og brátt ætlum við að vakna og..." Sam reyndi að halda ró sinni vegna frænda síns en innra með sér sló hjartað óstjórnanlega.

"Þetta er ekki draumur."

"Hvernig spruttu þau fram? Þurftir þú að segja eitthvað? Ég meina, eru galdurorð sem þarf að segja?"

"Ég man ekki eftir að hafa sagt neitt. Held ég geti reynt það samt." Hann hugsaði um það í nokkrar sekúndur og tók stellingu eins og Hugsuðurinn eftir Rodin. "Bíddu smá, leyfðu mér að prófa eitthvað." Hann sveiflaði höndunum í loftinu án galdrastafs, "Autem!"

"Hvenær lærðir þú latínu?"

"Það er ókeypis forrit í símanum mínum."

"Ég líka, ég er að læra frönsku. Prófaðu en haut."

"En haut!" Enn ekkert. "Lyftu mér upp! Qui exaltas me!" Pirraður krossaði hann armpana. "Ég held að það sé gott að þú komst inn og sáðir mig fljúga, annars myndirðu ekki trúa mér!" Hann velti fyrir sér hvað PJ og Arden væru að gera – hann hafði ekki séð þau í nokkra daga. Næsta sem hann vissi opnuðust vængirnir og hann svifaði yfir rúminu sínu.

"Ro-ro," sagði Sam, þegar vængirnir drógust aftur inn og E-Z lenti á gólfinu.

"Þetta hefði verið kjörinn tími fyrir þig til að ná í stólinn minn."

Sam brosti. "Auðveldara sagt en gert. Afsakaðu. Ertu í lagi?"

"Ég meiddist ekki. Ég meina líkamlega, en andlega, hver veit?" Hann hló. "Gætirðu hjálpað mér að komast í stólinn?"

Sam lyfti honum upp og setti hann öruggan í stólinn. Þegar hann hallaði sér aftur, breiddust vængirnir út með fullum krafti í stað þess að draga sig alveg inn. E-Z flaug upp og flögraði um eins og Tinkerbell.

"Svo svona er þetta, ha?" sagði Sam.

"Ég þarf að ná tökum á þessu – ekki viss af hverju – en..."

"Jæja, þegar þú ert tilbúinn, komdu niður og við förum út að borða morgunmat. Ég tek fartölvuna mína með og við getum gert smá rannsóknir."

"Æ, það er snjall hugmynd. Við gætum farið á Ann's Cafe. Og ég myndi koma niður – ef ég gæti." Vængirnir drógust inn þegar E-Z var beint yfir hjólastólnum hans. "Þetta kallast þjónusta," sagði hann og lét sig varlega ofan í stólinn.

Þeir spjölluðu á meðan hann klæddi sig. Síðan fór E-Z í baðherbergið á meðan Sam undirbjó sig.

Þegar þeir gengu út úr húsinu og að kaffihúsinu hjá Ann var E-Z með tvennskonar tilfinningar. Annars vegar saknaði hann þess að fara þangað og hins vegar hugsaði hann: "Ég hef ekki komið þangað í langan tíma. Ekki síðan..."

"Ég veit það, krútt. Ertu viss um að það sé ekki of snemmt?"

Morgunmatur á Ann's Café hafði verið hefð hjá fjölskyldu hans. Fyrir utan að opna snemma klukkan sex um morguninn var kaffihúsið í göngufæri. Inni voru einkasvæði klædd gervileðri með rauðum skáreimuðum borðdúkum. Pabbi hans sagði alltaf að staðurinn hefði "geðveikt" þema.

Tónlist sextu áranna spilaði á jukeboxunum – þau höfðu verið stillt þannig að fólk þurfti ekki að borga. Og veggina fylltu veggspjöld af Marilyn Monroe, James Dean og Marlon Brando. Matseðillinn var risastór, með öllu frá club-samlokum til ostaborgara og fondú. En hans persónulegu uppáhaldsgræjur voru sérlega þykk milkshakes og eplapönnukökur.

Um leið og hún sá þá kom eigandinn, Ann, beint til þeirra. "Ég hef saknað þín." Hún lagði hendur um hann.

"Þetta er frændi minn Sam, Ann." Þau réttu hvoru öðru höndina. "Að auki, takk fyrir kortið og blómin, það var mjög hugulsamt."

Augun fylltust tárum. "Nú, komdu hingað yfir. Ég á fullkomna borðið fyrir ykkur."

Það var í rólegu horni, svo hann þurfti ekki að hafa áhyggjur af því að stóllinn hans myndi vera í vegi fyrir eldhússtarfsfólkið eða öðrum gestum.

"Ég set hefðbundna réttinn þinn í gang strax. Veistu hvað þú vilt, Sam, eða á ég að koma aftur?"

"Hvað ert þú að fá þér?"

"Eplapönnukökur með ís. Þær eru bestu á jörðinni og Ann kemur alltaf með aukasíróp og kanil."

"Það hljómar vel, en ég held að ég taki frekar leiðinlegt beikon og egg, með sveppum að hlið."

"Skil ég það," sagði Ann. "Og viltu súkkulaðidrykk?" Hann kinkaði kolli. "Kaffi fyrir þig, Sam?"

"Svart," svaraði hann. "Og takk fyrir að taka svo vel á móti mér."

"Allir frændur E-Z eru velkomnir hingað."Eftir að Ann fór að sækja drykkina, hleypti hann úr sér: "Frændi Sam, ég held að ég sé að verða engill."

"Þú þyrftir að deyja fyrst," sagði hann, á meðan Ann setti drykkina á borðið og sneri aftur inn í eldhúsið.

"Kannski dó ég, í bílslysinum. Í nokkrar mínútur. Hver veit hversu langan tíma það tekur að verða engill? Í kvikmyndum, ef þú kemst að Perlamóum, getur yfirmaðurinn snúið við og sent þig beint aftur hingað niður. Það er auðvitað ef þú trúir á svona hluti – sem ég geri ekki."

"Ég held líka ekki. Englar eru ekki til. Né djöflar. Fyrir utan þá sem búa innra með hverjum og einum okkar. Ég meina, við erum öll góð og við erum öll vond innra með okkur. Það er það sem gerir okkur mannleg. Varðandi dauðann, þá hefðu þeir sagt mér ef þeir þyrftu að endurlífga þig. Þeir sögðu ekkert slíkt."

"Jæja, þá skýrirðu fyrir mér hvernig húðflúrnar birtust skyndilega, og nú hafa þau breyst í alvöru vængi? Ég var ekki með þau í gær. Svo hvað gerðist á milli í gær og í dag? Ekkert sem gæti skýrt vöxt nýrra útlima."

"Ekki neitt sem þú manst eftir," sagði Sam. Hann hló.E-Z stakk pönnuköku á gaffal og stappaði henni í sig, og leyfði sírópi að renna niður eftir hökunni. Ann dró sig í hlé.

"Jæja, þú lítur alls ekki út eins og engill þessa stundina," sagði Sam og tók sér gaffalfullan af hræringseggjum. "Mm, þetta er ótrúlega gott." Eftir nokkra bita rétti hann höndina í skjalatöskuna sína og dró fram fartölvuna sína. Hann kveikti á henni og sló inn "skilgreina engil." Hann snéri skjánum að þeim svo þau gætu lesið upplýsingarnar á meðan þau borðuðu.

"Sendiboði, sérstaklega Guðs," las Sam, "persóna sem framkvæmir sendiferð Guðs eða hagar sér eins og hún sé send af Guði."

"Hagar sér eins og," endurtók E-Z á meðan hann stappaði fleiri pönnukökum í sig.Sam las: "Óformleg manneskja, sérstaklega kona, sem er góð, hrein eða falleg. Þú ert nokkuð falleg, með ljósa hárið þitt og bláu augun."

"Þegðu."

"Hefðbundin framsetning," hann tregðaðist við. "Á öllum þessum verum sem eru sýndar í mannslíkama með vængi." Sam tók annan sopa af kaffi, akkúrat þegar Ann fyllti bolla hans aftur."Þið munið fá magakveisu af því að lesa og borða á sama tíma."

E-Z hló.

Sam sagði: "Nei, ég er í upplýsingatækni, svo ég er ansi góður í að sinna mörgum hlutum í einu."

Ann glotti og gekk burt.

"Hvað áttu við með 'þessar verur'?" spurði E-Z.

"Í miðaldar engilfræði var sagt að englar væru skipulagðir í stiga. Níu stig: serafin, kerubin, hásæti, valdasveitir (einnig kölluð ríkisveitur)," hann tregði sig, tók sopa af vatni. Síðan hélt hann áfram, "Dygðasveitir, höfðingjasveitir (einnig kölluð furstadæmi), erkienglar og englar."

"Vá! Reyndu að segja þetta tíu sinnum hratt." Hann brosti. "Ég hafði enga hugmynd um að það væru svona margar tegundir af englum."

"Ég heldur ekki. Þessi matur er svo góður, ég er alltaf að velta fyrir mér hvort við séum að dreyma."

"Þú meinar að þú vildir að við værum að dreyma – og vængirnir mínir myndu hverfa?"

"Þeir gætu horfið jafn fljótt og þeir komu." Hann færði fartölvuna nær og sló inn "Human grows angel wings." E-Z hæðnisgaugði en hallaði sér nær til að sjá hvað kæmi upp. Sam smellaði á vísindagrein.

"Eins og ég sagði, engar skrár um englavexti. Ég hélt það ekki. Ég held að það atvikið, þegar ég bjargaði litlu stelpunni—að það hafi eitthvað með það að gera að þau birtust. Það var kveikjan því eldurinn kviknaði rétt eftir að ég kom heim og svo, jæja, þú þekkir restina."

"Hvernig hafið þið það hérna?" spurði Ann.

"Ég hef pantað ykkur tvær pönnukökur í viðbót, E-Z, eins og venjulega. Nema þú getir borðað meira?"

"Frábært.""Og hvað með þig, Sam?"

"Bara áfylling," sagði hann og rétti fram tóma bolla sinn sem hún tók og kom aftur með hann fullan. Hringdi bjalla í eldhúsinu og hún fór að sækja pönnukökurnar.

E-Z hellti hlynsírópi yfir þær og setti svo klípu af smjöri ofan á. "Þú ert æðst," sagði hann við Ann. Hún brosti og lét þau í friði til að klára máltíðina.Frændi Sam fylgdist gaumgæfilega með frænda sínum. Hann óskaði þess að hann hefði pantað eplapönnukökurnar, en hann var þegar saddur.

"Hvað?"

"Ég veit ekki, það er eins og þegar þú smakkar matinn, þá lýsir andlitið þitt upp eins og engill á jólatré."

E-Z lagði gaffalinn frá sér. "Mjög fyndið. Þú ert alvöru grínisti."

Þegar þeir höfðu lokið máltíðinni spurði Sam, "Svo eftir að hafa lesið um engla, hefurðu breytt um skoðun? Ég meina, heldurðu ennþá að þú sért að verða einn slíkur? Og ef svo er, hvað ætlarðu að gera í því?"

"Hvað áttu við með, GERA? Ég er með vængi, það er eins gott að nota þá."

"Mín skoðun er sú að ef þú notar þá ekki, ef þú neitar tilvist þeirra – þá munu þeir hverfa."E-Z hrist höfuðið. "Ekki framkvæmanlegt. Þú sáðir hvað gerðist. Þau komu út, án þess að ég gerði neitt, og ég sagði þér, þegar ég vaknaði í morgun var ég að fljúga yfir rúminu mínu. Ég var að svífa, djöfulsins!"

"E-Z, ég er að hugsa um framtíðina. Kannski þarftu að tala við einhvern, við þurfum að tala við einhvern um þetta."

"Slysið varð fyrir meira en ári síðan, ráðgjafinn sagði að ég væri í lagi. Að auki er þetta allt nýtt."

"Það gæti verið seinkað. Eitthvað gæti hafa kveikt það."

"Skoðum staðreyndirnar. Í fyrsta lagi, ég var með húðflúr þegar ég fékk ekki húðflúr. Í öðru lagi lyftist stóllinn minn af gólfinu og ég bjargaði litlum stelpu – auk þess lyfti ég mér af sætinu til að ná í bolta á leik. Ég neitaði því þangað til nýlega... Í þriðja lagi brenndu húðflúrnar eins og helvíti. Í fjórða lagi birtust alvöru vængir. Í fimmta lagi get ég flogið. Hljómar neitt af þessu þér kunnugt? Ég meina í öðrum tilvikum."

"Það er einmitt þetta sem ég skil ekki. Hvernig þetta gat gerst, en hugurinn er gríðarlega öflugt tölvukerfi. Það er það sem skilur okkur frá dýraríkinu og ástæðan fyrir því að maðurinn hefur lifað af svo lengi. Ég hef heyrt sögur þar sem einstaklingur var í mikilli hættu og hjálp kom. Eða þar sem einstaklingur var fastur undir ökutæki – og vegfarandi gat lyft bílnum til að bjarga lífi hans."

"Ég las um það; þetta kallast hysterísk styrkur – en ég hef aldrei heyrt um tilvik þar sem vængir hafa vaxið."

"Kannski birtust vængirnir til að bjarga þér."

"Frá hvað? Of mikilli svefni?" hringhló hann. "Þeir hefðu verið góðir við slysið. Ég hefði getað flogið mömmu og pabba til að sækja hjálp í stað þess að bíða þarna með blóðugt tré ofan á mér. Sem hélt mér niðri. Þetta er ekkert kraftaverk. Ég veit ekki hvað þetta er, frændi Sam, allt sem ég veit er að þetta er það."

"Við erum að spjalla. Meta. Skipta hugmyndum. Reyna að finna svör."

"Það væri gott að fá svör, en... hver væri sérfræðingur sem við gætum spurt í þessari stöðu?"

"Hvað með biskup eða prest?"

E-Z hrist höfuðið. Hann hafði ekki verið í kirkju síðan á jarðarför foreldra sinna.

"Hvað höfum við að tapa?"

"Ég held að það sé þess virði að reyna, en. Ó, ó."

"Hvað er að?"

"Ég finn fyrir þrýstingi við öxlablaðin. Ég þarf að fara, og við keyrðum ekki hingað. Fyrirgefðu að ég þurfi að flýta mér. Sjáumst heima." Hann flýtti sér út úr kaffihúsinu og hélt áfram, þar til vængirnir brustu út úr hettupeysunni hans og hann lyftist frá jörðinni. Heima áttaði hann sig á að hann hafði ekki lykil, en hann gat ekki dvalið á veröndinni – ekki með vængina útbreidda. Hann reyndi að tala á latínu til að fá þá til að fara aftur inn – en ekkert virkaði. Svo flaug hann upp og tókst að komast inn um svefnherbergisgluggann án þess að nokkur sæi hann.

"E-Z!" kallaði Sam þegar hann kom heim. "E-Z!"

"Ég er uppi."

"Er allt í lagi? Ég kom eins fljótt og ég gat."

"Komdu inn og settu þig. Engin merki um að vængirnir séu að fela sig – ennþá."

Þegar hann sá opna gluggann: "Giska ég rétt á að þú flogst hingað?"

"Já, sem betur fer gleymdi ég að læsa glugganum mínum í gærkvöldi. Við getum alveg haldið áfram að ræða málin þangað til ég get farið út aftur."

"Ég þekki prest. Ef einhver getur hjálpað, þá er það hann."

Tveimur klukkustundum síðar, með tónlist dynjandi úr útvarpinu, voru þau á leið til að hitta prestinn. Lagið "Take Me to Church" eftir Hozier fyllti loftbylgjurnar. Samræki? Þau héldu ekki og sungu textann af alefli. Sem betur fer heyrði enginn til þeirra þar sem gluggarnir voru lokaðir.

Í KIRKJUNNI VAR ENGIN hjólastólaaðstaða og margar tröppur sem þurfti að klífa.

"Þú ferð undir skugga stóru eikartrésins og ég fer og finn föður Hopper," lagði Sam til.

"Er það raunverulegt nafn hans?" hringaði E-Z.

"Svo langt sem ég best veit. Vertu kyrr og ég kem strax til baka."

"Gerum það." Unglingurinn tók farsímann sinn fram. Þó að honum fyndist skuggi trésins góður, gerði hann það ómögulegt að sjá skjáinn. Hann færði stólinn sinn til og tók eftir óvenjulegum suði í loftinu. Hljóð sem virtist koma frá trénu sjálfu.

Hann leit upp og reyndi að greina hvort þetta væri fugl, þegar tónsviðið hækkaði og hljóðstyrkurinn jókst. Hann þaggaði niður á símanum. Hljóðið hvarf og nýtt hljóð tók við. Þetta hljóð var melódískt; heillandi, og hann féll í draumkenndan sveim.

Höfuðið hneigðist fram, þar til nýtt hljóð vakti hann með hvelli. Hlátur, sem kom frá ofan við höfuðið. Raddir sem flæddu frá laufi trésins. Hann krosslagði armpana, þegar kuldaskjálfti gekk í gegnum hann og olli því að vængir hans sprungu út. Áður en hann vissi af lyftist stóllinn hans af jörðinni. Hann beygði sig undan greinum á meðan hann reis inn í hjarta risavaxna eikartrésins."Láttu mig niður!" skipaði hann.

Hann hélt áfram að stíga upp. Þegar útlimir hans snertu við tréð lak blóð niður framhandleggi hans og höfuð.

"Hættu! Þú heimski..."

"Það er ekki mjög fínt, bípp-bípp," sagði smátt, hástemmt rödd.

"Ég hélt að þú sagðir að hann væri yndislegur þegar hann var vakandi zoom-zoom," sagði önnur rödd.

"Vá!" sagði E-Z og reyndi að ná tökum á sér og forðast að missa sig alveg. Hann tók nokkur djúp andköf og róaði sig. "Hver, hvað og hvar eruð þið?"

"Hverjir erum við eiginlega, bíb-bíb."

Aftur dönsuðu sömu ljósin, eitt grænt og eitt gult, fyrir augum hans.

Forvitinn sagði hann: "Hæ."

Gula ljósið hvarf.

Garpur.

Svo hvarf hinn græni.

"Hvað í ósköpunum? Þið tvö, hvað sem þið eruð, hættið þessu. Þið skuldið mér skýringu. Ég veit að þið hafið verið að elta mig. Komið út og mætið mér!"

POP.

Litla, grænt, englabrautt eitthvað lenti á nefi hans. Undarlega ógeðfelltur, næstum því líkt og úr limborgersosti, lykt barst til hans. Hann þakti fyrir nefið.

"Góðan daginn, E-Z, bíb-bíp," sagði veran og kveinkaði sér.

Þegar hún sagði nafn hans missti hann stjórn á vængjunum. Hann sveiflaðist og haggast í loftinu eins og fugl sem er að læra að fljúga. Hann beindi vilja sínum að því að fá vængina aftur út, en þeir hunsuðu hann. Hann hélt í armpúðana á stólnum sínum á meðan hann féll.

POP!

Nú voru komnir tveir af þeim. Hver og einn tók annan af eyrunum hans og lét hann og stólinn hans síga örugglega niður á jörðina.

"Æi," sagði E-Z og nuddaði eyrun á sér þegar presturinn og afi hans komu um hornið. "Æh, takk, held ég."

POP.

POP.

Verurnar tvær hurfu.

"E-Z, þetta er faðir Bradley Hopper og hann er til í að hjálpa."Hopper rétti fram höndina, og E-Z gerði hið sama. Þegar hold þeirra snertist hvarf unglingurinn.

Hopper og Sam stóðu áfram hlið við hlið, augun gljáandi. Báðir staraðu í tómarúm eins og tvær mannekínur í verslunarúvinnu.

KAFLI 7

Fætur E-Z lentu á jörðinni og í fyrstu var hann blindaður af hvítu. Hann setti annan fótinn fyrir framan hinn, fyrst gekk hann, svo hljóp hann á staðnum og loks hljóp hann af fullum krafti. Hann kastaði sér á vegginn og skoppaði, eins og hann væri í hoppukastali.

POP

POP

Hann var ekki lengur einn. Fyrir framan hann stóðu tvö fjölvængjaðra veru í blómum. Annað var grænt, hitt gult. Þegar hann nálgaðist snerust vængir þeirra eins og kaleidoskópur um gullna augun.

Hann snerti fyrst krónublaðsvængi hins græna blóms. Hann hafði aldrei séð algrænt blóm áður, hvað þá eitt með augu. Augun þekkti hann frá fyrri fundi þeirra. Vængirnir kítluðu fingur hans og hinn græni blómurinn hló. Hann forðaðist að koma of nærri með nefinu, búinn undir að finna ostalykt – en svo var ekki.

Annað blómið, gult, hafði fleiri krónublaðsvængi en hitt. Krónublöðin brugðust við snertingu hans, eins og kórallar sem hreyfast í hafi. Gullnu augun á þessu blómi höfðu greinilega skilgreind augnhár. Hann beygði sig að því til að skoða það betur.Þegar hann hélt áfram að fylgjast með þeim tveimur fylltist loftið af PFFT-hljóði. Með því kom öflugt og æðislega sætt lykt sem gerði hann illt í maganum. Hann hörfaði aftur, þakti fyrir nefið og þurrkaði brennuna úr augunum.

Guli blómurinn talaði. "Ég heiti Reiki og við komum þér hingað beep-beep."

"Hvar er 'hingað' eiginlega? Og af hverju virka fæturna á mér?"

"Það skiptir engu máli hvar, E-Z Dickens, né hvers vegna þú ert eins og þú ert, bípp-bípp."

Hann gekk yfir herbergið og tók upp gula blómið með hægri hendi og hið græna með vinstri. HVÆS! Að þessu sinni skall brennheitur þungi á hann, og hann byrjaði að hnerra og hélt áfram að hnerra.

"Vinsamlegast leggðu okkur niður, áður en þú lætur okkur detta, bípp-bípp."

"Það er kassi af vasapappír yfir þar, zoom-zoom."

"Ó, afsakaðu." Hann lagði þær niður, tók upp vasapappír – en hann þurfti hann ekki lengur. Hann hélt sig á fjarlægðinni, studdist við hvítan vegg.

"Við komum þér hingað núna, beep-beep."

"Ég er Hadz, að auki zoom-zoom."

"Vegna þess að þú þurftir að vita það beep-beep. "Að þú mátt ekki tala við prestinn um vængina þína zoom-zoom."

"Reyndar mátt þú ekki tala við neinn um neitt beep-beep."

Hann lagði höndina á vegginn og gekk áfram, hugsi. "Fyrst og fremst, af hverju ertu að segja beep-beep og zoom-zoom?"

Reiki og Hadz snúðu upp augunum. "Hefurðu ekki heyrt um hljóðeftirlikun?"

"Auðvitað hef ég það."

"Þá ættirðu að vita, bípp-bíp."

"Að hún bætir við spennu, aðgerð og áhuga, zoom-zoom."

"Til að tryggja að lesandinn heyri og manni, bípp-bíp."

"Það sem þú vilt að þeir viti, zoom-zoom."

Hann hló. " Það gildir ef þú ert að lesa eitthvað, en er ekki nauðsynlegt í samtali. Ég man hvað Reiki segir því hann segir það og ég man hvað Hadz segir því hún segir það. Ég geri ráð fyrir að annar ykkar sé stelpa og hinn strákur – er það rétt?"

"Já," staðfesti Hadz. "Ég er stelpa. Púff, mér er létt yfir að þurfa ekki að halda áfram að segja zoom-zoom."

"Og ég er strákur. Mér mun sakna þess að segja bí-bí."

"Þið megið segja þau ef þið viljið, en það er dálítið pirrandi og í samtali getur endurtekningin verið leiðinleg."

"Við viljum ekki vera leiðinleg!"

"Þá myndum við ganga gegn tilgangi okkar með því að hafa komið ykkur hingað."

"Allt í lagi," sagði E-Z. "Svo skulum við nú snúa okkur aftur að því sem þú sagðir áður en við byrjuðum að tala um bókmenntalegan þátt." Þau kinkuðu kolli. "Ef ég má ekki segja neinum frá því sem er að gerast hjá mér, þá er ég einn í þessu - hvað sem það nú er. Ég bjargaði litlum stelpu. Ég geri ráð fyrir að það hafi eitthvað með ykkur að gera?"

"Já, þú hefur rétt fyrir þér í þeirri ályktun, bíb, úps, fyrirgefðu.""Ég vil vita hvað þetta er og af hverju þetta er að gerast hjá mér?"

"Lokaðu augunum," sagði Hadz.

"Ég geri það, en ekkert vitleysu."

Blómin glottuðu.

Fætur hans lyftust frá jörðinni og hann lenti í öðrum herbergi. Í þessu herbergi, eins og áður, var hann fyrst blindaður af hvítu. Þegar augun venjust umhverfinu tók hann eftir bókunum. Hillur og hillur stappfullar af bindi sem náðu til himins.

"Ekki vera hræddur," sagði Hadz.

Hann var ekki hræddur. Hann var í raun ákaflega glaður. Því í þessu herbergi gat hann ekki aðeins notað fæturna, heldur fann hann blóðið slá í gegnum þá. Skynfærin skerpuðust; lyktin af gömlum bókum barst til hans. Hann andaði að sér sætum ilmi prunus dulcis (sætamjólkurhnetu). Blandað við planifolia (vanillu) skapaði það fullkominn anisole. Hjarta hans sló, blóðið pumpaði – hann hafði aldrei fundið sig lifandi. Hann vildi vera áfram, að eilífu.

Inni í skóm sínum gaf hreyfing hvers táar honum unað. Hann mundi eftir leik sem hann spilaði sem lítill drengur. Hann tók af sér skóna og sokkana og snerti hvern tóna á meðan hann sagði vísuna: "Þessi litli grís fór á markaðinn."

"Hann hefur misst vitið," sagði Reiki, á meðan E-Z hrópaði: "Vii!"

"Gefðu honum smá tíma. Þetta er ansi ótrúlegur staður."

E-Z setti sokkana aftur á sig. Hann renndi sér um herbergið á hinum hvítu gólfum sem gljáðu eins og ísflaka. Hann hló, á meðan hann skaut sér á fyrstu vegginn, svo hinn annan, skoppaði og lenti á gólfinu.

Hann gat ekki hætt að hlæja fyrr en hann tók eftir einhverju undarlegu sem var að gerast með bækurnar fyrir ofan sig. Hann hristi höfuðið þegar ein flugu af hillunni beint í höndina á honum. Það var bók eftir forfeður hans, Charles Dickens. Bókin opnaðist sjálf, fletti sér frá upphafi til enda og flaug svo aftur upp þangað sem hún kom frá.

"Velkominn í englahornið," sagði Reiki.

"Vá! Bara vá! Þið eruð þá englar?"

"Þú hefur rétt fyrir þér," sagði Hadz. "Og þú ert hér vegna þess að okkur hefur verið falið að vera leiðbeinendur þínir."

"Falið? Falið af hverjum? Guði?" hvæskti hann.

Hadz og Reiki litu á hvorn annan og skekktu blómailendunum.

"Tilgangur okkar."

"Er að útskýra verkefni ykkar fyrir ykkur."

"Einnig til að sýna ykkur leiðina. Til aðstoðar ykkur," sögðu þau í kór.

"Verkefni? Hvaða verkefni?" Hugur hans reikaði burt. Í huga sínum heyrði hann þemað úr Mission: Impossible. Hann sá Tom Cruise vera dreginn niður með kapli inn í tölvurými. "Hæ. Bíddu nú við! Þið tvö voruð í herberginu mínu, ekki satt? Og þið hafið fylgt mér síðan slysið."

"Við biðum eftir rétta augnablikinu til að kynna okkur," sagði Reiki. "Við höfðum vonast til að gera það á óformlegri hátt, en þegar þú varst að..."

"...tala við prestinn, urðum við að halda áfram."

"Jæja, þið tókuð ykkur sannarlega langan tíma. Ég hélt að ég væri að ofskynja," sagði hann hærra en hann hefði viljað.

POP.

Reiki hvarf.

"Sjáðu hvað þú hefur gert!" sagði Hadz.

POP.

Þau voru horfin og hann hafði enga hugmynd um hvar, hvenær eða hvort þau myndu koma aftur. Hann ætlaði samt ekki að sóa einni mínútu. Hann lagðist á gólfið og gerði tuttugu armbeygjur, og svo jafn mörg hopp með útbreiddum örmum og fótum. Augun brenndu af bjartinu og hann óskaði þess að hann ætti sólgleraugu.

TÍK-TÁK.

Par af sólgleraugum birtist úr engu. Hann setti þau á sig, á meðan maginn hans knúði. Hann tók sjálfsmynd og kíkti svo á klukkuna. Eitthvað skrýtið var að gerast með klukkuna. Hún var farin að brjála sig. Og tölustafirnir hættu aldrei að breytast. Maginn hans knúði aftur.

TÍK-TÁK.

Ostaborgari og franskar birtust, og nú voru hendur hans uppteknar. Hann hugsaði um þykka súkkulaðismjölsopa með maraschino-kirsuberji ofan á.

TÍK-TÁK.

Risastór mjölsopa með kirsuberji ofan á kom á hvítan borð sem hafði ekki verið þar áður. Eða hafði það verið? Kannski hafði hann ekki tekið eftir því þar sem þau voru bæði hvít.

Áður en hann byrjaði að borða naut hann ilmsins, og með hverjum bita bragðsins. Það var eins og hann hefði aldrei borðað ostaborgara eða franskar áður. Og kirsuberjið var svo sætt, á eftir kom súkkulaðibragðið. Hann gúffaði máltíðina standandi. Matur bragðaðist alltaf betur þegar hann var borðaður standandi. Þessi máltíð bragðaðist svo vel; það var fáránlegt.

Þegar hann hafði lokið máltíðinni þakkaði hann engum fyrir hana. Síðan beindi hann athygli sinni að bókasafninu og hvítum stiga sem hann hafði ekki tekið eftir áður. Það var nóg að hugsa um hann til að stiginn færi nær honum, eins og hann vildi nýtast. Hann steig á hann og hann hreyfðist, eins og spjald á spjaldborði, framhjá hillu eftir hillu af bókum. Síðan stöðvaðist hann.

Þegar hann klifraði upp las hann titlana á bókaböndunum. Þær sem voru beint fyrir framan hann voru eftir Charles Dickens, og hver bindi hafði sitt eigið par af vængjum.

Einn flaug að honum, A Christmas Carol. Hann fletti nokkrum síðum til að sýna honum að þetta væri fyrsta útgáfa, gefin út 19. desember 1843. Á meðan hann hélt áfram að fletta síðum undraðist hann myndskreytingarnar.

Hversu nákvæmar þær voru og í fullum litum líka. Og í bakgrunni, á einni myndinni, bak við Tiny Tim og fjölskyldu hans, hreyfðist eitthvað. Augu. Tveir tveggja augna hópar. Hadz og Reiki! Hann var næstum því að láta bókina detta. Þar sem hún hafði vængi flaug hún aftur á hilluna þar sem hún átti heima. Á meðan missti hann jafnvægið, datt niður stigann og hélt í hann af öllu afli. Þegar hann var aftur kominn á jafnvægi, kom hann rólega niður og setti fæturna fast á jörðina. Hann velti fyrir sér hvers vegna vængirnir hans höfðu ekki sprett út til að hjálpa honum. Hér höfðu öll hin hlutirnir vængi sem virkuðu, í raun höfðu englarnir mörg pör af vængjum. Í heiminum úti virkuðu fótleggir hans ekki, en hann hafði vængi sem virkuðu. Hér, hvar sem hann var, virkuðu fótleggir hans en vængirnir hans voru nú ónýtir.

Hann klóraði sér í höfðið. Ef aðeins frændi Sam væri hér. En samt gat hann ekki talað við hann. Það var bannað. En af hverju? Hvað gátu þeir gert honum? Englarnir höfðu elt hann síðan slysið. Hann gerði ráð fyrir að þeir væru góðir englar, þar sem þeir höfðu ekki meitt hann – ennþá.

Heimþráin skall á honum eins og risavaxin öld sem ógnaði að draga hann niður.

"Ég vil fara heim!" hrópaði hann, þegar síminn hans byrjaði að titra. Áður en hann fékk tækifæri til að opna læsinguna...

POP.

Reiki greip hann og kastaði honum til...

POP.

Hadz, sem kastaði honum upp á fjærstu hvítu vegginn. Hann skoppaði, lenti á gólfinu og molnaði í mola.

"Þú skuldar mér fjögur hundruð dali fyrir nýjan síma! Ég vona að þið englir hafið reiðufé."Hadz rétti út vænginn og sló E-Z kross Augu með honum. Fjaðrirnar kítluðu hann frekar en að meiða hann. "Nú þú, E-Z Dickens, sest hér niður." Hvítt stól sat fast að aftanverðum fótum hans og neyddi hann til að setjast.

"Og hættu að vera drullusokkur," sagði Reiki.

"Vá! Má englar segja svona? Hvaða konar englar eruð þið eiginlega? Englar í þjálfun? Er ég maðurinn sem á að hjálpa ykkur að vinna vængina ykkar?"

Hann áttaði sig á því að þau voru þegar með vængi. Reyndar nokkur pör af þeim. Þannig að punkturinn sem hann var að reyna að koma á framfæri virtist tilgangslaus á meðan þau svifu yfir honum.

"Er ég maðurinn sem á að hjálpa ykkur, eða áttið þið að vera að hjálpa mér? Því ef svo er, eins og þið sögðuð, þá eruð þið að standa ykkur mjög illa í því. Ég ætla ekki að mæla vel með hvorugu ykkar á næstunni."

"Við erum að bíða eftir afsökunarbeiðni."

"Jæja, þá munið þið bíða eftir henni lengi. Því ég er þyrstur."

TÍK-TÁK.

Krukka af rótarbjór í frosthreinsuðu gleri birtist. Hann drakk hana í einum sopi. "Vegna þess að þið komuð mér hingað, án míns samþykkis. Og..."

"ÞEGGÐU!" hrópaði dundurleg rödd, þegar hún kom fram úr einni af hinum hvítu veggjunum.

Hún var eins há og til loftsins. Raunar hærri. Hún var skakkskapt, en gífurlega stór að vöxtum og framkomu. Vængir hennar strigsuðu við veggina og loftið.

"HALDÐU TUNGU ÞÍNNI!" krafðist risavaxni engillinn, og dró vængina að E-Z með hvæsandi hljóði þar til hann var alveg upp í andliti hans.

"E-Z Dᴉᴄᴋᴇɴs, þú ᴇʀᴛ kallaður hingað fyrir mig," sagði risavaxni engillinn. "Ég er Ophaniel, drottnari tunglsins og stjarnanna. Og þessir eru undirmenn mínir. ÞÚ MÁTT EKKI sýna þeim dónaskap. ÞÚ SKALT koma fram við þá af góðvild og virðingu því þeir eru MÍN AUGU og MÍN EYRUN til þín. Án þeirra ert þú EKKERT."

Hann stamaði fram óskiljanlega setningu og barðist við löngunina til að flýja.

"TRYLLTU ÞIG EKKI ÁÐUR EN ÉG HEF TALAÐ BÚIÐ," skipaði Ophaniel.

Hann kinkaði kolli, líkaminn nötraði, of hræddur til að segja orð.

"E-Z," drundi rödd hans. "Þú hefur verið bjargaður. Við höfum bjargað þér, með tilgangi."

Reiki og Hadz flögrðu nær og settust á axlir Ophaniels."Vertu kyrr," skipaði Ophaniel.

Þau lögðu saman vængina og hneigðust að til að missa ekki eina einustu orð.

E-Z tók sér fyrir sjónum að spyrja þau hvernig hann gæti brætt saman vængina sína eins skilvirkt og þau gerðu sínum. Það var að sjálfsögðu ef hann fengi vængina aftur.

Ophaniel hélt áfram. "Þegar foreldrar þínir dóu, E-Z Dickens, hefðir þú einnig átt að deyja. Það var örlög þín. Örlög sem við breyttum til okkar eigin tilgangs. Við tókumst á árangursríkan hátt á mál þitt. Við lofuðum að þú myndir gera eftirtektarverð verk. Að þú myndir hjálpa öðrum. Við björguðum þér, og skuld var ógreidd. Skuld sem þú greiddir að mestu leyti með því að afhenda fótleggi þína."

Afhenda? Það hljómaði eins og hann hefði val. Að hann hefði tekið endanlega ákvörðun um að ganga aldrei aftur, sem var lygi. Hann opnaði munninn til að tala, en rödd Ophaniels þrumaði áfram."Enn er skuld ógreidd, skuld sem þú skuldar okkur."

E-Z tók djúpt andann. Hann vildi tala en gat það ekki. Vörður hans hreyfðust en ekkert hljóð kom. Hvernig þorir þessi engill að taka ákvarðanir fyrir hann og segja að hann sé skuldugur?

"Við gáfum þér verkfæri – öflugan stól. Þetta til að hjálpa þér. Svo að þú getir einn daginn verið hér með foreldrum þínum og gengið með okkur, með þeim, að eilífu." Ophaniel hikstaði í nokkrar sekúndur, til að láta það síast inn. "Þú mátt spyrja mig einnar spurningar í dag, en aðeins einnar. Veldu vel."

Í stað þess að velta spurningunni fyrir sér blasti E-Z út: "Hvenær fæ ég að sjá foreldra mína aftur?"

"Þegar þú hefur greitt skuld þína að fullu."

"Eina spurningu í viðbót, vinsamlegast."

"Það verður tími til spurninga og það verður tími til svara. Fyrir nú er þú í umsjón undirmennta minna. Þú mátt spyrja þá spurninga og þeir geta valið að svara. Eða þeir geta valið að svara ekki. Það verður þeirra val hvort þeir svara já eða nei. Á sama hátt munt þú hafa val um hvort þú svarar þeim þegar þeir spyrja þig spurninga. Komdu fram við þá eins og þú vilt að komið sé fram við þig og upplýstu engan mann um smáatriði þessa staðar né fundarins okkar. Segðu engum frá þessu, neinu af þessu. Ég endurtek, haltu þessu fyrir þig einn."

Hann gat enn ekki talað. Án þess að hann beðist um það hélt Ophaniel áfram og svaraði næstu spurningu hans.

"Ef þú brýtur þetta loforð, munu vængir þínir verða eins og pasta – veikir – og þú munt aldrei geta endurgreitt skuld þína."Hann hugsaði um aðra spurningu.

"Já, þegar þú bjargaðir þeirri litlu stúlku – brunið – var hluti af ferlinu. Vængir þínir þurfa að brenna, til að styrkjast, til að bindast þér, svo þú verðir undirbúinn fyrir næsta verkefni þitt."

Hann hugsaði, hvað ef ég vil það ekki.

Ophaniel hló og flaug upp á hæsta hluta herbergisins. Síðan hvarf hún í gegnum loftið.

KAFLI 8

Næsta sem hann vissi var hann kominn aftur í hjólastólinn sinn og stóð andspænis prestinum.

"Æh, frændi, við verðum að fara. NÚNA."

"Ó," sagði Sam og horfði á frænda sinn hjólastúta burt. "Ég biðst afsökunar á að hafa eytt tíma þínum, hann æh, þarf að fara heim." Sam flýtti sér áfram á meðan Hopper fylgdi á eftir honum. Hann eykur hraðann, náði frænda sínum og tók stjórn á handföngunum og ýtti hjólastólnum áfram. Hopper hljóp og gekk fljótlega hlið þeirra, þó nokkuð andvarpandi.

"Ég sé það, þú ert þá virkilega ekki með vængi, E-Z."

Hann kastaði augunum yfir öxlina, lyfti sér upp ímynduðu glasi að vörunum og snöraði svo augunum upp.

"Ég á ekki í áfengisvandamálum," sagði Sam hrokafullt.

Unglingurinn snöraði aftur augunum upp þegar þeir nálguðust bílastæðið. Presturinn fylgdi þeim ekki eftir.Þegar þau komu að bílnum sagði Sam, á meðan hann reyndi að ná andanum, "Hvað í fjandanum var þetta allt saman?" og opnaði hurðina og hjálpaði frænda sínum inn.

"Förum héðan fyrst." Hann var að tefja fyrir sér því hann gat ekki sagt honum hvað gerðist. Hann þurfti að finna upp trúverðuga lygi – og hann hafði aldrei verið góður lygari. Móðir hans kom alltaf auga á hann því eyrun urðu alltaf rauð þegar hann logaði.

"Ég bíð eftir skýringu," sagði Sam og þrýsti betur á stýrið.

Lagið "Don't Look Back" með Boston dynjaði úr hátölurum bílsins.

"Fyrirgefðu, ég varð að fara. Ég held að Hopper gæti ekki hjálpað og ég vildi ekki að hann vissi neitt meira en þú hefur þegar sagt honum.""Þú hefur enn ekki útskýrt af hverju þú gafst í skyn að ég ætti í áfengisvandamálum."

"Ó, það. Það datt mér bara í hug og ég sagði það án þess að hugsa mig tvisvar um. Mér þykir það leitt."

"Ég er stoltur af því að drekka ekki áfengi. Vissulega drekk ég bjór öðru hvoru. Til að vera félagslyndur á vinnustundum. En ég er ekki eins og hinir ölþyrstir tölvumennirnir. Og mun aldrei verða það."

E-Z var ekki að hugsa um það sem frændi Sam var að segja. Í staðinn var hann að rifja upp þær upplýsingar sem Ophaniel hafði sagt honum. Hann var í skuld við englana fyrir að hafa bjargað honum og hafði skipt fótum sínum fyrir líf sitt. Samningurinn við englana var í þágu þeirra sjálfra – og nú væntu þeir að hann greiddi skuldina – en hvernig?

Það eina sem hann vissi með vissu var að hann þurfti að sigra. Hvaða verkefni sem þeir lögðu fyrir hann, þurfti hann að yfirstíga. Með hjálp Reiki og Hadz – þótt litlir væru, myndi hann greiða það sem hann skuldaði. Þá myndi hann, ef ekkert annað, sjá foreldra sína aftur. Hann gerði ráð fyrir að það þýddi að hann myndi deyja og þeir myndu hittast á himnum, ef slíkur staður væri til. Hann myndi komast að því fljótlega.

KAFLI 9

Aftur kominn heim fór unglingurinn beint inn á herbergið sitt.

"Ef þú þarft hjálp mína," var allt sem Sam náði að koma frá sér áður en frændi hans skellti hurðinni.

E-Z hyllti andlitið með höndunum. Það hafði verið einstakt að fá fæturna aftur. Hann sló hnefa niður á armpúðana, á meðan vængirnir hans komu út og flugu honum yfir að rúminu. "Takk," sagði hann við þau, eins og þau væru aðskilin og ekki hluti af honum.

"Varastu," sagði Hadz, sem hafði verið að hvíla sig á koddanum sínum. Engillinn flaug upp að ljósinu og sagði: "Vaknaðu, hann er kominn heim."

E-Z lá nú þægilega afturliggjandi í rúminu sínu, augun lokuð, næstum sofandi.

"Í kvöld flýgur þú," sungu englirnir.

"Sjáðu til, ég hef átt erfiðan dag, eins og þið vitið, og allt sem ég vil er að sofa."

"Þú mátt taka fimm mínútna blund," sagði Reiki.

"Þá er bara að mæta til leiks!"

Hann var næstum sofnaður aftur þegar Sam brunaði inn. "Fyrirgefðu að trufla þig, en PJ og Arden segja að þau hafi verið að reyna að ná í þig allan daginn. Er rafhlaðan búin?"

"Æ, nei, ég missti símann minn," sagði hann og horfði reiðilega á tvo hjálpamennina sína.

"Lygari, lygari, brunni í buxunum," hvæstu þær. Sam heyrði ekki háu raddir þeirra þar sem hann sýndi engin viðbrögð. E-Z rak þær burt."Þess vegna kaupi ég alltaf tryggingu með áætluninni minni. Ekki hafa áhyggjur, við fáum þér nýjan símann á morgun. Það var orðið löngu tímabært að þú uppfærðir hann samt. Þú getur haldið sama símanúmeri. Ég læt strákana vita að þú hafir samband þá."

"Takk, frændi Sam. Góða nótt."

"Góða nótt, E-Z."

KAFLI 10

Í DRAUMI SÍNUM VAR hann í skíðaferðalagi með foreldrum sínum. Þetta var í raun minning, en hann upplifði hana aftur sem draum.

E-Z var sex ára gamall. Skíðakennari kenndi honum og móður hans alla hreyfingarnar. Á meðan fór faðir hans – sem var ekki byrjandi eins og þau – niður snjóþungan hlíðina.Þau lærðu að skíða á barnabrekkunni – eins og þau kölluðu prófbrekkurnar.

"Ertu tilbúinn?" sagði skíðakennarinn, "að fara á eina af stóru brekkunum?"

Þau sögðust vera það. Þau héldu að þau væru það. En að segja og að gera eru tvö ólík atriði.

Í fyrstu tilraun komust þau ekki langt áður en annað þeirra féll. Það var mamma hans, og þegar hún féll settist hún á kalda snjóinn og hló. Hann hjálpaði henni á fætur, og svo lögðu þau aftur af stað.

Að þessu sinni var það E-Z sem féll og lenti með andlitið í kalda snjónum. Hann hrist það af sér, kennarinn hjálpaði honum á fætur, á meðan mamma hans skellti snjó á eftir sér þegar hún ók framhjá. Hann tók það sem áskorun og ók af stað, keyrði fram úr henni með smá glott á vörunum.

Næsta sem hann vissi, var hún að nálgast hann að aftan. Hún lenti á harðri snjókomu – og skildi hann eftir í rykinu – og fann sinn takt. Hann gaf sig þó alla og náði henni. Þau renndu niður hlið við hlið, svo skildu leiðir, en sameinuðust aftur. Allt á meðan hlógu þau eins og tvö lítil börn.

Neðst á hólnum stóð faðir hans, klæddur frá toppi til táar í himinblátt. Hann stóð upp úr; blár blettur umlukinn ósnortnum snjó – með hjólastól í höndunum.

"Snjórinn," sagði E-Z og andaði að sér enn einni marensköku. Hann bragðaðist enn betur þegar hann bráðnaði. Þá fann hann fyrir gífurlegum kulda og vaknaði umlukinn ís í baðkarinu. Frændi Sam var þar, sitjandi við hlið hans."E-Z, þú skelfdir mig verulega núna."

"Hvað? Hvað gerðist?"

"Ég heyrði einhver hljóð, svo ég kom inn til að athuga með þig. Glugginn þinn var alveg opinn, gardínurnar svifu. Ég þreifaði á enni þér, og þú varst brennheitur. Ég var hrædd um að þú værir að fara í alvöru flogakast. Jafnvel vængirnir þínir litu visnaðir út.

"Ég hugsaði um að hringja í 911, en ákvað svo að láta það vera. Ég meina, ég gat ekki tekið þig á bráðamóttökuna, ekki með þessum vængjum. Ég þurfti að koma þér í hjólastólinn þinn og fylla baðkar með ís til að sjá hvort ég gæti lækkað hitann hjá þér. Ég hef verið að fara út og sækja ís, biðja vini í hverfinu um framlög. Þeir hafa verið einstaklega hjálpsamir."

"Mér líður betur núna, takk," sagði hann og reyndi að standa upp. Hann komst ekki langt áður en hann féll aftur."Þú verður að segja mér hvað er að gerast."

"Ég get það ekki, frændi Sam. Þú verður að treysta mér."

Unglingurinn reyndi aftur að standa upp. "Bíddu hér," sagði Sam og fór út úr baðherberginu og kom aftur með hjólastólinn. "Hér," setti hann hitamæli í munn frænda síns. "Ef hitinn er eðlilegur, geturðu sest í stólinn."Hiti hans var eðlilegur, svo með baðslopp um sig var E-Z lyft úr baðkarinu og settur í hjólastólinn. Vængir hans breiddust út, slökuðust svo aftur að og þeir fundust honum ekki lengur eins og þeir væru í logum.

Þegar hann gekk fram hjá stofunni náði hann að líta á fréttirnar."Í gærkvöldi var flugvélslys varið," sagði talsmaðurinn. "Þeir kalla það kraftaverkalendingu, en hér er hrátt myndbandsefni sem einn af áhorfendum okkar tók upp þegar það gerðist."

Hann horfði á myndbrotinu, sem sýndi flugvélina lenda en ekkert annað – engin mynd af honum. Hann fann fyrir létti og sneri aftur inn á herbergið sitt.

"Ég kem strax aftur til að hjálpa þér að klæða þig."Hann óskaði þess svo mikið að hann gæti sagt frænda sínum allt – en hann mátti ekki. "Takk," sagði hann eftir að hann var kominn í fötin.

"Ég er alltaf til staðar fyrir þig."

"Ég er líka til staðar fyrir þig," sagði unglingurinn. "Ég ætla að fara niður í skrifstofuna mína og skrifa smá."

"Góð hugmynd, ég á nokkur verkefni hér heima sem ég vil klára í dag." Hann fór að hverfa burt, en sneri sér svo við. "Vissirðu, krakki, þú þarft ekki að skrifa skáldsögu strax. Þú gætir haldið dagbók eða minnisbók. Skrifað niður hluti sem þú gætir gleymt einhvern daginn. Eins og dýrmætar minningar."

"Ég ætlaði að skrifa eitthvað og kalla það Tatuverndarengill."

"Mér líkar það."Þegar hann kom inn á skrifstofuna sína settist hann um stund og hugsaði um flugvélina – velti fyrir sér hvernig hann hefði getað gert það sem honum var falið. Hann hefði ekki getað afrekað það án hjálpar svansins og fuglafélaga sinna, né án hjálpar stólsins síns. Jafnvel þær tvær sem vildu verða englar höfðu hjálpað á sinn hátt með því að hvetja hann áfram í bakgrunni.

Hann einbeitti sér að skrifum og sló inn titilinn: Tatuertúndrotti.Fingur hans vildu skrifa meira, en hugur hans vildi reika. Hann hallaði sér aftur í stólnum og starði á tóma skjáinn. Hann þurfti frábæra fyrstu setningu, eins og forfeður hans, Charles Dickens, hafði skrifað - 'Ég er fæddur.'

Þegar hann mátti ekki lengur þola að sjá hinn hvítu skjáinn, nokkru síðar, sló hann inn:

Ég óska þess að ég hefði aldrei fæðst.

Og hann hélt áfram að slá inn.

Ég get ekki gengið lengur.

Ég mun aldrei spila atvinnuboltagolf eða íshokkí né fá íþróttastyrk.

Ég get ekki hlaupið.

Ég get ekki stökkvað.

Það eru svo margir hlutir sem ég get ekki gert.

Sem ég mun aldrei gera.

Hann hætti að skrifa þegar hann sá eitthvað efst til hægri á skjánum sem var að færast niður. Flæða.Tár. Smátt tár.

Sem sameinuðust. Urðu stöðugt stærri.

Rennandi niður skjáinn.

Hann hélt að hann heyrði eitthvað – hækkaði hljóðið.

"VÁ! VÁ! VÁ!" söng hávær rödd.

Önnur rödd tók við sér.

"VÁ-VÁ!

VÁ-VÁ!

VÁ-VÁ!"E-Z slökkti á tölvunni.

Þetta hafði bara verið útrás og hann fann sig betur fyrir vikið. Allir þurftu að fá sér samúðarkvöld í smá stund. Nú var þetta búið hjá honum.

Hann vissi eitt með vissu – sem rithöfundur var hann enginn Charles Dickens.

Charles Dickens gat þó ekki flogið.

"**V**AKNAðU, ÞAð ER KOMINN tími til að fara!" sagði Reiki og flaug að glugganum.

Hadz beið við opna gluggann. "Tilbúinn?"

Þannig að þeir ætluðu að hann myndi stökkva úr þriðju hæð hússins síns. "Ég er ekki að fara þarna út! Skoðaðu hvað við erum hátt uppi."

"Þú gleymir, þú átt vængi."

"Og ef þú dettur, þá finnurðu út úr því."

A.m.k. var hann ennþá í fötunum sínum þegar þeir lögðu hann í hjólastólinn hans. Hann skjálfaði, horfði niður og velti því fyrir sér hvernig vængirnir ættu að halda bæði honum og stólnum uppi í loftinu.

"Hvað með hjólastólinn minn?"

"Manstu hvað Ophaniel sagði? Nú – út með þig!"

Um leið og hann kom út breiddust vængirnir hans alveg út. Yfir axlirnar sá hann vængina í fullum gangi.Litlu en sterku verurnar lyftu honum upp, hærra og hærra, og leiddu unglinginn yfir næturhimininn, á meðan björt, stjörnuleg augu horfðu niður á hann. Þegar þær töldu hann tilbúinn slepptu þær honum.

"Ég get flogið," sagði hann. "Ég get virkilega flogið!"

"Hættu að sýna þig," sagði Reiki, "og fylgdu leiðbeiningunum."

"Ég myndi gera það ef ég vissi hvað þær eru," hvæsti hann. Hadz flaug á undan. E-Z og Reiki lyftu sér yfir skólann, hjá hafnaboltavellinum. Áfram í átt að miðborginni. Ljósin á flugbrautinni við flugvöllinn voru í beinni samkeppni við stjörnurnar fyrir ofan hann.

"Þú ert að standa þig mjög vel," sagði Reiki.

"Takk."Hljóð frá vélinni í risaflugvélinni framan við þá vakti athygli hans.

"Sjáðu þarna, þessi flugvél er í vandræðum. Vildi ég að ég hefði símann minn til að hringja eftir hjálp." Vélinn hvæsdi og flugvélin féll aðeins en jafnaði sig svo aftur.

"Þú þarft ekki síma. Velkomin í aðra prófraun þína."

"Þú ætlar að láta mig, hvað? Berja vélina á baki mér? Ég get ekki bjargað flugvél; ég er ekki nógu sterkur. Ég get það ekki."

"Jæja þá," sagði Hadz, sem þeir voru nú búnir að ná.

"Eitt ættirðu þó að vita, ef þú bjargar þeim ekki – munu allir um borð farast."

"Allir 293 farþegarnir. Karlar, konur og börn."

"Auk þess tveir hundar og ein kisa," bætti Reiki við.

Höfuðið fylltist af öskrum frá fólkinu inni í vélinni. Hvernig gat hann heyrt þau í gegnum þykku málmveggina? Hundar voru að gelta og kisa mjálmaði. Barn grét.

"Hættu þessu, slökkvið á þessu og ég geri það."

"Við ætlum ekki að slökkva á því."

"En þetta endar þegar þú lendir vélinni örugglega á flugvellinum þarna."

"Við trúum á þig," sagði Hadz.

"En munu þeir ekki sjá mig? Ef þeir sjá mig, þá er leiknum lokið, ég meina samkvæmt skilmálum Ophaniels – ég mun aldrei fá að hitta foreldra mína."

"Sjáumst?"

"Það er minnst af þínum áhyggjum!"

"Nú skaltu fara," sagði Hadz. "Ó, og þú gætir þurft þetta."

Nú var hann með öryggisbelti sem hélt honum í hjólastólnum á meðan hann þeyttist um himininn að flugvélinni sem hrundi.

"Við munum fylgjast með," kölluðu þau.

"Munuð þið hjálpa mér, ef ég þarf á ykkur að halda?"

"Þetta eru þínar prófraunir, þér og aðeins þér ætlaðar. Við erum hér til að hvetja þig áfram. Gangi þér vel."

"Bíddu nú rólega, ætlarðu ekki að kenna mér neitt almennilega? Sýna mér hvað ég þarf að gera?"

POP.

POP.

"Takk' fyrir ekki neitt!" hrópaði hann.

Á FLUGVELLINUM, Í FLUGUMFERÐASTÝRINGU, tók flugumferðastjóri eftir að flugvélin væri í vanda. Þar sem hann komst ekki í samband við flugmanninn, tók hann eftir óþekktu fljúgandi fyrirbæri á ratsjá sinni.

Með innblæstri frá Superman og Mighty Mouse lyfti E-Z örmum sínum. Hann setti sig undir líkama hins máttuga málmbests og kallaði fram alla sína styrk.

"Ég hélt að þú gætir notað smá hjálp," sagði svanur sem var stærri en venjulegir svanir. Hann kinkaði kolli og fuglar flugu að honum úr öllum áttum. Þegar risaflugvélin tengdist honum raðuðu hinir alvöru fuglar sér upp. Þeir hjálpuðu honum að halda vélinni stöðugri, að koma henni í jafnvægi svo hann og stóllinn hans gætu borið allan þungan hennar.

Inni í vélinni veltust hlutir um eins og kúlur. Hann þurfti að flýta sér og óskaði þess að hann hefði annað par af vængjum, eða öflugri vængi. Ef hann væri bara í hvítu herberginu. Hann einbeitti sér að verkinu og undirbjó sig andlega fyrir lendinguna. Þegar hann leit niður tók hann eftir að stóllinn hans hafði líka vængi, á fótaplötunum og á hjólunum. "Takk," hvíslaði hann út í loftið. Síðan til fuglanna: "Ég kemst áfram núna, takk fyrir hjálpina."

Nú tilbúinn lét hann risavaxna flugvélina síga niður, hélt henni stöðugri og jöfnu. Hann snerti framenda flugvélarinnar niður á flugbrautina.

Þá, þar sem skriðdrekar flugvélarinnar höfðu ekki farið niður, þurfti hann að færa sig úr vegi. Hann rétti út hægri arminn eins langt og hann gat og setti stólinn sinn frá miðju vélarinnar. Hann lækkaði miðhluta vélarinnar og síðan skottið. Hann gerði það! Já! Hann fjarlægðist við ógnvekjandi hljóð öskrandi sirena sem nálguðust frá öllum áttum í formi slökkvibíla, sjúkrabíla og lögreglubíla.

Áður en þeir urðu varir við hann flaug hann burt. Þakklátir farþegar inni fagnuðu, tóku myndir og tóku upp myndband af honum með símum sínum. Fljótlega var hann aftur kominn til baka til Hadz og Reiki.

"Þú stóðst þig mjög vel. Við erum stolt af þér, verndarbarnið okkar."

Hann brosti, þar til vængirnir brenndust eins og þeir hefðu verið kveiktir í eldi. Næsta sem hann vissi var að hann var að brenna, og það særði svo sárt að hann vildi deyja. Hann óskaði eftir dauðanum. Þráði hann. Nú í frjálsu falli, með stólnum snúnum niður, hélt hann augunum víðopnum og beið þess að varir hans kysstu jörðina. Síðan var hann borinn burt af tveimur englum, sem færðu hann heim og lögðu hann í rúmið.

Verkurinn dróst ekki saman, en E-Z vissi að hann myndi ekki deyja þennan dag. Hann myndi vera öruggur í enn einn dag. Enn ein prófraun. Allt sem hann þurfti að gera var að lifa þessari af.

"HVENÆR ÆTLAR DEMANTSRYKIð Að byrja að virka?" spurði Hadz. "Hann er ennþá í gífurlegum sársauka."

"Þetta var ný meðferð, svo ég get ekki sagt til um hvenær – en hún mun virka – að lokum."

"Vonandi heldur hann út í svo langan tíma!"

"Með hjálp frænda Sems mun hann komast í gegnum þetta. Um leið og það fer að virka munum við sjá merki. Sum líkamleg breyting."

E-Z hélt áfram að hnerra

POP.

POP.

Og aftur voru þau horfin.

KAFLI 11

DEGI SÍÐAR HAFÐI E-Z skipulagt daginn sinn. Fyrst þurfti hann að undirbúa bakpokann sinn fyrir laugardagsferð í almenningsgarðinn. Hann myndi borða morgunmat, skrifa aðeins og svo leggja af stað. Á meðan hann var að undirbúa bakpokann heyrði hann háu raddir Hadz og Reiki áður en hann sá þá.

"Ég heyri ykkur," sagði hann.

POP.

Hadz birtist fyrstur.

POP,

Síðan birtist Reiki – báðir í fullri englalegri dýrð.

"Góðan morgun," sungu þau í óhollt sætu samhljómi.

E-Z stútaði fartölubók og nokkrum pennum í bakpoka sinn og hunsaði þau. Hann vonaðist til að finna eitthvað innblástursríkt til að skrifa um í garðinum. Hann beygði sig niður til að loka rennilásnum á bakpokanum þegar hann tók eftir að tveir englirnir sátu á rennilásnum.

"Ó, afsakaðu. Ég sá ykkur varla þar."

"Púff, þetta var naumt," sagði Reiki.

Hadz var of skjálfandi til að geta mælt eitt einasta orð.

Þær flugu upp á axlir hans þegar hann beindi stólnum að lokuðum dyrunum.

"Við þurfum að tala við þig," sagði Hadz.

"Það er... mikilvægt. Við gerðum eitthvað..."

"Við mig?"

Þær svifu fyrir framan augun á honum."Já. Á meðan þú svafst fyrir nokkrum vikum."

"Fyrir nokkrum vikum! Allt í lagi, ég hlusta..." Í raun var hann að reyna að halda aftur af sér. Hugmyndin um að þau hefðu gert honum eitthvað. Á meðan hann svaf. Án leyfis hans. Þetta var hræðileg vantraustsbrotið. Hann kreisti hnefa sína. Þögn. Hann krossaði armpana. Hann ætlaði ekki að gera þeim auðvelt fyrir sig.Sam bankaði upp á, "Morgunmatur E-Z, þarftu einhverja hjálp?"

"Nei, ég er búinn að redda mér. Verð þarna eftir nokkrar mínútur." Þögn, nema fyrir hljóðin utanfrá þegar Sam sneri aftur inn í eldhúsið.

"Fyrst og fremst," sagði Hadz, "við gerðum bara það sem við gerðum til að hjálpa þér."

"Með prófunum. Við gerðum eitthvað til að hjálpa þér að ná markmiðum þínum."

"Þú meinar að þú hefðir getað hjálpað mér með flugvélina? Ég hefði vissulega getað notað hjálp ykkar. Sem betur fer tókst okkur þetta þökk sé svaninum og fuglunum."

"Umm, já, varðandi það, þá er hjálp ekki leyfð – hvorki frá vinum né fuglum. Við tilkynntum málið til viðeigandi yfirvalda." E-Z hrist höfuðið, hann gat ekki trúað því sem hann heyrði.

"Segðu mér ekki að einhver hafi meitt svaninn eða fuglana? Þú ættir ekki að segja mér það... Ó, og af hverju í ósköpunum talaði sá svanur við mig á ensku? Hann gerði það, veistu það?"

"Þetta mál er trúnaðarmál," sagði Hadz og flögraði nær andliti hans með hendur á mjöðmum. Reiki tók sömu stöðu og vængir þeirra snertu augnlok hans.

"Hættu þessu," sagði hann, hærra en hann hafði ætlað.

"Er allt í lagi þarna inni?" spurði Sam í gegnum lokuðu dyrnar.

"Ég er í lagi," sagði hann og sveiflaði hendinni fyrir framan sig og kastaði skepnunum yfir herbergið. Reiki rakst í vegginn og renndi sér niður. Hadz, sem var neðar, reyndi að grípa Reiki en of seint. Báðar englurnar hrundu niður og lentu á gólfinu.

"Fyrirgefðu," sagði unglingurinn. Hann færði hjólastólinn nær þeim. Hann velti fyrir sér hvort stjörnur væru að snúast í kringum haus þeirra eins og hjá gömlum teiknimyndapersónum. Hann hafði áður elskað það þegar það gerðist hjá Wile E. Coyote. Þær titruðu aðeins, svo hann setti þær á rúmið. Þegar englunum liðnaði sagði hann: "Fyrirgefðu aftur. Ég ætlaði ekki að slá ykkur. Vængir ykkar klóruðu mér í augun."

"Já, það gerðirðu!" sagði Reiki.

"Og við munum ekki gleyma þessu."

Hann fann til með þeim. Þær voru svo litlar; hann áttaði sig ekki á því að smáklapp gæti sent þær svífandi svona. Það var eins og hann hefði slegið þær út af laginu, en hann hafði varla snert þær.

"Varðandi það..." sagði Reiki.

Hadz bætti við: "Á meðan þú svafst, framkvæmdu við athöfn á þér. "

E-Z hélt aftur ró sinni, en varla. "Hugsaðu þér, athöfn?" Þau litu á hann, sek eins og synd. "Ef þið væruð menn, mynduð þið lenda í fangelsi fyrir að gera mér neitt án leyfis míns. Þetta er líkamsárás á ólögráða. Þið mynduð vera í fangelsi..."

Englarnir nötraðu og héldu í hvor annan.

"Við gátum ekki gert annað." Við gerðum þetta fyrir þitt eigið góðgæti."

"Ég skil það, en að svo stöddu er afsökunarbeiðni ykkar EKKI samþykkt."

"Sanngjarnt," sögðu englunum. "Að svo stöddu." Þær sungu: "Við kölluðum á máttinn, hinn mikla og hulda máttinn fyrir ofan og umhverfis þig. Við báðum hann um að veita þér hjálp með því að auka styrk þinn, hugrekki og visku. Til að einfalda málið, við trúðum því að þú þyrftir meira og þess vegna kölluðum við það fram fyrir þig. "

"Ég sé. Afsökunarbeiðninni er ennþá ekki tekið."

"Við gerðum þetta með sem minnstum óþægindum fyrir þig," sagði Hadz.

E-Z hugleiddi þessar nýjustu upplýsingar. Á sama tíma horfði hann á hjólastólinn sinn. Hann virtist nú öðruvísi, fyrir utan augljósa litabreytinguna á armpöðunum.

"Hvað er eiginlega að stólnum mínum undanfarið?" spurði hann. "Það er eins og hann hafi eigin vilja."

Englarnir nötraðu aftur.

"Hvað gerðirðu? Nákvæmlega? Því ég gruna að þú hafir ekki aðeins ráðist á mig, heldur líka á stólinn minn."

Að lokum útskýrðu englarnir allt um demantsrykið og blóðið. Um kraftana sem honum og stólnum hafði verið veitt. "Þegar erfiðleikar verkefnanna aukast, þarftu að herða þig."

"Ég veit það nú þegar, þess vegna hafa vængirnir mínir verið að brenna. Hitastigið hækkar eftir hvert verkefni. En ég segi sjálfum mér að allt muni vera þess virði þegar ég fæ að sjá foreldra mína aftur."

"Ef þú ljúkir prófunum innan ákveðins tíma. Og fylgir leiðbeiningunum til hins ítrasta," sagði Hadz.

"Bíddu nú við," sagði E-Z og sló örmum sínum niður á armpúðana.

"Enginn sagði að það væri lokadagur. Ekki í Hvíta herberginu. Ekki á nokkrum tíma. Og ef það er til reglubók sem ég á að fylgja, þá skaltu afhenda mér hana svo ég geti lesið hana. Einnig hefur engin skuldbinding verið gerð af hvorri hlið. Enginn sagði hversu margar prófraunir þarf að ljúka til að ganga frá samningnum. Eigum við að setja allt niður á blað? Er til slíkt sem Englahéraðslögmaður eða enn betra, Englahéraðshjálp?"

Hadz hló. "Auðvitað eigum við Englahéraðarmenn, en þú verður að vera engill til að geta fengið einn."

Reiki sagði, "Þú kláraðir fyrsta verkið án nokkurrar hjálpar frá neinum. Þú bjargaðir lífi þessarar litlu stúlku með frumkvæði stólsins þíns, viljastyrk og heppni. Þessi þrjú atriði koma þér aðeins svo langt, svo við útveguðum þér meiri eldmóð. Það mesta sem við gátum beðið um.""Það mesta sem við gátum leyft okkur að gefa þér."

"Hættu nú þessu, hvað áttu við með áhættu? Ertu að segja að þessi helgiathöfn gæti skaðað mig?"

"Við gerðum þér greiða. Við settum okkur í hættu til að hjálpa þér. Ef þú getur ekki fyrirgefið okkur núna, þá munt þú gera það einn daginn."

"Þetta kallast að forðast spurninguna mína! Hefurðu einhvern tíma hugsað um að fara í englapólitík – ef svo er nokkur?" sagði Hadz. "Fólkið í kringum þig gæti tekið eftir ákveðnum breytingum á útliti þínu."

"Já, það gæti verið," sagði Reiki með kankvíska brosi.

"Hvað áttu við með líkamlegar breytingar?" hrópaði hann.

POP.

POP.

Og þau voru horfin.

E-Z var aftur alveg einn. Þegar hann gekk að dyrunum velti hann fyrir sér hvað þau hefðu átt við. Hvað sem það var, myndi hann komast að því fljótlega. Á meðan hugsaði hann um hvernig stóllinn hafði nú blóðið hans. Hvernig stóllinn var framlenging af honum sjálfum. Hann gekk inn í eldhúsið þar sem Frændi Sam beið.

"Jæja, þetta fór ekki alveg eins og við höfðum planað," sagði Reiki. "Hann var ansi reiður okkur. Ég held hann muni aldrei treysta okkur aftur."

"Hann þarfnast okkar meira en við þurfum hans."

"Við gætum hreinsað minni hans, eins og við gerðum við hina."

"Ef hann fyrirgefur okkur ekki, er ekkert sem við getum gert í því. Að þurrka minni hans er ekki valkostur. Án samþykkis hans, og ef hann kæmi auga á það, myndum við útiloka hann að eilífu. Og þú veist hverjum það myndi ekki líka."

"Þú hefur rétt fyrir þér eins og alltaf," sagði Hadz.

"Heldurðu að einhver taki eftir breytingunum á útliti hans í dag?"

"Við tókum eftir þeim, ekki satt!"

"Kannski hefðum við átt að segja honum það, að minnsta kosti um hárið hans. Það hefði getað gert hann hlutdrægari í okkar garð. Ef við hefðum útskýrt það."

"Ég held að breytingarnar hefðu verið betri hefðu þær komið frá einhverjum öðrum en okkur."

"Mannfólk er mjög skrýtið," sagði Reiki.

"Það er það. En að vinna með þeim er eina leiðin sem við getum fengið stöðuhækkun sem alvöru englar."

"Sem betur fer er hann nokkuð góður."

KAFLI 12

E-Z STAKK GAFFALNUM í disk fullan af pönnukökum. Hann var að deyja úr hungri, eins og hann hefði ekki borðað í nokkra daga. Og þyrstur. Hann hellti í sig glasi af appelsínusafa á eftir öðru. Hann fyllti diskinn aftur af pönnukökum og hélt áfram að borða þangað til þær voru búnar.

Sam hló þegar hann sá frænda sinn og hélt svo áfram að dýfa sneið af smjörsteiktum brauði í kaffið sitt.

"Hvað er svo fyndið?" spurði E-Z.

"Æh, ekkert held ég."

Eina hljóðin í eldhúsinu voru suð, skurðhljóð og tygging. Fyrir utan tiktak klukkunnar á veggnum fyrir aftan þá.

"Hvað?" krafðist E-Z, þegar hann tók eftir að frændi hans var að glotta og fela það bak við höndina.

"Það er eitthvað öðruvísi við þig, já, veistu, í morgun. Viltu segja mér eitthvað? Til dæmis af hverju?" Tvö skrímsli poppuðu fram og settust hvor á sitt axl E-Z. Þau voru að hlerast og honum líkaði alls ekki óboðin inngrip þeirra, svo hann sló þeim burt.

POP.

POP.

Þau hurfu.

"Ég skil ekki alveg hvað þú átt við."

Sam hellti sér upp á annan bolla af kaffi. "Er þetta fyrir stelpu? Því hvaða stelpa sem er ætti að taka þig eins og þú ert.

E-Z hló." Nei, ekkert stelpa. Þú ert algjörlega á villigötum.

Þau sátu þögul í nokkrar sekúndur í viðbót, aðeins klukkuhljóðið heyrðist.

"Ég pakkaði tösku og ætla að fara í almenningsgarðinn eftir að ég skrifa aðeins í morgun. Ég tek með mér blokk og nokkra penna ef innblástur færist í mér í garðinum."

"Hljómar vel, en fyrst hjálparðu mér að þrífa," sagði Sam og reis frá borðinu. Unglingurinn skaut stólnum aftur á bak og saman hreinsuðu þau til fljótt. E-Z fór inn í skrifstofu sína og lokaði hurðinni á eftir sér þegar hurðabjallan hringdi.

Sam lét Arden og PJ inn. "Hann er í skrifstofunni sinni að vinna. Er hann að búast við ykkur? Ef svo er, sagði hann mér ekkert um það."

"Ég sendi honum skilaboð, en hann svaraði ekki," sagði PJ." Svo við ákváðum að kíkja við og taka hann með okkur í dag. Gera hann aðeins glaðan. Þessi kall vinnur of mikið. Mamma sagði að hún myndi keyra okkur þangað. Við þurfum bara að spyrja E-Z og svo hringja í hana."

"Frændi minn er hrifinn af þessari bók sem hann er að skrifa. Hann gæti mótmælt."

"Á einn eða annan hátt förum við með hann héðan í dag," sagði PJ.

"Hann ætlaði sér að fara í garðinn eftir að hann myndi skrifa aðeins. En komdu bara, hann getur hist ykkur þar seinna?" Sam sneri aftur inn í eldhúsið og tók nautahakkið úr frystinum. Hann kannaði skápinn fyrir sósu, spagettí, egg, lauk, brauðmylsnu og spínati. Hann hafði allt sem þurfti til að búa til spagettí og kjötbollur seinna.

Strákarnir tveir gengu niður ganginn eftir að hafa hengt upp yfirhöfnurnar.

Sam dró á sig jakkann sinn. Hann hafði frestað því að slá garðinn um tíma. Í dag var dagurinn sem hann myndi sinna því.

E-Z var að reyna að skrifa, en sköpunarkrafturinn flæddi ekki. Þegar vinir hans komu var hann ánægður með truflunina. Hann opnaði Facebook og þóttist vera að skoða fréttirnar. "Jæja, halló strákar."

Hann sneri stólnum að þeim.

"Vá, maður, hvað í ósköpunum gerðist með hárið þitt? Varstu búinn að fara í snyrtistofu án okkar?"

"Sýndirðu þeim mynd og baðst um öfuga Pepe Le Pew-útlits?"

"Og augabrúnirnar líka! Ég vissi ekki einu sinni að það væri hægt að lita þær?"

E-Z gekk með fingrunum í gegnum hárið sitt, án þess að hafa minnsta hugmynd um hvað þeir voru að tala um. Bíddu nú við – var þetta það sem Sam hafði verið að vísa til?

"Og augun hans líka, þau eru öðruvísi."

Arden beygði sig niður, "Já, þau eru með gullna glampa í sér. Frábært!"

"Hættu þessu, fjarlægðu þig," sagði E-Z. "Þið eruð að hræða mig. Það er ekki kúl að brjóta á persónulega rýmið mitt."

"A.m.k. lyktar hann ekki af Pepe," sagði Arden og dró sig aftur. PJ gekk til hans hinum megin við herbergið þar sem þeir hvísluðu saman.

"Máum við taka mynd?"

E-Z brosti og sagði: "Mozzarella."

PJ sýndi Arden myndina sem hann hafði tekið. "Sjáðu til!" sögðu þeir og afhjúpuðu myndina.

E-Z gat varla trúað því sem hann var að sjá. Í ljósa hárið hans lá svört rönd niður miðjuna og gráir flökkur voru á hliðhausnum. Grátt! Hann stækkaði myndina; þeir höfðu rétt fyrir sér, augun hans voru með gylltum flögum í. Hugurinn hljóp til demantsryksins, leit demantsryk svona út? Þessir tveir fífl af englum höfðu gert þetta! Og þeir yrðu að vita hvernig á að laga þetta! Næst þegar hann myndi sjá þá myndi hann láta þá borga fyrir þetta.

Á meðan reyndi hann að róa stöðuna.

"Það skiptir engu máli. Ég átti erfiða nótt."

Arden spurði: "Hvað ertu ekki að segja okkur?"

PJ bætti við: "Hárinu þínu er að verða grátt og þú ert enn í menntaskóla. Heldurðu að það sé eðlilegt?"

"Ég held að hann hafi rétt fyrir sér; við erum að gera mikið úr engu. Hvað sagði frændi þinn um þetta?"

"Hann tók það ekki eftir – eða ef hann gerði það, þá sagði hann ekkert."

"Hvað? Viltu meina að Sam hafi ekki einu sinni tekið eftir því?"

"Var hann með augun opin?"

E-Z reyndi að muna. Fyrst hafði frændi Sam spurt hann hvort hann hefði eitthvað að segja honum. Var það sem hann átti við?

"Bíddu smá," sagði E-Z og hélt til baðherbergis. Hann notaði tíu sinnum stækkunarglerið til að skoða betur. Hann hnék. Stjörnurnar eða flögurnar í augunum hans voru öðruvísi. Ekki slæmt, í raun, þær létu hann líta kúl út. Hann skoðaði gráu hárin við hnakka.

Jæja, og hvað? Hann hafði gengið í gegnum mikið þegar foreldrar hans dóu. Auk þess þrýstingur hversdagslífsins í menntaskóla. Og að venjast hjólastólnum. Ekki að tala um baráttuna við erkiengla og prófraunir.

Það að hárið hans var að grána fyrir aldur fram var ekki vandamál. Hann hreyfði spegilinn um og strauk fingrunum um hárið. Áferðin var önnur þegar hann snerti svarta röndina. Hún fannst gróf og stífrófin. Ekki vandamál, hann myndi bara smyrja smá geli í það og...Úti fór sláttuvélin að ganga. Sam var loksins að framkvæma hina skelfilegu gjörð. Áður en slysið varð hafði slátturinn verið það verkefni sem E-Z hataði mest.

"ÆI!" hrópaði Sam þegar sláttuvélin hóstaði og stöðvaðist.

Hjólstóll E-Z skall fram að framdyrunum sem flugu upp af sjálfu sér. Hann skaut af stað, missti af tröppunum og lenti á grasflötinni fyrir aftan Sam."Djöfulsins!" hrópaði Sam. Hann hafði keyrt grasflísina í stein, sem flaug upp og skall í hann við augað. Blóðdropar runnu niður kinnina á honum og safnuðust saman á grasinu.

Hjólastóllinn færði sig að blóðinu og sogði það upp með hjólunum.

"Ertu okei?"

"Mér líður vel," sagði Sam. Hann gróf í vasa sinn, dró fram vasahandklúf og hélt honum að sárinu.

Arden og PJ komu. "Við heyrðum öskrin."

"Mér líður vel, alvöru," sagði Sam. "Litla slys. Enga ástæðu til að hafa áhyggjur. Við skulum fara aftur inn."

Hann tók í handfangin á hjólastólnum og ýtti. Það var ákaflega erfitt að stýra honum á grasinu.Á meðan sótti Arden grasvélina og geymdi hana í skúrnum.

"Hefurðu þyngst?" spurði PJ og tók eftir erfiðleikunum sem Sam var að glíma við.

"Ég borðaði um tuttugu pönnukökur í morgun."

"Kannski er svarti liturinn þyngri en venjulegi hárið þitt?" sagði Arden og kom aftur til þeirra með glott á vörunum.

"Ó, þeir tóku eftir því," sagði Sam."Já, þeir hafa verið að stríða mér út af þessu síðan þeir komu. Af hverju sagðirðu ekkert?"

Núna inni tók E-Z fram plástur og setti hann á sár frænda síns.

"Það var smávægileg breyting," sagði Sam. "Ekki satt!" hann brosti. "Ó, og hefurðu einhvern tíma hugleitt að fara í hjúkrun? Þú ert með fínfenga snertingu."

PJ og Arden hæðu.

KAFLI 13

E-Z OG VINIR HANS sneru aftur á skrifstofuna hans. Hann ákvað að vera nálægt heimilinu ef Sam þyrfti á honum að halda. Sam var of upptekinn við að elda kvöldmat til að hugsa um hvað hefði getað gerst með grasflötarskera.

"Kvöldmaturinn er tilbúinn," kallaði hann nokkrum klukkutímum síðar. "Komdu og fáðu þér."

E-Z leiddi hópinn áfram. "Það lyktar dásamlega!"Þeir settust niður og skiptust á mat og kryddum.

"Þú ert nú þegar með ansi flottan marblett," sagði Arden við Sam.

Sam, sem hafði ekki vitað að hann væri með áberandi sár, bar það nú með reisn. Hann stakk gaffalnum í aðra kjötkötu og setti hana á diskinn sinn.

"Hvað gerðist eiginlega úti?" spurði PJ.

"Það var steinn. Hann festist í sláttuvélunni og sló mig." Hann hélt áfram að ýta matnum um diskinn. "Hvernig gengur ritunin?" spurði hann frænda sinn og beindi athyglinni frá sér.

"Ég hafði ekki tíma til að setjast að því í morgun."

Sam breytti um umræðuefni og spurði hvort eitthvað væri að gerast í skólanum eða hjá liðinu.

"Við erum með æfingu í kvöld," sagði PJ.

"Og við vonum að E-Z muni grípa í leiknum á morgun."E-Z hrist höfuðið til að neita afdráttarlaust og hélt áfram að borða.

"Einn leikhluti, bara einn, og ef þú vilt ekki halda áfram að spila, þá er það í lagi hjá okkur," sagði Arden.

"Frábær hugmynd," sagði frændi Sam. "Settu fótinn í vatnið. Ef það finnst þér ekki rétt, þá hættirðu. Hvað hefur þú að tapa?"

PJ opnaði munninn til að segja eitthvað en ákvað svo að þegja. Hann stakk kjötkötlu í sig. Hann tyggði, drakk og sagði: "Þegar þú ert þarna, E-Z, lyftir þú móralinum hjá öllum. Strákarnir meta þig mjög mikils. Alltaf gert það, alltaf mun það vera svo."

"Allt í lagi," sagði E-Z. "Ég sit á bekknum ef þið haldið að það hjálpi. Eftir kvöldmat förum við niður í garðinn og æfum aðeins. Sjáum hvernig gengur."

"Sanngjarnt," sagði PJ.

Þeir þökkuðu Sam fyrir frábæra máltíð.

"Þú eldaðir, svo við þrifum," bauð Arden.

E-Z og PJ litu hvor á annan.

Þegar Sam var kominn úr heyrðarfjarlægð sagði PJ: "Þú ert svo hampandi."

Arden skvetti aðeins af vatni í átt að PJ, en E-Z fékk flest í andlitið.PJ skaut til baka og vatnið skvettist um allt eldhúsgólfið og lenti á skóm Sams.

"Moppan og fölin eru í skápnum," sagði hann og greip jakkann sinn á leiðinni út.

Þeir kláruðu að þrífa; þá voru þeir nánast þurrir, nema E-Z sem skipti um skyrtu. Að lokum komu þeir að hafnarboltavellinum, og þar var þegar verið að spila.

"Frábært," sagði E-Z. "Förum."Við hliðina á vellinum stóðu nokkrar stúlkur úr stuðningsmannaliði andstæðingsliðsins. Ein þeirra, rauðhærð stúlka, kastaði auga til E-Z. Hún gerði hringlaga hreyfingu með líkamanum og lenti með auðveldum hætti.

"Ég held við gætum dvalist hér smá stund," sagði E-Z.

Þau gengu yfir völlinn að bekkjunum. Þau þurftu að minnsta kosti að heilsa, annars myndu þau líta út eins og aular.

Litla rauðhærða stelpan hvíslaði eitthvað að vinkonu sinni og þær glottuðu.

E-Z var viss um að þær væru að hlæja að honum.

"Við erum í félagsskap," sagði rauðhærða stelpan.

"Já, strákur í hjólastóli með sebrahár og tveir nördar," hrópaði þriðji grunnmaðurinn. Hann bjóst við að allir myndu hlæja að lélegu brandaranum hans, en enginn gerði það."

Ekki hengja þig á honum," sagði vinkona rauðhærðu stelpunnar. "Hann er aumkunarverður."

"Farðu til helvítis," hrópaði vinstri vallarvörðurinn. "Það er ekki pláss hér fyrir fatlaðan."

E-Z hunsaði öll ummælin. Stóllinn hans hins vegar gerði það ekki. Hann þrýsti á, gnýrði eins og naut sem reynir að brjótast út úr hirslu. "Vá!" sagði hann, þegar stóllinn hikstaði, eins og villt hestur.

Arden greip í handfang stólsins og hann hélt aftur á ný í eðlilegt horf.

Bakvið plötuna missti griparinn flugskot og klúðraði kasti. "Ég sé að þið þurfið góðan gripara," sagði E-Z.

Hrópaþjálfararnir glottuðu."Gefðu mér fimm mínútur á bak við plötuna, bara fimm. Ef ég næ að grípa alla bolta sem þú kastar í áttina að mér, þá gerum við þér greiða og verðum áfram."

"En ef ég næ því ekki?" spurði kastarinn.

Varnarmaðurinn tók grímuna af sér. "Þið kaupið fyrir okkur borgara og franskar."

"Og milkshakes," bætti fyrsti grunnmaðurinn við.

"Samkomulag," sagði E-Z og stóllinn hans þrýsti áfram.Hann sat þolinmóður á meðan Arden festi hnébútana. PJ dró brjósthlífina yfir höfuðið og setti gripið á sig. E-Z þröngvaði hnefanum sínum inn í gripið.

"Allt í lagi, kastaðu boltanum til mín," skipaði E-Z.

"Ég vona að þú vitir hvað þú ert að gera, félagi," sögðu Arden og PJ.

"Treystið mér," sagði E-Z. Hann keyrði sig inn í stöðuna bakvið gripið. "Sláma fram!"

Kastari gaf Arden merki um að hann mætti slá. Hann valdi slá og gekk að sláborðinu.

E-Z gaf kastaranum merki um að kasta háum hraðbolta. Í staðinn kastaði kastarinn sveigbolta, og hann var beint í slagsónuna. Arden missti höggið, en ekki alveg, því hann náði að snerta boltann örlítið og hann fór aftur sem foul. E-Z reis upp í stólnum sínum og náði í boltann.

"Vá!" hrópaði kastarinn.

"Frábær björgun."

"Heppni," sagði fyrsti grunnmaðurinn.

Hrópaþulurnar færðust nær.

Í öðru kasti til Arden sló hann háa sendingu upp í hægri völl.

PJ steig að slá og sló út. E-Z tók allar boltana auðveldlega, en síðasta kastið fór framhjá og hann missti næstum af honum. PJ hafði haldið til fyrsta grunns, en E-Z kastaði boltanum niður og hann var úti.Þau léku þangað til orðið var of dimmt til að sjá boltann.

Eftir leikinn ákváðu þau að leikurinn hefði endað með jafntefli. Þau fóru á veitingastað í nágrenninu og hver borgaði fyrir sinn mat.

"Við ætlum að slá ykkur í morgundagsleiknum," hrokaði liðsstjórinn Brad Whipper.

"Er E-Z að spila?" spurði Larry Fox, fyrsti grunnmaðurinn.

"Ó, hann er klárlega að spila," sögðu Arden og PJ.

"Alveg viss."

Rauðhærða stelpan var Sally Swoon og hún hvíslaði eitthvað að Arden, sem hristði höfuðið. "Spyrðu hann sjálf," sagði hann.

"Spyrja þig hvað?"

Kinnarnir hennar roðnuðu.

"Þú vilt vita hvað gerðist, er það ekki?"

Hún kinkaði kolli.

"Baðstu hárgreiðslumeistara þinn um að gera þetta, eða gerði hann það..."

"Gera mistök?" sagði hann.

Hún kinkaði kolli.

"Ég vaknaði í morgun og þetta var svona. Sagan búin."

"Segðu okkur hina söguna," sagði einn leikmaðurinn.

"Nú segðu okkur af hverju þú ert í hjólastól."

E-Z sagði söguna sína. Allir sátu þögulir á meðan hann talaði. Enginn borðaði né drakk. Þegar hann hafði lokið óttaðist hann að allir myndu koma fram við hann á annan hátt, en það gerðu þeir ekki.Þeir ræddu um komandi heimsmeistarakeppni og annað spjall tengt íþróttum.

Síðar, þegar vinir hans fylgdu honum heim, var allt þögt. Hann kvaddi strákana og sneri aftur inn á herbergið sitt.

Hann reyndi að horfa á sjónvarpið og skrifa aðeins, en sama hvað hann gerði hélt hann áfram að hugsa um allt sem hann hafði misst. Hann lagðist aftur á rúmið, horfði upp í loftið og sofnaði loks.

KAFLI 14

E-Z VAR SOFANDI, að dreyma.

"Vaknaðu, E-Z! Vaknaðu!" sagði Reiki og stökk upp og niður á brjósti hans.

"Hættu þessu!" hvæskti hann.

Hadz úðaði vatni í andlit hans.

Hann skalf það af sér. "Þið þið þurfið að útskýra ýmislegt og laga ýmislegt. Setjið hárið mitt aftur eins og það var. Og augun líka!"

"Það er enginn tími!" sögðu þau, þegar stóllinn hans velti sér um, lét hann detta ofan í sig og flaug svo út um gluggann sem var þegar opinn.

"Ég er ekki einu sinni klæddur!" hrópaði E-Z.

Reiki og Hadz glottuðu og sögðu E-Z að óska sér eftir því sem hann vildi klæðast. Þegar hann leit aftur niður var hann í gallabuxum, belti og stuttermabol. Hann horfði á fæturna á sér, þar sem hlaupaskórnir hans voru að binda reimarnar sjálfir. Á meðan þeir svifu um himininn þakkaði E-Z þeim.

"Svo, fyrirgefurðu okkur?" spurði Hadz.

"Gefðu því tíma," sagði Reiki.

E-Z kinkaði kolli, á meðan stóllinn hans lyftist sífellt hærra. Yfir flugvél, framhjá flugvélinni. Augljóslega ekki áfangastaðurinn þeirra. Þau flugu áfram þar til hjólastóllinn hans stöðvaðist skyndilega og beindist síðan niður á við.

"Þarna er það," sagði Reiki.

Niðri fyrir neðan stóð hópur fólks utan við háan skrifstofubyggingu.

"Finnurðu það?" spurði E-Z og tók eftir að loftið í kringum atburðarstaðinn var öðruvísi. Það var að titra af orku.

"Já," sagði Hadz."Gott hjá þér að taka eftir þessu að þessu sinni," sagði Reiki.

"Átt þú við að það hafi verið titringur hin síðari skipti?"

"Já, en eftir því sem kraftar þínir vaxa munt þú geta einbeitt þér að staðsetningunum."

"Og ekki bara þú, stóllinn þinn getur skynjað þær líka."

"Átt þú við að ég eigi ofur-snjallstól? Ég vissi að hann væri búinn að bæta, en þetta er æðislegt!"Englarnir hlógu.

Hjólastóllinn þeyttist áfram á meðan skot hljómuðu niðri fyrir neðan þá. Þeir sáu fólk hlaupa, öskra og falla.

Á móti ringulreiðinni flugu E-Z og hjólastóll hans, beint inn í skothríðina sem þeyttist á móti þeim. Hann hörfaði undan þegar hjólastóllinn beitti skotin frá sér. Hann velti fyrir sér hvað myndi gerast ef stóllinn kæmi auga á eitt skot."Við erum nokkuð viss um að þú sért skotþolinn," sagði Reiki án þess að hann hefði spurt. "Það var hluti af athöfninni."

"Og demantsduftið ætti að virka."

"Nokkuð viss?" sagði hann, vonandi að þau hefðu rétt fyrir sér. "Ef þetta virkar, þá er það góð málamiðlun fyrir hársögu mína!"

Viltir englir hlógu.

KAFLI 15

HJÓLSTÓLLINN HÉLT ÁFRAM NIÐUR, beindist að manni á þaki byggingarinnar. Hann hafði skotið á mannfjöldann niðri og á þá þegar þeir nálguðust hann. Hjólstóllinn skall fram, E-Z heyrði undarlegt hljóð, eins og flugvél væri að lækka lendingarfæturna. Það kom frá hjólstólnum þegar málmkassi féll niður og lenti ofan á manninum.

Byssan flaug úr hendi hans, yfir þakið áður en tækið náði tökum á honum. Maðurinn reyndi að sparka E-Z og hjólastólnum af baki sér, en ekkert virkaði.

Sirena heyrðist í fjarlægð og varð háværari og háværari eftir því sem hún nálgaðist.

"Ef ég leyfi þér upp," spurði E-Z, "munt þú haga þér?"

Þótt maðurinn kinkaði kolli til samþykkis, neitaði hjólastóllinn að hreyfast.

E-Z þurfti að gera byssuna óvirka og komast burtan þaðan áður en lögreglan kæmi. Hann velti fyrir sér hvort einhver niðri hefði slasast. Hann gerði ráð fyrir að sjúkrabílar væru á leiðinni. Hins vegar gátu hann og stóllinn flutt alvarlega slasaða á sjúkrahús mun hraðar.

Hann starði á byssuna hinum megin á þakinu. Hann einbeitti sér og rétti út höndina. Vopnið flaug beint í hönd hans eins og hún væri segull og hann gerði það óvirkt með því að binda hnút á það. E-Z tók beltið sitt og notaði það til að binda hendur skotmannsins fyrir aftan bak hans.

Stóllinn lyfti sér upp og flaug burt eins og eldflaug, á meðan hurðirnar á þakinu opnuðust. Breytta tækið svif á lofti á meðan E-Z horfði á sérsveit ráðast á skotmanninn og handtaka hann. Svipurinn á lögreglumanninum sem fann byssuna bundna í hnút var ómetanlegur.

Í eina eða tvær sekúndur hikstaði hann og velti fyrir sér umboði sínu, en fólk var særð neðaan og hann gat hjálpað því hraðar en nokkur annar og það gerði hann. Hann myndi hafa áhyggjur af afleiðingunum síðar og vona að þau myndu skilja.

E-Z lenti nálægt mannfjöldanum. Hann safnaði saman þeim fjórum sem voru alvarlegast særðir og þar sem þeir voru meðvitundarlausir notaði hann hluta af vængnum til að halda þeim örugglega á stólnum sínum á meðan þeir flugu um himininn.

Stóllinn dró í sig blóð hinna særðu farþega þegar það rann úr sárum þeirra. Blóð þeirra varð blandað saman við blóð E-Z og Sam Dickens. Þessi blanda ýtti kúlunum út úr líkama þeirra og sárin byrjuðu að gróa.Það tók nokkrar mínútur að komast til sjúkrahússins. Þegar þangað kom var öllum sjúklingunum batnað, eins og meiðslin hefðu aldrei orðið. Þeir hentuðu örmum sínum utan um E-Z og þökkuðu honum.

Á bílastæði sjúkrahússins stökk hver og einn út úr hjólastólnum.

Starfsfólk stóð við innganginn með sjúkrabörur til taks.

E-Z kastaði augunum til þeirra. Hann veifði og flaug síðan burt upp í himininn. Neðan hans svöruðu þeir sem hann hafði bjargað kveðju hans. Hann vonaðist til að starfsfólkið sem beið yrði of reitt yfir því að þörf þeirra væri ekki lengur fyrir hendi.

"Takk," hrópaði ungur maður og veifði.

"Ég vona að við sjáumst aftur," sagði miðaldra kona.

"Þú ert alvöru hetja!" sagði maður sem minnti hann á Frænda Sam. Þú minnir mig á sonarson minn – nema fyrir þennan skrítna lit í hárinu þínu!" sagði ein gömul kona.

Aðstoðarfólkið kom að þeim fjórum og spurði: "Þarf einhver hjálp?"

Ungi maðurinn sagði: "Þið munið ekki trúa þessu, en ég var skotinn – tvisvar fyrir stuttu. Ég held að ég hafi misst meðvitund. Þegar ég vaknaði," hann lyfti framhluta blóðblettaðs skyrtis síns, "voru sárin horfin."Hin aldraða kona, sem kjóllinn var blóðstunginn, útskýrði hvernig henni hefði verið skotið nálægt hjartanu.

"Ég hefði dáið, ef ekki væri fyrir þann strák í hjólastólnum sem bjargaði lífi mínu."

Hinir tveir sjúklingarnir áttu svipaðar sögur að segja. Þeir lofuðu E-Z og þökkuðu honum aftur, þótt hann væri ekki lengur hjá þeim.

"Ég held að þið ættuð samt öll að koma inn á sjúkrahúsið," sagði fyrsti hjálfarinn.Annar sjúkraliðinn sagði: "Já, þið hafið verið í gegnum áfall. Þið ættuð að leita til læknis og láta kanna að allt sé í lagi."

Allir fjórir fyrrverandi særðu borgararnir létu sjúkraliðana hjálpa sér inn. Þeir reyndu að koma þeim elsta þeirra fjögurra á borið.

"Ég er eins og nýr!" hrópaði hin eldri konan.

Þeir fylgdu henni inn á sjúkrahúsið.

"Við ættum að gera það núna," sagði Reiki.

"Það er samt sorglegt. Hann gerði svo ótrúlega margt og nú mun enginn muna eftir því."

Þau þvottu hugir allra í nágrenninu.

"Hann gerði virkilega gott starf."

"Já, hann var vel valinn," sagði Hadz.E-Z sneri heim, flaug þangað eins hratt og hann gat. Hann vissi að sársaukinn væri að koma, en ekki hversu mikill hann yrði að þessu sinni. Hann komst varla í gegnum gluggann og upp í rúmið áður en öxlarnir loguðu upp, sem olli því að hann missti meðvitund.

Englarnir sneru aftur, hvísluðu hughreystandi orðum þegar hann öskraði í svefni. Þegar sársaukinn varð of mikill léttu þeir á honum með því að taka hann á sig."Þetta er þriðja prófraunin lokið," sagði Reiki. "Hann er að komast í gegnum þær með auðveldum hætti."

"Satt er það, en við verðum að tryggja að hann verði ekki auðkenndur. Má sjá hann, en við verðum að þurrka minningarnar. Ég er þó áhyggjufull, við gætum misst einhvern."

"Ef við þurrkum minningar allra í nágrenninu, ætti allt að vera í lagi."

KAFLI 16

Næsta morgun var E-Z að borða morgunkorn þegar Sam kom inn í eldhúsið.

"Kaffið lyktar vel," sagði Sam.

Unglingurinn hellti fötu fullan af kaffi fyrir frænda sinn. "Hvað?" spurði hann með déjà vu-tilfinningu.

"Hvað, hvað?" spurði Sam og hellti smá rjóma í bolla sinn.

"Þú ert að stara á mig," sagði E-Z. Hadz hristði höfuðið. Var hann í Groundhog Day? Kvikmyndin um daginn sem endurtekur sig aftur og aftur, með Bill Murray?

"Ó, það. Er eitthvað sem þú vilt segja mér?" Hadz lét sykurmoli detta í kaffið sitt.

Án þess að huga að föðurbróður sínum skeiðaði hann maísflögum í sig. "Ég skil ekki alveg hvað þú átt við."

Sam beið þar til frændi hans hafði lokið morgunmatnum. "Ég kíkti til þín í gærkvöldi og rúmið þitt var tómt og glugginn opinn. Hvernig þú komst út með stólinn þinn veit ég ekki. Allavega, ef þú ert að fara út, ættir þú að láta mig vita. Ég er ábyrgur fyrir þér og hvar þú ert. Næst lofaðu að þú segir mér hvar þú ert að fara og hvenær þú kemur til baka. Það er almenn kurteisi."

"Ég..."

POP.

POP.

Hadz og Reiki birtust. Reiki flaug að Sam og sveiflaði vængjunum fyrir framan augun á honum. Í nokkrar sekúndur leit Sam út eins og hann væri orðinn dauðvona. Síðan hélt hann áfram að slurka í kaffið sitt. Lyfti glasinu, slurkaði, setti það niður. Endurtók.

E-Z mundi eftir fuglaleikfangi – þar sem fuglinn dýfir höfðinu í glasið og drekkur. Hvernig var nú aftur að kalla þessa græju?

"Dippy fugl," sagði Sam. Hadz leit á úrið sitt.

Hvað í ósköpunum? Gæti frændi hans lesið hugsanir hans núna?

"Hver getur ekki lesið hugsanir hans?" sagði Hadz með brosi.

Sam stóð upp og með tóm augu og vélrænum hreyfingum gekk hann að vaskinum, skolaði bollann sinn og setti hann í uppþvottavélina. Síðan tók hann bíllyklana sína og fór án þess að segja orð.

Munnur E-Z var á víð og hann meldaði upplýsingarnar, en krafðist svo: "Allt í lagi, þið tvö. Hvað gerðuð þið við frænda minn Sam? Þið áttuð engan rétt á að...að...gera hvað sem þið gerðuð."

Hadz var svo reiður að andlitið var orðið rautt og hnefar hans voru kramdir.

POP.

POP.

Hadz hataði það. Í hvert sinn sem þeir gerðu eitthvað rangt hurfu þeir, og hann þurfti að biðjast afsökunar til að fá þá til að koma aftur, þrátt fyrir að hann hefði ekkert gert rangt.

"Fyrirgefðu," sagði hann. "Vinsamlegast komið aftur."

POP

POP.

"Sem gert er, er gert," sagði hann rólega. "Las hann virkilega hugsanir mínar?"

Reiki sagði: "Það gerði hann, en þetta var einangrað tilvik."

"Það er gott. Ég myndi aldrei komast upp með neitt."

"Við erum varalið þitt á meðan á prófunum stendur. Það er okkar hlutverk að vernda þig og vini þína, þar á meðal Frænda Sam."

"Hvað gerðirðu honum?" spurði hann aftur, þegar hurðabjöllan hringdi. Hadz hreyfði sig ekki, hann beið eftir að þeir svöruðu spurningu hans. Bjöllan hringdi aftur. "Bíddu smá," sagði hann. "Segðu mér hvað þú gerðir við hann. NÚNA!"

"Ég þurrkaði minni hans," hvíslaði Reiki.

"Hvað gerðir þú!"

"Við þurftum að gera það, til að vernda þig og verkefnið þitt," bætti Hadz við.

PJ og Arden komu inn í eldhúsið. "Dyrnar voru ólæstar," sagði Arden.

"Já, við sögðum Sam í gær að við myndum sækja þig í morgun."

"Góðan morgun til þín líka." Hadz ýtti sér frá borðinu.

"Við þurfum að tala, félagi. En við erum að flýta okkur."

Hadz tók tösku sína og nestið sitt. Þeir gengu að framdyrunum. Efst í stiganum skall hjólastóllinn fram – eins og hann vildi fljúga niður. Hadz bað vinina sína um aðstoð niður rampa. Arden og PJ hjálpuðu honum inn í aftursæti bílsins. Arden kom hjólastólnum fyrir í farangursrýminu.

"Halló, frú Lester," sagði E-Z, á meðan þrír strákarnir settust aftur í bílinn.

"Góðan morgun," sagði hún og hækkaði útvarpið. Upplesarinn var að tala um nýja uppskrift.

"Þegar þeir voru á leiðinni," hvíslaði PJ, "hvað gerðir þú í gærkvöldi?"

"Ekkert mikið. Ég borðaði. Ég svaf. Það venjulega."

"Sýndu honum."PJ rétti símanum til hans og ýtti á spilun.

Það var myndband á YouTube. Af honum, í hjólastólnum sínum, fljúgandi um himininn og bjargandi særðum. Stóllinn hans var blóðrauður, hreyfðist svo hratt að hann var eins og eldheitur óskýr mynd. Hvítu vængirnir hans sástu. Og andstæðan milli þeirrar svörtu röndar í ljóshári hans dró fram útlit hans.

"Ég hef enga hugmynd," sagði E-Z og klóraði sér í höfðinu án þess að gefa neina skýringu. Hadz beið eftir að englarnir kæmu og þvösuðu minni vina sinna – en þeir komu ekki. Hadz beið eftir að heimurinn stöðvaðist alveg – en það gerðist ekki. Hadz velti fyrir sér hvort hann myndi nokkurn tíma sjá foreldra sína aftur. Var þetta próf? Hadz lokaði á símanum og skilaði honum.

"Gaur," sagði Arden, þegar mamma hans bakkaði inn í bílastæði.

"Flýttu þér nú, annars verðurðu seinn," sagði hún og opnaði farangursrýmið.

"Séumst síðar," sagði Arden þegar mamma hans ók burt.

Vinirnir þrír gengu inn í skólann án þess að tala. Lokaáminningarbjallan var að fara að hringja hvenær sem var.

E-Z keyrði sig eftir ganginum á hjólastólnum, brosti fyrir sjálfum sér en á sama tíma var hann áhyggjufullur um hverjir aðrir myndu sjá klippuna. Þó var ótrúlegt að sjá sjálfan sig í aðgerð. Eins og kúlari Supermann. Alvöru hetja. Hadz hafði bjargað fólki. Bjargað mannslífum. Hadz og hjólastóllinn hans voru ósigrandi. Þau voru kraftmikil tvöeyki. Hadz velti því fyrir sér hvort þau þyrftu yfirhöfuð aðstoð tveggja væntanlegra engla. Það hafði verið gott.

Hver einasta stund af því. Að bjarga fólki. Að bjarga lífum. Að ljúka enn einni prófraun með árangri. Frábært. Ef aðeins hann gæti látið bestu vini sína vita af leyndarmálinu sínu.

"E-Z Dickens!" kallaði frú Klaus, kennari hans.

"Já, frú," sagði E-Z og sneri blaðinu til að lesa lexíuna. Hadz velti fyrir sér hvers vegna hann væri að sóa tíma í skólanum. Hadz þurfti hann ekki lengur.

H ANN REYNDI AÐ HALDA sér vakandi í tímum. Frú Klaus hafði auga með honum, meira en venjulega. Í hvert sinn sem hugur hans reikaði, hækkaði hún röddina eins og hún hefði tekið eftir því.

Eftir að klukkan hringdi og tíminum lauk, víkuðu nemendurnir fyrir honum svo hann kæmi fyrstur út um dyrnar. Hann kastaði auga til nokkurra samnemenda sinna til að þakka þeim. Fáir litu honum í augu. Flestir litu undan. Þeir voru ekki vanir nýju stöðu hans – ennþá.

Í ganginum beið hópur samnemenda og aðdáenda. Ljósmyndaflasur blossuðu þegar myndir voru teknar með myndavélum og myndavélum í farsímum. Hann vonaðist til að skólaritið væri þar. Þeir myndu jafnvel skrifa grein um hann. Bíddu nú við. Hann myndi aldrei sjá foreldra sína aftur – ekki ef allir vissu! Hvernig gerðist þetta!? Hann þrengdi sér í gegnum mannfjöldann. Þeir héldu áfram að lófklappa, og lófaklappið varð háværara með hverri stund. Nokkrir kölluðu: "Ræðu!"

PJ kom til hans og spurði: "Hefurðu séð Facebook nýlega?"

E-Z hnippti öxlum.

"Skoðaðu það nýjasta," sagði PJ og sýndi vini sínum fyrirsögnina.

"Staðarhetja í hjólastóli." Hann hætti að hreyfa sig og smellaði á myndbandið.

Þar stóð að hetjan frá staðnum hefði sótt nám við Lincoln High í Hartford í Connecticut. E-Z áttaði sig fljótt á því að nemendurnir héldu að hann væri hetjan – það var hann – en þeir máttu það ekki vita. Þeir áttu ekki að vita neitt af þessu. Þeir áttu að hafa hreinsað minni þeirra, eins og þeir gerðu hjá Frænda Sam. En það skipti engu máli – hann bjó ekki í Hartford í Connecticut. Þeir höfðu rangt fyrir sér. Af hverju voru þá samnemendur hans að klappa?

Hann þrengdi sig áfram og þau hreyfðu sig úr vegi. Hann fór beint út í skellihaglinn. E-Z velti fyrir sér hvort hann gæti notað nýfundnu kraftana í stólnum sínum í eigin þágu. Þó svo að engin kreppa né prófraun væri uppi, gat hann þá galdrað sig eða framkvæmt athöfn sem myndi koma honum heim? Hann hugsaði um þetta á meðan hann hélt áfram að renna sér eftir gangstéttinni. Stóllinn hafði einu sinni hjálpað honum að bjarga litlu stelpu, áður en hann hafði nokkra sérstaka krafta.

Hann hugsaði um töfrorð eins og bibbidi-bobbidi-boo og expelliarmus. Hann prófaði bæði á hjólastólinn sinn, en ekkert gerðist. Hann leit yfir öxlina þegar hann heyrði skref nálgast að aftan. Hann bjóst við einum af vinum sínum – en í staðinn var það yngri nemandi sem spurði: "Hvar eru vængirnir þínir?"

E-Z hló. "Ég á enga vængi."

Rétt á því komu vængirnir hans fram og báru hann upp til skýja. Í fyrstu hugsaði hann: "Ó nei," en hann ákvað að láta það yfir sig ganga og veifði til barnsins sem var aftur komið á gangstéttina. Barninu var svo spennt að það hafði ekki einu sinni hugsað um að taka símann sinn fram til að fanga augnablikið. "Held heim!" skipaði hann. Flassi af rauðu ljósi flaug með hann yfir himininn, beint framhjá húsinu hans, því stóllinn hafði annað verkefni fyrir þeim.

Þau héldu áfram að fljúga þar til þau voru beint fyrir ofan verslunarmiðstöð. Hann fann fyrir loftvibbunum, sem drógu hann nær þeim stað þar sem hann var nauðsynlegur. Stóllinn beindi sér niður, lét hann detta inn í bankann og stöðvaðist svo í loftinu. Viðskiptavinir niðri héldu áfram að ganga um hann var utan sjónlínunnar. Hann hafði enn enga hugmynd um hvers vegna hann væri hér.

Er þetta önnur prófraun? spurði hann. Hann beið en ekkert svar kom. Ef þetta var önnur prófraun, þá var tíminn á milli þeirra að verða sífellt styttri. Hvar voru þessir tveir englar – áttu þeir ekki að hafa bak hans? Hann hugsaði um hinar prófraunirnar. Flestar þeirra áttu sér stað á nóttunni. Í myrkrinu. Hvað ef englar í myndun gátu ekki komið út í ljósið, eins og vampírur? Hann hló að þessari undarlegu tengingu og vonaðist til að hún væri sönn.

Á einhvern hátt skipti honum engu máli að að þessu sinni væru aðeins hann og hjólastóllinn hans. E-Z sneri aftur til raunveruleikans. Viðskiptavinir öskruðu inni í verslunarmiðstöðinni. Hann flaug áfram, út úr bankanum og inn í næstu stórverslun. Staðurinn var tómur.

Þegar hann lenti snúðust hjólin af sjálfu sér og leiddu hann áfram. E-Z reyndi að ná stjórn. En hjólastóllinn hans vildi líka stjórna. Hann hraðaði sér, sífellt hraðar. Að lokum leyfði hann því að ráða ríkjum, hræddur um að valta fingur sínum.

Hjólastóllinn stöðvaðist skyndilega þegar E-Z sá viðskiptavini liggja útbreidda og með andlitið niður á gólfinu um fjóra feta fjarlægð fyrir framan sig. Flestir lágu með hendur og fætur spjaldbreiða. Sumir höfðu hendur aftan á höfði sér, aðrir með hendur bundnar fyrir aftan bak.

Í ýmsum stellingum tók hann eftir öryggismyndavélum sem sýndu eingöngu stöðutakt. Ekki gott merki.

Hjólstóllinn skall aftur fram á unga konu. Hún var í hermasetningarfatnaði með húfu dregna niður fyrir augun. Hún var ljós á hörund, sennilega náttúrulega ljóshærð og bláeyg, alger fyrirsætugerð. Hún rétti byssu í annarri hendi og veiðihníf í hinni.

Kyrrð hennar með vopnin truflaði hann. Það og ofgnótt rauðs lakkríslita varalitssins. Hann var orðinn útsmyrtur og breytti óhugnanlegu brosi í ógnvekjandi grimassu.

E-Z hugleiddi þá sem voru í hættu á gólfinu. Hversu lengi höfðu þeir verið þar? Á hvað beið hún? Haddi hún krafist peninga? Hver utan verslunarinnar vissi að þessi gíslataka var í gangi, þar sem myndavélarnar virkuðu ekki?Augun hans lentu á einum af mönnunum á gólfinu. E-Z lagði fingurinn á varirnar. Maðurinn sneri sér í hina áttina, og þá tók hann eftir síma á gólfinu þar sem rauð ljósblikka voru að titra. Hann var að taka upp hljóðið. Hann vonaðist til að stelpan tæki ekki eftir því – hún leit út fyrir að hún gæti misst sig á hverri stundu.

Stóll E-Z skaut af stað eins og úr fallbyssu og var fljótlega kominn að stelpunni. Byssan hennar flaug í eina átt og hnífurinn í hina. Járnhylkið á stólnum féll niður.

"Hringdu í 911," hrópaði E-Z. Og til viðskiptavina á gólfinu: "Farið héðan!" Þeir hlupu án þess að líta til baka. Nú var hann alveg einn með brjáluðu stelpunni. "Af hverju gerðirðu þetta?" spurði hann.

Hún muldraði textann við lagið sem hann hafði heyrt áður, "I don't like Mondays," brosti breitt, snöggt hneig augun og sagði: "Auk þess er þetta bara leikur." Hún fór aftur að muldra lagið í nokkrar sekúndur með augun lokuð. Síðan opnaði hún þau og sagði með villtum augum og hlátur: "Ó, og ef þú þarft fagmann til að lita hárið þitt almennilega, þá þekki ég einhvern."

"Æ, takk," sagði hann og strauk fingrunum í gegnum hárið á sér.

Hann mundi eftir lagi sem mamma hans söng. Sönn saga, um skotárás. Hljómsveitin var nefnd eftir mýs eða rottum.

Hann hristði höfuðið. Stúlkan fyrir framan hann minnti á persónu úr leik sem hann hafði spilað nokkrum sinnum. Jafnvel með varaliti sem hafði smitast. Hann gat ekki munað hvaða leik, en hann var viss um að hún væri að herma eftir leikmanni. "Að spila leik er eitt – enginn slasast. Þetta er raunveruleikinn. Ef þér líkar ekki eitthvað – hættu að gera það! Sársaukaðu ekki aðra."

"Farðu til helvítis," svaraði hún, "eins og ég hefði haft val í þessu."Lögreglan braust inn og hann þurfti að fara.

Þær fundu stelpuna bundna með vopnum sínum hnúta í öryggisgöngunum við leikjatölvu.

Hann hélt heim, beið eftir að brennandi tilfinningin í vængjunum myndi skella á hann. Hann komst alla leið þangað, svo langt svo gott. En hann var svo svangur að hann gat ekki beðið eftir að fá sér eitthvað að borða, hvað sem það nú var.

Í ísskápnum beið hálf alifugl sem hann át á meðan hann beið eftir að osturinn bráðnaði á pönnunni. Hann gúffaði í sig ostabrauðið. Síðan gerði hann annað, á meðan hann gnæsti í epli. Þegar hann hafði lokið við eplið skeiðaði hann ís úr íspakkanum. Sársaukinn kom aldrei, en hann myndi lenda í alvarlegum þyngdarvanda ef hann héldi áfram að borða svona.

"Frændi Sam?" kallaði hann og kannaði hvort hann væri einhvers staðar í húsinu – en hann var ekki þar. Hann fór inn á skrifstofu sína og gerði nokkra heimanámsvinnu, og spilaði svo nokkur spil. Enn engin merki um Sam. Engar SMS-skilaboð. Engar símhringingar né talhólfsskilaboð. Sam lét hann alltaf vita þegar hann væri að koma seint heim. Undarlegt. Hvar var hann?

KAFLI 17

Þ AÐ VAR LIÐIÐ MIÐNÆTTI og enn engin merki um frænda Sam. Þetta var í fyrsta sinn sem hann sleppti að elda kvöldmat, hvað þá að segja E-Z hvar hann væri. Hann vissi hversu kvíðinn bróður sonur hans varð þegar hlutirnir voru utan hans stjórn. Á slíkum stundum klóraði unglingnum í húðinni, eins og blóðið væri að sjóða undir yfirborðinu.

Sitjandi í hjólastólnum sínum gekk hann fram og til baka, hjólandi stólnum upp ganginn og aftur niður. Það erfiðasta var að snúa við, sem hann gerði í skrifstofunni sinni. Á leiðinni aftur að eldhúsinu kveikti hann á sjónvarpinu til að skapa hvítt hávaða. Hann stoppaði til að horfa áður en hann sneri aftur út í ganginn og hann varð eins og út úr líkama.

Hann var í stofunni í hjólastólnum og horfði á sjálfan sig í sjónvarpinu í hjólastólnum. E-Z hrist höfuðið, reyndi að skilja þetta. Hvers vegna höfðu Hadz og Reiki ekki eytt minningum þeirra? Þá gerðist það – blaðamaðurinn nefndi nafn hans og rétta heimilisfangið, þar með talið hverfið. Hann hafði allt rétt á hreinu að þessu sinni – og hann hætti ekki þar.

"Þrettán ára gamli E-Z Dickens vildi verða atvinnumaður í hafnabolta. Og hann hafði hæfileikana. Svo varð hann fyrir slysi sem tók foreldra hans frá honum – og fótleggi hans. Fátækur munaðarlausinn – sem varð ofurhetja – býr nú hjá eina ættingja sínum, Samuel Dickens."

Hann vildi sparka skjánum í sundur. Þeir sögðu það, bara svona. Eins og allar ofurhetjur þyrftu að vera munaðarlausar. Eins og það væri skilyrði. Þegar síminn hans hringdi vonaðist hann til að það væri Sam – en það var Arden.

"Ertu að horfa á þetta?" spurði hann. "Þeir sögðu ÖLLUM hvar þú býrð!"

"Ég veit það," sagði E-Z. "Það versta er að frændi Sam er horfinn. Hann hringir alltaf í mig, sama hvað gerist."

Arden talaði við föður sinn. "Vertu kyrr, pabbi og ég komum strax. Þú getur dvalið hjá okkur þangað til þú og Sam komið ykkur saman um hvað á að gera. Skildu eftir miða fyrir hann."

"Takk, en mér mun líða vel hér."

"Pabbi segir að engin skilyrði séu. Hann segir að blaðamennirnir muni elta þig eins og hvítur á hrísgrjónum – hvað sem það nú þýðir."

"Mér hafði ekki dottið í hug að blaðamennirnir myndu koma hingað. Allt í lagi, ég fer að undirbúa mig."

Hann fór inn á herbergið sitt, pakkaði í handtösku og fór svo í eldhúsið til að skrifa miða og setja á ísskápinn. Bíll stöðvaðist skyndilega fyrir utan og dekkjagnírinn ómgaði. Hurð skellti og skot hleyptust af þegar glerbrot flaug út um gluggana. Aðalhurðin losnaði af hengslunum, á meðan stóllinn hans flýtti sér að skotmanninum, sem hætti að skjóta þegar þeir nálguðust.

"Hann er bara krakki," sagði E-Z og nýtti hik hans. Hann greip byssuna, knútaði hana og kastaði henni yfir túnið.Drengurinn, sem var yngri en E-Z, notaði sekúndurnar sem hann var að kasta byssunni til að fella hann til jarðar.

"Ekki kúl," sagði E-Z, þegar stóllinn ýtti honum frá sér og lét járnkassann detta á drenginn sem grét harkalega og bað um mömmu sína. "Fjarlægðu þig," sagði E-Z við stólinn.

Drengurinn var krulluð upp í fósturstellingu, skjálfandi og græfandi. Stóllinn dró búrið aftur til sín: drengurinn hreyfðist ekki.

E-Z, nú aftur í hjólastólnum sínum, spurði: "Hver keyrði þig hingað? Og af hverju allt þetta skothríð?"

"Þetta er ekkert persónulegt," útskýrði krakkinn. "Ég varð að gera þetta. Raddir í höfðinu á mér sögðu mér að ég yrði að gera þetta. Annars myndu þeir drepa mig og fjölskyldu mína. Þess vegna stal ég lyklunum hjá pabba mínum og lærði að keyra – hratt."

"Hafðirðu aldrei keyrt áður?"

"Aðeins í tölvuleikjum."

Leikir aftur. "Hvern ertu að tala um? Hvað heita þau?"

"Ég veit það ekki. Ég spila nokkra leiki á netinu. Kvenmaður kom inn í leikinn og sagði mér að hún myndi drepa systur mína. Ég skipti yfir í aðra leik; önnur kona sagði að hún myndi drepa foreldra mína. Í leiknum sem ég var að spila í dag sagði þriðja kona mér að ef ég myndi ekki drepa krakka sem bjó á þessari heimilisfangseðlu, myndu afleiðingarnar verða skelfilegar." Krakkinn hljóp á E-Z en komst ekki langt. Stóllinn ýtti honum niður og lækkaði hamarinn.

"Komdu mér héðan!" krafðist krakkinn.

E-Z hló; krakkinn hafði kjark. "Drífðu þig aftur í leikinn," sagði hann við stólinn sinn og hjálpaði krakkanum á fætur. Krakkinn þakkaði honum með því að spúa í andlitið á honum. Hann kreisti hnefana og hugsaði um að rífa helvítis hausinn af krakkanum, en hann gerði það ekki. Í staðinn faðmaði hann hann. Krakkinn byrjaði aftur að gráta, tárin duttu á axlir E-Z og vængina.

"Takk, kall," sagði krakkinn. Hann tók skref aftur, lagði höndina yfir hjartað og hvarf.

Þegar lögreglan kom loksins var E-Z sestur í stólnum sínum við kantsteininn. En þá var hann það ekki. Hann var aftur inni í geymsluturninum og fann fyrir þröngsýki í algjöru myrkri.

Á ðUR, ÞEGAR HANN HAFði verið í málmílátinu, gat hann hreyft sig um. Nú var hann í hjólastólnum og var varla hreyfanlegur. Hann reyndi að hreyfa tærnar í skónum – hann fann ekkert. Ef fætur hans virkuðu ekki hér, þá var hann þakklátur að vera í hjólastólnum. Þeir voru lið: eins og Batman og Batmobile. Í svari við hugsunum hans skall hjólastóllinn fram eins og mastiff á taumi.

"Komdu okkur héðan út," skipaði E-Z.

Hann fann hreyfingu yfir sér. Ljós sveiflaðist eins og ský á ferð um himininn. Ef hann gæti aðeins flogið upp og bjargað sér út um þakið, en vængirnir gátu ekki breikkað sig.

Húðin hans fór að freyða sig og hann byrjaði að klóra. Hvar var sú róandi lavenderúða núna?

PFFT. "Jæja, takk," sagði hann. Jafnvel þetta gæti lesið hugsanir hans núna.

Herðar hans slökuðust af á meðan hann setti saman lista af kröfum:

Í fyrsta lagi. Hann vildi segja frænda Sam öllu. Og hann átti við allt. Ekkert út undanskilið.

Í öðru lagi. Hann vildi að PJ og Arden vissu. Ekki allt, eins og frændi Sam myndi vita. En nóg til að þær skildu þrýstinginn sem hann var undir. Nóg til að þær gætu stutt hann og hvetjað hann áfram. Hann hataði að ljúga að þeim. Hann þurfti að láta þau vita af tilraununum. Af hverju hann væri að gera þær. Eins og hann hefði val í málinu.

Þriðja atriðið. Hann vildi að þau biðu um leyfi hans áður en þau ræntu honum. Á þann hátt myndi hann vita hvað væri í vændum. Hann hataði að vera dreginn inn í þetta.

Fjórða atriðið. Hann vildi vita hvar hann væri. Af hverju hann var alltaf settur í sama gám. Af hverju fætur hans virkuðu stundum en ekki öðrum sinnum. Af hverju stóllinn hans var stundum hjá honum og stundum ekki.

"Bíða þarf í tólf mínútur," sagði kvenraddur. "Viltu drykk?"

"Vatn," sagði hann, þegar málmurinn til hægri við hann spúði út hillu með glasi af vatni á.

"Takk." Hann kastaði því aftur. Glasið fylltist aftur að brún. Hann lagði það til hliðar til að drekka seinna.Afslappaðri núna, poppaði lagi upp í huga hans. Pabbi hans hafði átt það svo gaman af því. Hjólastóllinn sveiflaðist fram og aftur, á meðan hann söng textann. Stóllinn var að ná upp krafti – eins og hann væri að reyna að brjótast laus.

Sekúndum síðar var hann aftur heima, í svefnherberginu sínu þar sem brotnir gluggar voru um allt. Blá og rauð ljós púlsuðu á veggunum. Nú við brotna gluggann leit hann út.

"Hann er þarna uppi!" hrópaði fréttamaður.

"EKKI AFTUR!" HRÓPAÐI HANN, nú kominn aftur í málmílátinu. "Fáðu mig héðan út!" Hann sparkaði að vegg geymsluílátsins.

"Au!" hrópaði hann. Þá brosti hann, glaður að finna fæturna aftur og stóð upp. Hann lyfti hnefanum í loftið, "Hver heldurðu að þú sért að koma mér hingað, bara af hverju sem þér sýnist!"

"Bíði, nú er biðtíminn sex mínútur, vinsamlegast setjist áfram."

Ólar strektust út úr veggnum framan við hann, aftan við hann og til beggja hliða. Hann var bundinn fastur á staðnum. Hann barðist til að losna, en leðurólurnar þrengdust aðeins. Fljótlega gat hann aðeins hreyft höfuðið og hálsinn.

PFFT.

"Ah, lavender," sagði hann. Undir honum byrjaði hjólastóllinn hans að skjálfa og titra. "Það verður allt í lagi."

"Eruð þið kúkar of hræddir til að koma niður hingað og mæta mér?"

PFFT.

PFFT.

Hann sofnaði.

HANN SVAF DJÚMSVEFNA þAR til þakið á kornageymslunni rifnaði upp eins og Houston Astrodome. Og eitthvað gleypti ljósið. Hann fann það áður en hann sá það. Það tók ljósið úr heimi hans. Undir honum nötraði hjólastóllinn, þegar hið eitthvað fyrir ofan fór í frjálsan fall.

Það stöðvaðist algjörlega, eins og könguló á enda vefnaðar síns.

Lúsífer?

Satan?

Hann beið, of hræddur til að tala.

"Halló – o – o – o," öskraði vængjaða veran, röddin endurómandi af veggjunum.

Hann óskaði þess svo mikið að hann gæti hulið eyrun.

Veran brosti, sýndi hnífbeittan góm og gaf frá sér ógeðfelldan, hrælyktandi gufuþoku.

Hann kveldist, hóstaði og óskaði þess að hann gæti hulið nefið líka.

Skepnan hló háværum hlátri sem dundraði upp og niður meðal málmfangelsisins eins og það væri að springa poppkorn. Hún beygði sig ennþá nær andliti unglingsins og hvæsdi: "Tala ég ekki tungumálið þitt, herra?"

E-Z svaraði ekki. Hann gat það ekki. Hann fann sig engan veginn hetjulegan. Sú staðreynd að hjólastóllinn hans skalf undir honum styrkti ekki sjálfstraust hans.

"SKILURU MIG EKKI?" öskraði veran og skók málmfangelsið til undirstaða þess. Veran færðist enn nær, "HEYRIRU. MIG. EKKI?"

Hún var eins og talandi ský með höfuð í miðjunni, sem ætlaði að hellast yfir hann með þrumu og eldingum. Hann grafði neglurnar í handleggjasætin og fann í sér kjark til að segja: "Já." Hann rifjaði upp kröfulista sinn í huga sér.

Skepnan öskraði og eldur flaug út úr munni hennar. Sem betur fer fyrir E-Z stígur hiti upp. Skyndilega leið honum mjög illa eftir beikon.

"Mér líkar beikon," játaði skepnan.

E-Z velti fyrir sér hvort hann hefði sagt þetta um beikon upphátt. Þrátt fyrir óhóflega mikinn ótta vissi hann að hann hafði ekki sagt það. Það þýddi eitt: Allir gátu lesið hugsanir hans! Hann rétti sig upp og reyndi að verja sig með því að loka huganum. Hugurinn hlaupið til matar: pönnukökur á Ann's Café, þykkur súkkulaðishaki, smjörkenndur síróup. Hvað sem var til að halda óttanum og kvíðanum niðri. Þetta var pynting; veran gat lesið hugsanir hans og fangelsað hann að eilífu. Var til einhver stéttarfélag ofurhetja sem hann gæti gengið í?

"Bah, ha, ha!" gargaði veran úr hlátri. E-Z óskaði þess svo innilega að hann gæti náð til eyrnanna, en þar sem hann gat það ekki huggaði hann sig við að minnsta kosti hefði það skopskyn. "Af hverju er ég hér?"

Veruðin svaraði ekki strax, svo hann reyndi að ógna því með augnaráði. Það var sérstaklega erfitt að halda augnsambandinu þar sem stóllinn reyndi stöðugt að kasta honum út úr sér. Hann knébenta hnefana og blæddi úr sér.Veruðin hreyfðist með slöngulíkri lipurð, froðukenndur tungu hennar skotinn fram og til baka á meðan hún sleikti hnefana hans E-Z.

"Æsj!" hrópaði hann. "Þetta er svo ógeðslegt!"

"Meira, vinsamlegast!" krafðist veruðin, á meðan blóðið á tungu hennar glitrði eins og regndropar.

E-Z hafði verið hræddur áður, en nú var hann langt umfram hræddan. Frekar steinhræddur – en hann var ofurhetja. Hann þurfti að safna kröftum einhvers staðar að – jafnvel þótt stóllinn væri gagnslaus.

"Ná, ná, ná, ná, ná," söng verkið, á meðan það sveiflaðist nær, svo skellti sér lengra í burtu, og svo aftur nær. Það var að skoppa af veggunum.

Eftir nokkur augnablik settist verkið að. Hann krossaði fæturna í loftinu. Síðan setti hann langa, beinlega fingurinn á kinn þess. Það virtist sem hann vænti sér vinalegs spjalls.

"Hadz og Reiki hafa verið fjarlægðir úr málinu þínu," hvíslaði veran. "Þau tvö voru fífl. Minna en gagnslaus. Ég er nýi leiðbeinandi þinn."

Dökkveran afkrossaði sig. Hún sveiflaði sér fyrir ofan, framkvæmdi hálfgerða kveðju með látum og reis hærra upp í ílátinu.

E-Z hugsaði í nokkrar sekúndur áður en hann svaraði. Þessi tvö veruverur höfðu verið honum trygg. Þær höfðu hjálpað honum og hugsað um hann – og það sem skipti mestu máli, þær drógu ekki úr sér mannblóð.

"M-máum við ræða þetta?" spurði E-Z. Hann reyndi að brosa. Hann vissi ekki hvernig það leit út úr hans sjónarhorni.

"NEI!" sagði veran og ýtti sér nær útganginum.E-Z horfði á það svífa upp. Hjálparvana. Vonlaus.

"Bíddu!" hrópaði hann, veran var hálf inní og hálf út úr ílátinu. "Ég skipa þér að bíða!" sagði E-Z, þegar þakið fór að lokast, og í næsta augnabliki var veran frammi fyrir honum.

"J-Á-A?" spurði það.

"Ég vil tala við yfirmanninn þinn, um að fá Reiki og Hadz aftur. Þeir henta betur í mín, mín tilraunir. Til árangurs tilraunanna."

"Þér l-líkar ekki við mig?" öskraði skrímslið með rödd eins og naglar á töflu.

"Hættu! Vinsamlegast!""Það kemur ekki til greina að koma þessum tveimur fíflum aftur," hluturinn snéri sér um eins og hrekkjóttur í hjóli.

"Hættu þessu! Þú ert að láta mig verða svima! Komdu mér héðan út!"

"Allt í lagi," sagði það, krossaði armpana og blikkaði eins og konan í gömlu sjónvarpsþáttunum I Dream of Jeannie.

Silóið hvarf, á meðan E-Z og hjólastóllinn hans hröpuðu til jarðar.

"Áááá!" hrópaði hann.

Þá hvarf hjólastóllinn hans.

Og á meðan hann hélt áfram að falla, hvæsdi hann hnefana að veru sem var fyrir ofan hann. Hann undirbjó sig fyrir fallið.

"Að svo búnu, ég heiti Eriel."

"Arrrggghhhh!" æpti hann.

Þá var hann aftur kominn í hjólastólinn sinn og hélt í hann af öllu afli. Þeir voru enn að falla.

KAFLI 18

S KELLUR!

Rétt í gegnum þakið á húsinu hans. Hjólastóllinn hneigðist fram og kastaði honum á rúmið. Svo velti hann af á gólfið. Þeir voru báðir ómeiddir. Engin meiri meiðsli.

Yfir honum lokaðist gatið sem þeir höfðu gert.

"Ó, hér ert þú!" sagði Sam. "Umm, velkominn heim."

E-Z hafði ekki einu sinni tekið eftir honum. Hann hafði sofið djúðum sveinum í stólnum í horninu.

Sam teygði úr sér og yawnaði. Hann stökk svo yfir gólfið að krukku með vatni sem beið þar. Hann hellti sér fullum glasi, rétti svo frænda sínum bolla.

"Hvað með það illkvittnislega skrímsli Eriel!" sagði Sam.

E-Z var nærri því að spúa vatninu út.

"Hvern? HVAÐ?"

Sam hélt áfram. "Þessi Eriel er viðbjóðslegasta, ógeðslegasta ofvaxna fljúgandi skepna sem ég myndi nokkurn tíma vona að hitta!" Hann kreppti hnefana. "Ég vona að þú heyrir mig, hvar sem þú ert! Ég er ekki hræddur við þig!"

Kinnbein E-Z var nánast að detta af.

Sam hélt áfram. "Það skrímsli hafði mig inni í málmíláti. Nú skil ég af hverju þú varst að dreyma martröð. Það var virkilega eins og geymsluílát. Hann sagði að ég yrði að afhenda honum forsjá þína, annars myndu skjóta á þig."

"Ó, það," sagði E-Z. "Ég geri ráð fyrir að þú hafir séð allt brotna glerið. Það var krakki, hann reyndi að drepa mig."

"Ég veit allt um það. Ég horfði á allt frá innani silósins. Vissirðu að þar var stór flatskjársjónvarpsskjár? Og gott hljóðkerfi líka."

"Hvað? Ég var rétt áðan þar, og Eriel sagði mér ekkert um þig né um að taka við forsjánni." Hann gekk yfir herbergið, leit upp að loftinu og sagði: "Er þetta próf, Eriel? Ef ég segi eitthvað, ætlarðu þá að taka tilboðið til baka? Gefðu mér merki."

"Við hvern ertu að tala? Eriel er ekki hér. Ef hann væri hér, myndum við finna lyktina af honum úr kílómetra fjarlægð. Nei, við erum einir – þrátt fyrir að ég hafi hótað honum. Ég bjóst ekki við að hann heyrði mig."

"Hann hefur sennilega augu og eyru alls staðar."

"Þeir segja að guð hafi augu og eyru alls staðar. Ef hann nú er til."

"Hvað annað sagði hann þér um mig?"

"Hann sagði mér að þú ættir að deyja með foreldrum þínum. Hann og samstarfsmenn hans björguðu þér – og nú verður þú að ljúka röð prófrauna."

"Það er rétt. Ég sórst til þagnar, svo ég velti fyrir mér hvers vegna hann afhenti þér þessar upplýsingar."

"Í fyrstu reyndi hann að kúga mig, en þú komst út úr þeirri fýlu með krílinu. Hann skildi mig eftir hér í húsinu og ég fann þig hvergi."

"Já, því hann hafði mig í gámnum."

"Hann setti mig inn og út nokkrum sinnum, en ég neitaði að afsala mér forræði þínu. Eftir annað eða þriðja skiptið sagði hann að þú hefðir beðið um að mér yrði sagt allt og..."

"Ég hafði reyndar gert áætlun um að spyrja hann það. Ég sagði honum ekki hvað hún fól í sér – en hann, eins og flestir aðrir undanfarið, getur lesið hugsanir mínar."

"Hvað átt þú við, allir hinir?"

"Æh, áður en Eriel kom, voru tveir englaleikarar sem hétu Hadz og Reiki."

"Ó, hann nefndi tvo fífl. Sagði að þeir hefðu verið niðurlægðir til að vinna í demantnámunum."

"Himnaríkið á námur?"

"Ég efast um að þaðan hafi verið komið – ef slíkt yfirhöfuð er til."

"Er þér sama þó við förum inn í eldhúsið og náum okkur í snarl?" spurði E-Z. Þau gengu eftir ganginum, Sam kveikti á grillinu og undirbjó brauð með osti og smjöri. "Á meðan þú svafst gerði ég rannsóknir á Eriel. Það tók smá grafarkstörf að finna hann, en þegar ég þröngvaði leitina saman fann ég gull." Hann snéri samlokunum við á diska og bar þær fram á borðið.

"Takk, ég get varla beðið eftir að heyra allt um þetta. Má ég bara byrja að borða?"

"Nei, endilega." Sam horfði á frænda sinn taka fjóra bita og þá var samlokan búin. Hann rétti honum sína eigin, enda var hann ekki svangur. "Ég byrjaði leitina á því að slá inn Eriel. Ekkert kom upp. Svo sló ég inn 'arkenglar' og nafnið Uriel var beint efst á síðunni."

"Heldurðu að þetta sé sami aðilinn?" Hann tók annan bita."Það var það sem ég hélt í fyrstu. Síðan fann ég lista yfir æðstu engla og nafnið Radueriel í gyðinglegum goðsögnum. Þegar ég skoðaði lýsinguna á honum stendur að hann gæti skapað lægri engla með einu orði."

"Átt þú við eins og Hadz og Reiki? Bíddu nú við, ef hann skapaði þá, þá er það sennilega ástæðan fyrir því að hann gat sent þá í námurnar."

"Nákvæmlega það sem ég var að hugsa. Svo, ég held að út frá þessum upplýsingum vitum við núna að Eriel, eða Radueriel eins og hann er einnig kallaður, er erkiengill."

E-Z kinkaði kolli.

"Svo hélt ég áfram að grafa og fann þetta: 'Prins sem lítur inn í leynistaði og leyndardóma. Einnig mikill og heilagur engill ljóss og dýrðar.'"

"Vá, hann er algjör harðjaxl!

"Hann getur líka skapað eitthvað úr engu, látið það birtast úr loftinu.""Svo, ég geri ráð fyrir af því að hann geti breytt útliti sínu, auk útlits annarra."

"Það er rétt. Og ég skrifaði niður nokkur orð." Hann ýtti pappírsbútnum yfir borðið. "Segðu þau þó ekki upp hávært. Gerðirðu það, myndirðu kalla hann til þín." Orðin á pappírnum voru:

Rosh-Ah-Or.A.Ra-Du,EE,El.

"Lærðu orðin utanbókar á þessu blaði, ef þú þarft einhvern tíma að kalla hann til þín."

"Hvernig vitum við að þau muni virka?"

"Notaðu þau aðeins ef þú verður að því. Það er ekki þess virði að kalla hann hingað – nema sem síðasta úrræði."

"Samþykkt." Þegar hann endurtók þau sífellt í huga sínum fann hann huggun í því að vita að erkiengillinn væri ekki stöðugt að lesa hugsanir hans."Eriel sagði að ég ætti að hjálpa þér með prófin. Ég giska á að það að bjarga litlu stelpunni hafi verið það fyrsta sem þú þurftir að gera?"

"Hingað til hef ég gert nokkur. Fyrsta, já, litlu stelpuna. Annað, ég bjargaði flugvél frá því að hrapa."

"Vá! Mig langar svo til að vita meira um hvernig þú gerðir það. Mér finnst furðulegt að þú hafir ekki verið í fréttunum."

"Ég var það, en þú hefðir ekki getað séð að það væri ég. Í þriðja sinn stöðvaði ég skotmann á þaki byggingar í miðbænum. Í fjórða sinn, annar skotmaður í verslunarmiðstöð með gísla, og í fimmta sinn, krakkinn úti sem reyndi að drepa mig."

Sam tók upp diskana og bar þá að uppþvottavélinni. "Ég get ekki sagt þér hversu stoltur ég er af þér. Allt þetta hefur verið að gerast og ég hafði engan grun."

"Ég sórst til þagnar. Ef ég segði einhverjum frá, þá myndu þau..."

"Gera allt til að þú sæir foreldra þína aldrei aftur – já, hann sagði mér það. Það hljómar dálítið grunsamlega fyrir mér. Eriel er ekki tilfinningasamur; hann var eins og stór reiðikúla sem beið eftir skotmarki."

"Ég særði tilfinningar hans þegar hann hélt að mér líkaði hann ekki."Sam hæðniskvað. "Ímyndaðu þér þetta, að hafa tilfinningar." Hann stóð upp. "Viltu kaffi?"

"Ég kýs frekar kakó." Hann yaupaði. "Þetta hefur verið mjög langur dagur."

"Við getum rætt þetta meira á morgun, en hvað finnst þér um lokadaginn? Þú hefur lokið fimm prófraunum, á hve mörgum dögum?"

"Þær hafa verið handahófskenndar. Ég veit ekkert um fastan lokadag."

"Eriel sagði mér að þú þurfir að ljúka tólf prófraunum á þrjátíu dögum. Ef þú ert þegar tveimur vikum á eftir áætlun, þá munu þeir þurfa að herða þetta verulega."

"Ég hef aldrei heyrt slíkt áður."

"Hann sagði að ef þú klárar þau ekki tímanlega – munt þú deyja."

"Hvað?"

"Einnig að allir sem þú hefur bjargað muni farast. Sam stoppaði, hugmyndin um að missa hann núna þegar þau voru rétt nýbyrjuð. Líf hans yrði tómt aftur, bara vinna, heim, vinna, heim. E-Z staraði á hann, beið. "Fyrirgefðu, ég var bara að hugsa um hversu mikils þú þýðir mér, kríli. En hann sagði mér eitt annað; hann sagði að þú myndir deyja með foreldrum þínum. Það myndi þýða að allt sem við höfum gert, allur sá tími sem við höfum eytt saman, myndi hverfa. Og ég er ekki að segja að ég gæti eða myndi nokkurn tíma tekið sæti foreldra þinna, en þú skilur hvað ég á við, ekki satt? Ég elska þig, kríli!"

"Ég elska þig líka," sagði E-Z. Hann vildi faðma Sam og Sam vildi faðma hann, hann gat séð það, en samt fjarlægðust þau. Hann tók djúpt andann. "Þetta er hart. Hljómar samt meira eins og Eriel," sagði hann.

"Eitt enn, hann sagði að í hvert sinn sem þú ljúkir prófraun aukist sál þín. Áður en þú verður tólf ára verður hún komin í hámarksgildi. Sálargjaldmiðill sem þú getur notað til að sjá og tala við foreldra þína aftur."

Stóll E-Z skaut sjálfur út af borðinu þegar framhurðin flugu af hengslunum og hann skaut upp í loftið.

"Arrgghhhhh!" öskraði Sam á eftir honum. Hann hélt sér í stólinn og vængi frænda síns eins og villt flugdreka.

"Haltu þig!" sagði E-Z. "Ég held að Eriel sé að kalla."

Og svo flugu þeir áfram.

KAFLI 19

"Hæ, BÍDDU — VIÐ erum að lenda." Hjólastóllinn hans fór að lækka.

"Ég óska þess að ég hefði öryggisbelti!" hrópaði Sam og vafði örmum sínum utan um háls frænda síns.

"Ekki hafa áhyggjur, lendingin verður örugg."

"Ef ég kemst ekki héðan fyrst! Ááá!"

Þegar þeir lækkuðu tók E-Z eftir hring af styttum. Þar sem hann hafði ekkert annað að gera taldi hann þær — þar voru hundrað styttur með eitthvað í miðjunni. Undarlegt, hann hafði komið í miðbæinn margoft, en hann mundi ekki eftir þessum hópi steinsteyptra blokka. Hjólin á stólnum snertu jörðina, en Sam hélt ennþá í af alefli.

"Nú er allt í lagi," sagði E-Z. "Þú mátt opna augun."

Hann gerði það. "Ég ætla að drepa Eriel næst þegar ég sé hann!"

"Sss. Það gæti gerst fyrr en þú heldur." Það sem hann sá í miðju höggmyndanna var Eriel í mannlegu líki, líkamlega eins en ekki eins stór. Enn fremur sat hann í hjólastól sem svifaði eins og töfrastóll.

Hár hans var brúnsvart og féll yfir axlirnar niður að mitti.

Augun voru eins og kol og húðin eins hvít og alabastar. Hakan var hulin stubbi, eins og skuggi klukkan sex um kvöldið, þótt nær væri hádegi. Vörurnar voru mjög rauðar, eins og hann hefði nýlega sett á sig ferskan varalit. Nefið leit út eins og hjá knattspyrnumanni sem hafði brotið það fleiri en einu sinni. Hann var í hvítum stuttermabol, svörtum gallabuxum og Jesús-sandölum á fótunum.

E-Z sneri sér hringinn í kringum sig og leit aftur á hundrað og tíu mennina.

Þeir voru allir klæddir í nútímalegan búning. Flestir þeirra voru í gleraugum og sniðnum jakkafötum. Þá áttaði hann sig á sannleikanum: Eriel hafði breytt hundrað og tíu lifandi, andandi mönnum í styttur.

Og það var ekki allt. Hann áttaði sig á því að þrátt fyrir að þeir væru á atvinnuhverfi heyrðust engin venjuleg hljóð.Á venjulegum degi hefðu bílar í umferðarteppu verið að lúta í lúðann og lykt af útblæstri fyllt loftið.

Þögnin var óhugnanleg, en ferska, tæra loftið fékk hann til að anda dýpra. Það róaði hann. Hann vissi að þetta var kyrrðin fyrir storminn.

Hann leit upp í himininn. Farþegaflugvél svif á lofti. Fuglar hættu að fljúga framhjá. Í bakgrunni héngu skýin kyrrstæð. Þá breyttist allt fyrir ofan hann úr bláu í svart.Hin undarlega þögn rofnaði.

Í stað hennar heyrðust kvala- og kveinhljóð, eins og trjárætur væru dregnar upp úr jörðinni.

Loftið þyknaði og umluktaði hálsa þeirra, stal andardrættinum.

Og neðan við fætur þeirra hóf jörðin að skjálfa. Hún sprakk. Jarðskjálfti. Rífandi. Mölvandi.

Og sólin og tunglið og stjörnurnar skínu saman, en aðeins í eina stund. Þá sprungu þau og molnuðu í milljón mola.

"Af hverju breyttirðu fólkinu í styttur? Og af hverju ertu að reyna að eyðileggja heiminn?" spurði E-Z. "Og af hverju flýtur þú þarna uppi í hjólastól?"

"Ó nei," hrópaði Sam og veifði hnefum sínum í loftinu.

Eriel hló. "Tíminn er kominn fyrir þig til að koma, lærisveinn. Hvernig þorir þú að tala við mig, spyrja mig spurninga. Ég er sá mesti og máttugasti, en ég er raunverulegur, ekki falskur eins og galdramaðurinn í Oz. Þú ert aðeins til vegna þess að ég ákvað að bjarga þér."

"Þegar Ophaniel talaði við mig í Englahasarnum nefndi hún þig ekki einu sinni."

Eriel hló og benti beini fingri niður á nefið á E-Z. "Mál þitt var fært til mín eftir að þessir tveir fífl, Hadz og Reiki, misstu af verkefni sínu."

"Snertu mig ekki!" Fingurinn dróst til baka.

"Ég spyr þig aftur, hvað ertu að gera hér, á mínu yfirráðasvæði, og af hverju ertu í hjólastól?"

"Allt verður útskýrt," sagði Eriel.

Hann lyfti fótunum og brosti til þeirra. "Ég elska þessa skó, þeir eru mjög þægilegir."

"Þetta eru ekki skór, þetta eru sandalar," sagði Sam og nálgaðist svifstólinn.

"Bíddu, frændi Sam, standu aftan við mig."

Eriel kastaði höfðinu aftur og hló. "'Sannleikurinn er hundur sem þarf að vera keðjaður' — það er tilvitnun úr Shakespeare, sem þýðir að þú þarft að þjálfa frænda þinn."

"Þú!" hrópaði Sam og lyfti hnefanum upp í loftið. "Það er erfitt að sigra mann sem gefst aldrei upp" — það er tilvitnun í Babe Ruth, einn frægasta hafnaboltaleikmann allra tíma. Stóll E-Z lyftist af jörðinni og flaug nær Erieli.

"Hafnabolti er leikur jafnvægis," sagði Eriel. "Þetta er tilvitnun í höfundinn Stephen King."

Hann hikstaði, brosti svo breitt að kinnarnar voru nánast að springa, á meðan stóll E-Z féll eins og hann væri úr blýi. "Úps," sagði Eriel og hló hátt.

Það tók hann ekki langan tíma að ná aftur stjórn á stólnum sínum, og hann reis eins og lyfta. Hann reyndi að stjórna vængjunum sínum, en það var of seint, og hann snerist hring eftir hring eins og snúningsleikfang.

"Aaa!!!"

"Leiktu þér frekar við einhvern sem er nær þér að aldri!" hrópaði Sam.

Blóð rann niður andlit hans, og Ariel setti frænda E-Z aftur í sætið sitt.

"Nei!" hrópaði E-Z á meðan hann hélt áfram að snúast. Þegar hann stöðvaðist alveg, á hvolfi, gat hann ekki ruglað saman því sem hann sá fyrir neðan sig.

Frændi Sam var nú orðinn einn af styttunum í hringnum: þar stóðu hundrað og ellefu menn. Honum var svima, en tilvitnun poppaði upp í huga hans, og þar sem það var allt sem hann hafði, hrópaði hann af öllu afli: "Það er ekki búið fyrr en það er búið!"

POP.

POP.

Hadz sat á öxlum eins drengsins, og Reiki á öxlum annars.

"Þetta er tilvitnun í Yogi Berra, og hún er bæði mín og frænda míns!"

Hann hélt nú í höndunum á stærsta kylfu heims, eftirlíkingu af 54 aura kylfu Babe Ruth, og hún glitraði af demantsdufti.

Hann vissi ekki hversu þung kylfan var þegar hann sveiflaði henni að Eriel í hjólastólnum og sendi hana fljúgandi um loftið. Hann söng: "Kveittu manninn á tunglinu þegar þú sérð hann!"

Frá fjarlægð heyrðist rödd Eriels enduróma: "Réttarhöldin eru búin!"

Hadz og Reiki klöppuðu. Svo gerðu það líka 110 manns sem höfðu snúið aftur til mannlegrar myndar, þar á meðal frændi Sam.

"Auðvitað veistu að hann kemur aftur," sagði Hadz. "Og hann verður mjög reiður!"

"Takk fyrir hjálpina!" sagði E-Z, á meðan hann og Sam flugu heim.

Reiki og Hadz eyddu minningum 110 manns, sneru svo aftur til vinnu í námunum, í þeirri von að enginn hefði tekið eftir því að þeir hefðu uppgötvað hvernig átti að flýja.

Ariel hélt áfram að reika um marklaus, og smíðaði hefniplan.

Epilógur

E FTIR NOKKRA ANNASAMA DAGA fékk E-Z loksins góðan nætursvefn. Hann dreymdi um að spila hafnabolta og daginn eftir komu Arden og PJ til að taka hann með í leik. "Mér langar ekki til að spila í dag, en ég kem samt til að styðja strákana," sagði hann.

"Auðvelt," svöruðu vinir hans.

Þegar þeir komu E-Z inn á völlinn þrýstu þeir á hann að spila. Þeir þurftu á honum að halda sem gripara, og hann samþykkti. Þegar hann kom fyrst til slags vildi hann slá sjálfur. Hann tók upp uppáhalds sláarann sinn og keyrði sig að sláborðinu. Fyrsta kastið var hátt og hann missti af því. Sláarsvæðið hans var mjög þröngt þar sem hann sat í hjólastólnum.

"Strike eitt," kallaði dómari.

E-Z keyrði sig frá sláborðinu. Hann tók nokkur æfingahögg til viðbótar og keyrði svo aftur að sláborðinu. Næstu sendingu náði hann í, en boltinn fór út í foul.

"Strike tvö," kallaði dómari.

"Enginn slámaður, enginn slámaður," hvæskuðu strákarnir á vellinum.

Kastari kastaði sveigkúlu og E-Z beygði sig í móti kúlunni og náði í hana. Hún flaug út af vellinum. Yfir girðinguna. Út úr garðinum.

"Taktu basana," sagði dómari. "Þú átt það skilið, krakki.

"E-Z hjólaði sjálfan sig um basana og hélt stólnum niðri svo hann tæki ekki flugið. Þegar stóll hans skall í heimavöllinn söfnuðust liðsfélagar hans kringum hann og fagnaðu. Hann naut þess á meðan það entist.

Þangað til hann lenti aftur inni í málmílátinu – að þessu sinni vafinn upp í kúlu – og hann var stólslaus. Eins og nýfæddur ungbarn andaði hann djúpt því það var allt sem hann gat gert. Bíddu. Ungabörn gátu snúið sér við. Allt sem hann þurfti að gera var að einbeita sér, að einbeita huganum.

Já, hann gerði það. Eina vandamálið var að hann var ekki neitt betur settur. Hann var ennþá rúllaður upp í kúlu, í myrkrinu. Innilokaður í rými án ljóss eða tækifæris til að hreyfa sig neitt. Reyndar var lögun málmkassans öðruvísi að þessu sinni. Hann var mjór á öðrum endanum, í laginu eins og kúla.

Þetta vissi hann en það hjálpaði engu, kvíði hans og þröngshyggja tóku sig upp. Hann velti fyrir sér hversu lengi hann gæti haldið áfram að anda í þessu þrönga rými. Ekki lengi. Loftið myndi klárast fljótt og hann myndi deyja. Hann andaði djúpt að sér, reyndi að halda kvíðanum niðri.

Eitt var víst: Eriel myndi engan veginn komast í þessa græju með honum. Nema hann sprengdi veggina víða op – sem væri kannski ekki svo slæm hugmynd.

E-Z bankaði á veggina og loftið. Hann hrópaði. Gaus. Hann mundi eftir símanum sínum. Gæti hann náð til hans? Hann var ekki þar. Hann hafði sett hann í íþróttatösku sína til að fara eftir reglunni um að ekki væri leyfilegt að nota síma á vellinum.

Framan úr gámnum heyrðust ógnvekjandi hljóð. Klór. Rottur? Nei, ekki rottur. Hann gat tekist á við margt, en ekki rottur. "Látið mig út!" hrópaði hann.

Vél fór að ganga. Eldri farartæki, eins og vörubíll. Gólfið undir honum byrjaði að skjálfa og gnissla þegar kúlunni var rennt áfram og hún skoppaði um.Að utan var gámurinn að skella í veggina. Inni var hann í svo þröngu rými að ekki var mikið pláss til hreyfingar. Það var einn kosturinn við að vera fastur í kúlu.

Ökutækið rakst á eitthvað og höfuð E-Z skall í lokið á hlutnum. Hann hrópaði upp úr sér, en hljóðið dofnaði. Járngámurinn hreyfðist aftur, til hliðar. Hann rakst á eitthvað, sneri svo aftur á upphaflega stöðu sína. Auli hans verkjaði eftir árekstrinn.E-Z velti fyrir sér hvort þetta væri verkefni frá Eriel en komst að þeirri niðurstöðu að svo gæti ekki verið. Hann fór að draga þá ályktun að hann hefði verið numinn á brott og væri haldinn í gíslingu. En af hverju núna?

"Hæ!" hrópaði hann þegar málmhluturinn velti um sig og lenti á sléttu botni – þar sem rassinn hans var. Nú dreifðist þyngdaraflið jöfnum höndum. Honum var þægilegt. Eða eins þægilegt og hann gat verið undir þessum kringumstæðum. Því hélt hann kyrru lagi þar til farartækið stöðvaðist alveg og hann velti fram og aftur.

Hann tók djúpt andann, róaði sig og sagði orðin upp hávært,

"Roch-Ah-Or, A, Ra-Du, EE, El."

Á meðan hann beið spurði hann: "Hvar ertu, Eriel? Roch-Ah-Or, A, Ra-Du, EE, El?"

"Kallaðir þú á mig?" sagði Eriel. Rödd hans var skýr og tær, en hann sást ekki.

"Já, Eriel, ég held að ég hafi verið numinn á brott. Ég er í gám. Geturðu hjálpað mér?"

"Ég veit hvar þú ert alltaf," sagði Eriel. "Spurningin sem þú ættir að spyrja er HVORT ÉG muni hjálpa þér."

"Ég vissi ekki að þú værir að fylgjast með mér allan sólarhringinn!" hrópaði E-Z, sem varð æ reiðari með hverri sekúndu sem leið. Hann tók nokkur djúp andköf og róaði sig. Hann þurfti á hjálp Eriels að halda, og erkiengillinn ætlaði honum engan auðveldan leik. "Ég sé ekki ökumann þessa farartækis og ég get ekki breitt út vængina mína. Og hvar er stóllinn minn?

Ég er að klárast af lofti hér inni. Ef þú vilt að ég ljúki þessum prófraunum fyrir þig, þá ættirðu frekar að koma mér héðan út og fljótt."

"Fyrst móðgar þú mig með því að efast um hvort ég sé engill eða ekki, og svo biðurðu mig um hjálp. Menn eru sannarlega mjög óstöðug veru."

"Ég veit. Mér þykir það leitt. Vinsamlegast hjálpaðu mér."

"Hefurðu hugleitt," benti Eriel á, "að þetta SÉ prófraun? Eitthvað sem þú verður að yfirstíga sjálfur?"

"Ertu að segja mér að þetta sé örugglega prófraun?"

"Ég er ekki að segja að svo sé. Og ég er ekki að segja að svo sé ekki," sagði Eriel og hló hæðnislega.E-Z var brjálaður. Hann saknaði Hadz og Reiki svo mikið.

"Svo sorglegt að þú sért enn að hugsa um þessa tvo fífl. Nú E-Z, ef þetta væri prófraun, hvernig myndir þú komast út úr henni?"

"Í fyrsta lagi stóðu þeir fyrir mér þegar þú varst næstum því að drepa jörðina. Í öðru lagi getur þetta ekki verið prófraun því það er enginn sem ég get hjálpað."

Eriel hló. "Telurðu þig engan vera?" Eriel þagði. "Í dag ertu að bjarga þér sjálfum og engum öðrum. Notaðu þau tæki sem þú hefur til umráða." Hann hikstaði og hló aftur. "Hugsaðu út fyrir málmílátinn." Hlátur hans var svo hávær inni í málmílátnum að það særði E-Z í eyrun. Hann hylldi þau. Þá heyrði hann Eriel ekki lengur.

E-Z lokaði augunum og einbeitti sér. Hann ákvað að kreista hnefana og reyna að ýta veggunum í sundur. Sama hversu hart hann reyndi, gáfu veggirnir sig ekki. Áætlun B var að kalla á stólinn sinn, sem hann gerði. Hann ímyndaði sér að hann væri ekki langt í burtu. Svifandi yfir, bíðandi eftir að E-Z kallaði hann fram? Hann var svo upptekinn af því að kalla á stólinn sinn að hann tók ekki eftir að einhver var að ganga úti. Skref á malbiki.

Einn maður, stígvélin dynjandi. Maðurinn gekk um bílinn, að aftanverðu. Lækur var settur í. Hurðin rúllaði upp.

"Hann hefur verið að rúlla um hérna," sagði maðurinn.

Hlátur. Ekki hlátur Eriels. Hlátur annars manns.

Síðan öskur.

Síðan fleiri öskur.

Síðan hlaup. Að flýja.

Fleiri öskur.

Síðan hreyfing. Gámurinn hreyfðist. Lyftur upp í hjólastólinn sinn.

Síðan upp, hærra og hærra. Burt á öruggan stað.

"Takk," sagði E-Z við stólinn sinn. "Farðu nú með mig heim til frænda Sam."

E-Z vissi að frændi Sam gæti komið sér út úr gámnum. Hann myndi þurfa risastóran dósnoppara, en ef einn slíkur væri til, myndi frændi Sam finna hann.

Hjólastóllinn hans skall hins vegar af stað í gagnstæða átt.

Bók 2:

Þrír

KAFLI 1

L ANGT, LANGT Í BURTU frá því þar sem E-Z Dickens bjó, dansaði lítil stelpa. Tíminn hennar í ballett var í litlu stúdíói í miðborgarhverfi Hollands.

Hún var fallegt barn, með gyllt hár og röðu af ljósblettum sem lá þvert yfir nefið og kinnarnar. Mest eftirminnilegu einkenni hennar voru brúngrænu augun. Liturinn var nákvæmlega eins og hjá ömmu hennar. Draumur hennar var að verða ein daginn frægasta ballettdanskonan í Hollandi.

Pinku tutu-ið hennar var úr túli. Það var netkennt, létt efni sem fatahönnuðir notuðu fyrir atvinnudansara. Tutu-ið hennar hafði verið hannað og saumað fyrir hana af barnfóstrunni hennar. Búningurinn – listaverk út í sjálfu sér – svo mikið að hvert barn í bekknum vildi eiga einn slíkan.

Hannah, barnfóstran hjá Lia, fékk margar beiðnir frá öðrum foreldrum um að sauma dætrum þeirra svipaðan tutu. Hún sagði börnunum, foreldrum þeirra, kennurum og mörgum öðrum afdráttarlaust að hún hefði ekki tíma til að taka að sér aukavinnu. Þó hefði hún vel getað notað peninginn.

Allt sem Hannah gerði, gerði hún af því að hún elskaði verndarbarnið sitt, Liju. Liju, sem hún kallaði "kleintje", sem þýðir litla krílið.

Þegar balletttíminn var næstum búinn pakkaði Lia skónum sínum í veskið. Hún nuddaði verkjandi fæturna.

Allir ballettdansarar – jafnvel sjö ára gamlar stúlkur eins og Lia – þurftu að æfa sig í að minnsta kosti tuttugu klukkustundir í viku.Þessi aukavinna, ofan á fulla skóladagskrá, krafðist aga og skuldbindingar. Öllum börnum sem gátu ekki fylgt með var fljótt vísað úr. Sama hversu mikið foreldrar þeirra buðu að borga til að halda þeim í náminu.

Lia vonaðist til að hitta fyrirmynd sína, Igone de Jongh, frægustu ballettdanskonu Hollands allra tíma, einhvern daginn. Frá því að fyrirmyndin hennar hætti, horfði Lia á sýningar hennar í sjónvarpinu.Hannah passaði Lia á virkum dögum. Móðir Lia, Samantha, ferðaðist vegna vinnu yfir vikuna.

Fyrir utan dansstúdíóið settust Hannah og Lia inn í Volkswagen Golfinn. Þær yrðu fljótlega komnar heim.

"Ertu með heimavinnu?" spurði Hannah.

Lia kinkaði kolli.

"Goed," sem þýðir gott. "Farðu og byrjaðu á meðan ég undirbý kvöldmatinn," sagði Hannah.

"Oke," sem þýðir allt í lagi, svaraði Lia.Lia fór strax inn á herbergið sitt, hengdi upp ballettbúninginn sinn og settist svo við skrifborðið til að vinna.

Í skólanum voru þau að læra um goðsögnina um Galdratréð. Verkefni þeirra var að teikna tréð og búa til eitthvað töfrandi í kringum það. Hún ætlaði að teikna útlínur með kriddu. Síðan nota pípuhreinsara fyrir rætur og glimmer á laufin sem töfrahlut.

Þó að hún hefði náttúrulegan hæfileika fyrir list fannst henni ekki gaman að skapa. Hún hafði þó helst áhuga á dansi. Hún kvartaði ekki né hunsaði verkefni sem henni líkaði ekki sérstaklega vel. Það var ekki í eðli hennar að vera óhlýðin eða truflandi.

Þó að Lia bjó í Zumbert í Hollandi sótti hún alþjóðaskóla. Enska hennar var framúrskarandi. Zumbert sjálft var heimsþekkt sem fæðingarstaður Vincents van Goghs. Lia vissi allt um van Gogh þar sem sama blóðið rann í æðum þeirra.

Eftir að hafa lokið heimalærunum sínum opnaði hún tölvuna sína. Hún kveikti á henni og spilaði leik. Að komast á næsta stig myndi aðeins taka nokkrar augnablikar. Hannah myndi brátt kalla hana niður í kvöldmatinn (avondeten).

Enginn þyrfti nokkurn tíma að komast að þessu, sagði lítill rödd í huga hennar. Lia hlustaði á röddina, en til að vera viss um að enginn kæmist að þessu, lokaði hún hurðinni inn í svefnherbergið sitt.

Þegar fingurnir smelltu á lyklaborðinu slokknaði ljósaperan fyrir ofan skrifborðið með smell. Hún lokaði fartölvunni og opnaði hurðina aftur. Hún leit niður ganginn að staðnum þar sem varasöluljósaperur voru geymdar. Fóstran geymdi birgðir í fataskápnum efst í stiganum. Allt sem Lia þurfti að gera var að flýta sér út, sækja eina, koma aftur og skipta um ljósaperu sjálf. Þá myndi hún fá meiri tíma til að spila leikinn sinn.

Aftur í herberginu sínu kannaði hún ástandið. Hún þurfti að standa á skrifborðsstólnum sínum – sem var á hjólum.

Hún myndi ýta honum fast upp að rúminu til að festa hann. Já, það myndi ganga.

Eftir að hafa fest stólinn undir ljósakrónuna klifraði hún upp á hann. Hún hélt nýja ljósaperunni undir hökunni og skrúfaði hina gömlu laus. Brennsluljósaperuna kastaði hún á rúmið. Hún tók hina peruna úr hálslauginni og skrúfaði hana á.

KRÖK!

Nýja perlan sprakk.

Glerbrot, að mestu leyti örsmá, spúðust út úr henni. Í andlit og augu litlu stelpunnar.

Lia öskraði ekki strax, því blátt ljós fyllti herbergið og stöðvaði tímann. Ljósið umkringdi hana á meðan það hækkaði og komst á hæð við andlit hennar.

SVÍS!

Litla englaveru birtist sem skoðaði augu litlu stelpunnar. Þegar hún komst að þeirri niðurstöðu að þau væru ónýtt sagði hún hljóðlega: "Viltu verða ein af þremur?"

"Já," sagði Lia, sem þýðir já, á meðan tíminn stöðvaðist.

Engillinn, sem hét Haniel, kom. Hún söng Lia róandi vögguvísu á meðan hún fjarlægði glerið.

Á ensku voru textalínurnar svona:

"Dapurleg og sorgmædd lítil stelpa settist niður

Við árbakkann.

Stúlkan grét af sorg

Því báðir foreldrar hennar voru dánir."

Á hollensku voru textalínurnar:

"Asn d'oever van de snelle vliet

Eeen treurig meisje zat.

Het meisje huilde van verdriet

Omdat zij geen ouders meer had."

Sem betur fer var litla Lia sofandi og gat því ekki hræðst við orðin í vögguvísunni.

Þegar Haniel hafði lokið við að meðhöndla verstu sár Lia, setti hún hendur sínar á mjaðmirnar og hætti að syngja. Verkið var næstum því lokið; allt sem hún þurfti nú að gera var að leggja grunninn að nýjum augum verndarbarns síns.

Litlu hendur Lia voru rúllaðar upp í klessur. Þéttir litlir hnefar. Haniel lét vængina sína varlega strjúka lokuðu fingurna og lokkaði þá til að opnast.Þegar lófar Liju voru orðnir opnir, teiknaði engillinn Haniel með vísifingri sínum útlínur auga á báða lófa. Á fingrarnir teiknaði hún eina einustu línu á hvern, sem lá frá lófanum upp að enda fingranna. Þegar verki hennar var lokið, kysti engillinn Haniel Liju varlega á ennið, og svo með

SVÍS!

þegar hún hvarf.

Tíminn hóf aftur för og hugrakka litla Lia öskraði enn ekki. Áfall gerir það við líkamann sem varnarviðbragð og með því að stöðva tímann stöðvaðist einnig sársaukinn. Þegar Lia loks hóf að öskra gat hún ekki hætt. Ekki þegar sjúkrabíllinn kom. Eða þegar hún var borin út á burðarbretti inn í ökutækið með sírenu sem tók þátt í kór öskrunar hennar. Eða þegar hún var keyrð inn á sjúkrahúsið á sjúkrabúri.

Ekki þegar þeir beindu stórum ljósum í andlit hennar, sem hún gat fundið en ekki séð.

Hún hætti að öskra þegar þeir svæfðu hana. Síðan notuðu þeir nýjustu tækni til að fjarlægja eftirliggjandi glerbrot. Hins vegar hafði hvert einasta glerbrot þegar verið fjarlægt. Skurðlæknarnir héldu áfram, plástruðu augun á henni og færðu hana síðan á herbergis hennar til að jafna sig.

Eftir aðgerðina kom móðir Lía, Samantha. Hún hafði tekið nóttargjöflugan flug frá London. Hún hitti skurðlækninn á meðan dóttir hennar svaf áfram.

"Mér þykir það leitt, en hún mun aldrei sjá aftur," sagði hann.

Móðir Lía þröngvaði hnefann í munninn til að bæla niður þrána til að æsa sig.Læknirinn sagði: "Hún getur lært blindraletur og sótt skóla fyrir sjónskerta. Hún er á frábærum aldri til að læra og mun gleypa þekkingu. Á skömmum tíma mun tákna mál verða henni eins eðlilegt og annað."

"En dóttir mín vill verða ballettdansari. Hefurðu nokkurn tíma séð eða heyrt um blindan atvinnudansara?"

"Alicia Alonso var hálfblind. Hún lét það ekki hindra sig."

Móðir Liju klappaði á hönd sofandi dóttur sinnar. "Takk, ég mun finna upplýsingar um hana á netinu. Sjö ára barn er alltof ungt til að þurfa að gefast upp á draumi sínum."

"Ég er sammála. Nú skaltu fá þér smá hvíld líka. Lia ætti að vakna brátt og hún mun þurfa að þú sért sterk fyrir hennar hönd. Þegar þú segir henni frá. Ef þú vilt að ég sé hér líka, láttu mig vita."

"Takk, læknir, ég mun reyna að takast á við þetta sjálf fyrst."

Þegar hurðin lokaðist snerti móðir Líasar á sárunum á andliti dóttur sinnar. Merkin sem eftir voru minntu á reiðar regndropur. Síðan horfði hún á barnfóstru Líasar, Hannah, sem var sofandi. Þegar hún gekk framhjá henni til að sækja vatn sparkaði hún óvart en samt viljandi í vinstra skóinn hennar til að vekja hana. "Úti!" sagði hún, á meðan Hannah gapti.

Nú í ganginum lét móðir Lía, Samantha, tilfinningar sínar ráða ríkjum án þess að hemja sig. "Hvernig gætirðu látið þetta gerast fyrir litlu barnið mitt? Hvernig gætirðu það!? Annan hvern var ég í viðskiptafundi – næsta augnablik þurfti ég að stytta viðskiptaferðina mína og ná fyrsta flugi út úr London! Hvað gerðist? Hvernig kom þetta fyrir?"

"Við vorum nýkomnar úr balletttíma. Ég var að undirbúa kvöldmatinn og Lia var að klára heimavinnuna sína. Peran hlýtur að hafa brunnið út. Hún náði í aðra úr fataskápnum í ganginum og reyndi að skipta um hana sjálf og þá sprakk hún. Þegar hún öskraði var ég komin á staðinn á innan við sekúndum og sjúkrabíllinn kom fljótlega á eftir. Ég hef verið að biðja til þess að augun hennar verði í lagi, að henni líði vel."

"Þú biður í svefninum þá, er það ekki?" spurði Samantha, án þess að bíða eftir svari. "Læknarnir segja að hún muni aldrei sjá aftur," sagði Samantha með illkvittni í röddinni.

Á MEÐAN VAR LIA í draumi, fljúgandi með engli. Hún lagði handleggina utan um háls hans og kúraði að brjósti hans. Hreyfing hjólastólsins í loftinu gyllti og huggaði hana.

Þá snerist hugur hennar og hún horfði niður á málmíláti úr hæðum. Ílátinu sat á sætinu á hjólastól með vængi. Það var flutt á stað sem hún vissi ekki.

Hún rétti upp hægri höndina og síðan vinstri og sá þá að engill/drengur var fanginn inni í henni. Hann hafði gott andlit, með augu bláari en himinninn, með gulllitaplustum sem létu þau glitra þrátt fyrir að hann væri í myrkrinu. Hár hans var að mestu ljóst, nema aðeins gránið við hvirflarnar. En það skrítnasta var svört rönd niður miðjuna. Það lét drenginn virðast eldri.

Englahálfdruslan í ílátinu sem sat á sæti hjólastólsins flaug nær litlu stúlkunni í draumi hennar. Hún snerti ílátið og þegar hún gerði það gat hún fundið og heyrt hjartslátt englahálfdruslunnar innan í því. Ekki nóg með það, heldur gat hún einnig lesið hugsanir hans og tilfinningar.

Lia vaknaði og hrópaði: "Mamma! Hannah! Komið fljótt!"

"Ég er hér, elskan mín," sagði móðir hennar og gekk aftur að rúmi dóttur sinnar.

Hannah þurrkaði sér um augun og kom aftur inn í herbergið.

"Það er enginn tími fyrir þig til að kenna Hannah um. Þetta var slys. Að auki vantar hjálp okkar. Fáðu mér pappír og blýanta – NÚNA."

"Hún er ringluð!" hrópaði Samantha. Hún kíkti á enni dóttur sinnar til að athuga hvort hún væri með hita. Það virtist vera í lagi.

Hannah náði í þá hluti sem óskað hafði verið eftir úr tösku sinni og lagði þá í hendur Lia.

Án hika hóf Lia að teikna. Hún skar í pappírinn, eins og innblásinn listamaður. Samantha og Hannah horfðu á með forvitni.

Fyrsta myndin sem hún teiknaði var af dreng inni í málmíláti í lögun kúlulaga skots. Ílátinu var komið fyrir í sætinu á hjólastól og hjólastóllinn hafði vængi. Englavængi. Lia sneri blaðinu við og teiknaði aðra mynd af dreng/engli að innan úr öllum sjónarhornum. Frá öllum hliðum. Eftir fyrstu myndina teiknaði hún margar aðrar á ofsafengnum hraða og kastaði þeim síðan upp í loftið.

Myndirnar, eins og þær hefðu festst í vindi – dönsuðu um herbergið, svifu upp, niður og um allt. Eins og þær væru undir töfrum. Ein myndin elti barnfóstruna, svo hún hljóp út úr herberginu öskrandi.

Lia kreisti hnefa sína fast og muldraði svo nokkur óskiljanleg orð.

"Ætti ég að hringja í lækninn?" spurði hysterísk móðir hennar. "Barnið mitt, ó nei, fátæka barnið mitt!"

Hannah sneri aftur, skjálfandi, og horfði á meðan Lia sofnaði aftur.Konurnar tvær sátu við rúm barnsins. Þær horfðu á hana sofa rólega þar til þær sofnuðu sjálfar.

Lia gat ekki séð með þeim hnetu-lituðu augum sem hún hafði fæðst með. Þau höfðu verið skipt út fyrir augu á lófunum.

Nýju lófauugu hennar innihéldu alla venjulega hluta auga. Eins og ljósopsgatið, regnbogahimnuna, hvítu augasteinann, hornhimnuna og táragöngin. Hvert lófsauga hafði augnlok. Efri brúnin hófst þar sem fingurnir enduðu og neðri brúnin endaði þar sem úlnliðinn hófst.

Varðandi augnhárin, þá var hárlínan húðflúrð á hvern fingur, frá efri brún augnloksins að nöglinni, eins og á þumalfingurinn.

Sem var vel, því engin ung stúlka myndi vilja hafa hár vaxandi á fingrunum.

Sérstaklega ekki litla stelpa eins og Lia, sem vonaðist til að verða ein daginn fræg ballettdanskona.

KAFLI 2

Þ EGAR HÚN VAKNAÐI KLÁÐA ðu lófirnir á henni mikið.
Reyndar kláðaðu þeir meira en nokkru sinni fyrr. Það
minnti hana á eitthvað sem amma hennar hafði einu sinni
sagt. Amma sagði að þegar hægri höndin kláðaði þýddi það
að þú myndir fá peninga, og mikið af þeim. Ef vinstri höndin
kláðaði þýddi það að þú myndir tapa peningum.

Hún hafði aldrei sagt til um hvað myndi gerast ef báðar
lófarnir kláðaðu í einu.

Ljósblossi af engladrengnum sem var fanginn í ílátinu dró
hana aftur til raunveruleikans. Hún opnaði lófana, tilbúin
að klóra sér. Í staðinn varð hún hissa þegar hún sá sjálfa
sig endurspeglast í þeim. Hún brosti, eins og hún væri að
pósa fyrir sjálmynd.

Enn ekki alveg viss um hvort hún væri að dreyma,
sneri hún báðum lófum frá sér. Hún ætlaði sér að skoða
herbergið í víðu samhengi.

Það var skreytt eins og hún væri að synda inni í fiskabúr.
Klownfiskar og gullfiskar voru uppteknir við að elta halana
á hvor öðrum. Hún hélt áfram að færa hendurnar um
herbergið þar til hún fann Hannah. Síðan fann hún móður
sína. Hún hrópaði af gleði.

Móðir Lia, Samantha, stökk upp, eins og Hannah.

"Hvað er það, elskan?"

"Mamma? Ég sé þig."

"Auðvitað geturðu það, elskan mín."

"Trúirðu mér?"

"Já, auðvitað trúi ég þér. En segðu mér eitt, af hverju teiknaðirðu hjólastól með vængi áðan? Hjólastólar hafa ekki vængi."

Hún sér ekki nýju augun mín, hugsaði Lia. "Ég elska þig, mamma, en sumir hjólastólar hafa vængi og sumir englar fljúga í hjólastólum með vængi."

"Ég elska þig líka, elskan," svaraði hún. "Hvaða dreng/engil? Draumtú?"

"Það er drengur sem er engill," sagði Lia.

"Drengur/engill? Hvar, elskan?"

Lia opnaði lófa sína og hugsaði um engildrenginn. Hún hugsaði svo fast að hún gat séð hann, heyrt hann og fundið nærveru hans í huga sínum. "Englahlaupinn er að koma hingað til að hitta mig," sagði hún.

"Hér elsku?" spurði móðir hennar og leit til barnfóstrunnar, sem hnippti öxlum.

"Já, englahlaupinn þarf á hjálp minni að halda. Hann er að koma til að hitta mig alla leið frá Norður-Ameríku."

"Þegar þú málaðir myndirnar," spurði Hanna, "varstu að teikna eftir minningu um englahlaupinn?"

"Eða úr draumi?" spurði móðir hennar.

"Það byrjaði sem draumur, en nú get ég séð hann þegar ég er vakandi líka."

"Ef þú getur séð mig, elskan, hvað er ég í?"

"Ég get séð þig, mamma, ekki með gömlu augunum mínum. Heldur með nýju. Þú ert í rauðum kjól, með perlum um hálsinn."

Eldri sjúklingur sem gekk framhjá herberginu hennar stöðvaðist þegar hann sá barn sem hélt lófunum opnum fyrir framan sig. Þetta er hún, hugsaði hann, og hann þurfti ekki að bíða lengi til að sannreyna það. Því Lia, sem skynjaði nærveru annars manns, sneri vinstri lófanum í átt að hurðinni. Gamli maðurinn sá lófann blikka og hvarf síðan úr sjónmáli hennar. "Hún er að giska," sagði Hannah og beindi athygli Liju frá hurðinni.

Fjellhjúkrunarfræðingur kom og Lia, sem hafði aldrei séð hana áður, sagði: "Halló, hjúkrunarfræðingur Vinke."

"Höfum við hist áður?" spurði hjúkrunarfræðingur Heidi Vinke.

Lia glotti. "Nei, en ég get lesið nafnspjaldið þitt."

"Hún segir að hún sjái, með nýju augunum sínum," sagði móðir Liju.

"Jæja, jæja," svaraði hjúkrunarfræðingur Vinke og sinnti móðurinni í stað litlu stúlkunnar. Stúlkan lét það ekkert á sig kreista þegar hjúkrunarfræðingur Vinke leiddi móður hennar út til að tala við hana í einkasamtali.

"Það er eðlilegt að dóttir þín noti ímyndunaraflið undir þessum kringumstæðum, hún hefur misst sjónina. Hún er glaðlynd litla stelpa, þótt hræðilegt hafi gerst henni."

Samantha kinkaði kolli og þær tvær sneru aftur til Liju.

"Þú hlýtur að vera þreytt, barn," sagði hjúkrunarfræðingur Vinke og tók púls litlu stelpunnar.

"Ég er það ekki," sagði Lia. "Ég var rétt að vakna og ég vil ekki sofna aftur. Ef ég sofna núna gæti ég misst af honum."

"Missa hverjum?" spurði Vinke og lagði litlu stelpuna til hvílu.

"Jú, drengnum/englinum," sagði Lia. " Hann er að nálgast núna. Næstum kominn - og hann þarf á hjálp minni að halda. Ég get varla beðið eftir að hitta hann. Hann hefur ferðast langa, langa leið, bara til að sjá mig."

"Þarna, þarna, barnið mitt," hvíslaði Vinke. Hún stakk nál fullri af svefnlyfi í handlegg Lia.

Lia mótmælti, en sofnaði svo samstundis.

"Nátt, nátt, elskan mín," hvíslaði móðir hennar.

E LDRI MAÐURINN SNERI AFTUR inn á herbergið sitt og tók upp símann. Hann bað um línu út á borgina.

"Hún er hér," hvíslaði hann í símann. "

Ég sá hana með eigin augum – hér rétt í spítalanum, niðri ganginn frá herberginu mínu.

"Það var þögn, og svo heyrðist smellur hinum megin í línunni. Gamli maðurinn fór í rúmið. Hann kveikti á sjónvarpinu með fjarstýringunni.

Uppáhaldsþátturinn hans: Now or Neverland (einnig þekktur sem Fear Factor) var rétt að byrja. Hann vildi sjá hvað þessir brjálæðingar myndu vera að bralla í þætti vikunnar.

KAFLI 3

Enn þröngt inni í silfurskotinu fann E-Z ekki lengur einsemd sína. Því í huga sínum var hann að tala við litla stelpu.

Hún hafði komið inn í hug hans með fylgd ljóssglampa og öskrs. Hún hafði slasast. Hann horfði á þegar engillinn Haniel hjálpaði henni. Hann hlustaði þegar Haniel söng lagi fyrir litlu stelpuna á meðan hún fjarlægði glerið.

Það sem gerðist næst var óvænt. Engillinn Haniel dró línur á lófa og fingur litlu stelpunnar. Haniel gaf barninu nýja tegund sjónar. Og lófauga.

Hann vissi samstundis að örlög litlu stelpunnar væru tengd örlögum hans.

Í fyrstu gat hann, þótt hann sæi hana í huga sínum, ekki átt samskipti við hana. Það var eins og hann væri að horfa á sjónvarpsþátt í huga sínum án hljóðs. Síðan, þegar barnið dreymdi, kom hún til hans og lagði hendur sínar á kúluna sem hann var föst í. Þá vissi hann það sem hún vissi, og hún vissi það sem hann vissi, og þeir voru tengdir.

Fyrstu orðin sem hún hafði talað við hann voru: "Mér líkar ekki myrkrið."

E-Z svaraði: "Ekki vera hrædd. Ég er hér. Ég heiti E-Z. Og hvað heitir þú?"

"Ég heiti Cecilia," svaraði barnið. "En vinir mínir kalla mig Lia. Þú mátt kalla mig Lia. Ég er sjö ára. Hversu gömul ert þú?"

E-Z hafði haldið að barnið væri yngra. "Ég er þrettán ára," sagði hann. "Ég er frá Norður-Ameríku."

"Ég bý í Hollandi," sagði Lia.

Þau voru bæði þögul á meðan Lia notaði lófauppljómunina til að líta inn í hann innan í stálskotinu.

"Hvað ertu að gera þarna inni?" spurði hún.

E-Z hugsaði sig um áður en hann svaraði. Hann vildi ekki hræða barnið með sannleikanum um að hann hefði verið numinn á brott sem tilraun af erkiengli. Hann vildi segja henni sannleikann, en hann var ekki viss um að hún gæti tekist á við sannleikann þar sem hún var svo ung.

Hann sagði: "Ég er ekki alveg viss um af hverju mér var komið hingað, en ég held að það hafi verið til þess að ég gæti hitt þig." Hann hikstaði, klóraði sér í höfði og spurði: "Þekkirðu Eriel?"

Lia var smigluð að hann kæmi til hennar en áhyggjufull um að hann væri fluttur á þennan hátt til hennar hagsbóta. "Mér þykir svo leitt ef þér er komið á móti vilja þínum, að ferðast svona til að hitta mig. Ó, og nei, það nafn þekki ég ekki."

E-Z var mjög forvitinn um Líu. Þar sem hún sagðist vera Hollendingur, var hann ákaflega hrifinn af því hversu góð enskun kunni.

"Ég fann þig, en gat ekki séð þig fyrr en augun mín, nýju augun mín, uxu. Áður en það gat ég lesið hugsanir þínar. Gætirðu lesið mínar? Ó, og takk fyrir um enskuna mína."

"Ég sá hvað gerðist hjá þér, slysið. Mér þykir afar leitt að þú slasaðist. Ég gat ekki hjálpað þér, vegna þessa hlutar." Hann barði hnefa sínum í veggina. Hann hylldi eyrun, þar sem dynurinn endurómaði. "Þegar þú draumaðir, varstu hjá mér. Inni í höfði mér."

Lia lokaði hægri hnefa, en lét vinstri hnefann opinn og snerti hann við ytri vegginn. Lófi hennar opnaðist og lokaðist, opnaðist og lokaðist. Hún sagði ekkert, en starði fram fyrir sig eins og hún væri í dái.

E-Z ákvað þá að segja henni sögu sína.

"Foreldrar mínir létust í bílslysi. Og ég missti notkun fótanna."

Hann hætti þar. Velti fyrir sér hversu mikið hann ætti að segja henni.

Þessi hikákvörðun tók ákvörðunina fyrir hann.

Hún var fast sofin.

KAFLI 4

A FTUR Á SPÍTALANUM VAR nýr læknir á vakt. Hann leit stuttlega á sjúkraskrá Línu. Þegar hann sá að Cecelia var enn sofandi hvíslaði hann að móður hennar.

"Við þurfum að fara með dóttur þína niður á aðra hæð í aðra myndatöku."

"Er þetta brýnt?" spurði móðir Línu. "Hún sefur svo friðsamlega; það væri synd að vekja hana."

Læknirinn, sem nafnspjaldið var hulið af kraga læknisskikkjunnar, brosti. "Ekki þarf að vekja hana. Við getum rennt henni inn í tækið á meðan hún sefur. Sumir sjúklingar, sérstaklega þeir yngri, kjósa þetta frekar."

Samantha leit á úrið sitt. "Jæja, ég fer niður með henni."

"Ekki þörf á," sagði læknirinn. "Aðstoðarfólk mitt kemur strax. Nýttu tímann til að fá þér samloku eða bolla af kamillate – konan mín sver við þetta. Það hjálpar henni að slaka á og sofna."

"Takk," sagði Samantha, þegar tveir sjúkraliðar komu. Tveir stórvaxnir menn í venjulegum fötum lyftu Liju af rúminu og lögðu hana á hjólabör. Læknirinn dró teppi fram úr fætur sjúkrabílsins og lagði það yfir Líu. "Við munum halda henni hlý og verðum tilbúnir aftur á skömmum tíma. Ekki gleyma að nýta tímann til að fá þér te eða kaffi."

Á meðan Hannah svaf áfram fylgdist Samantha með sjúkraliðunum og lækninum ýta dóttur sinni eftir ganginum. Nú, á meðan hún beið eftir lyftunni, fylgdist hún nánar með. Þegar lyftudyrnar lokuðust, gekk hún um ganginn og hunsaði innsæiskennd sem var að plaga hana. Hún rak hana frá sér, sagði sjálfri sér að hún væri svöng og hélt til mötuneytisins. Það var mjög annasamt. Aðallega af starfsfólki í skurðfötum.

Á meðan hún undirbjó og sopaði teið sitt, rann það henni loks í ljós að ekkert starfsfólk var í venjulegri fötum.

"Fyrirgefðu," sagði hún við einn af læknunum. " Hvað er á annarri hæð? Er það þar sem röntgenmyndir og líkamsskannanir eru teknar?"

Hann hristði höfuðið. "Önnur hæð er fæðingardeildin."

Samantha reis úr stólnum, hvolfdi heita teið sitt og hellti því yfir skautið á sér. Aðstoðarmenn komu úr öllum áttum þegar hún öskraði.

"Dóttir mín!" hrópaði hún. "Læknir með tveimur aðstoðarmönnum tók dóttur mína Líu burt á sjúkrabörum. Þeir sögðu að þeir væru að fara með hana á aðra hæð í nokkrar prófanir. Ef önnur hæð er fyrir fæðingardeild, af hverju myndu þeir þá hafa tekið hana með sér?

Hávær viðbrögð hennar vöktu of mikla athygli. Þess vegna sannfærði læknirinn sem hún hafði talað við í fyrstu hana um að fara út.

Þau sneru aftur á herbergi Liju. Samantha útskýrði allt nánar. Sem betur fer hafði hún litið á úr sitt svo hún gat sagt þeim nákvæman tíma hvenær allt hafði gerst.

"Þetta er alvarlegt mál," sagði læknir Brown. "Látið mig sjá um þetta. Við erum með öryggismyndavélar um allt spítalann. Kannski misskildið þið eitthvað um að hún væri á annarri hæð? Kannski er hún á sjöundu hæðinni að fara í skönnun akkúrat núna. Látið mig sjá um þetta. Biðið kyrrt hér og ég kem aftur til ykkar sem fyrst."

Samantha settist niður og útskýrði allt fyrir Hannah. Þær deildu túnfisksamlokunni og reyndu hart að hafa ekki áhyggjur.

Á MEÐAN LIA SVAF áfram, yfirgáfu maðurinn sem var ekki raunverulegur læknir og starfsnemarnir sem voru ekki starfsnemar bygginguna. Þeir fóru að bíli sem beið þeirra. Láku sjúkraböruna eftir á bílastæðinu.

Læknir Brown kallaði saman fund með rekstrarstjóranum. Með myndavélaeftirliti sáu þeir þegar Lia var numin á brott. Þeir tilkynntu lögreglunni og gáfu lýsingu á ökutækinu. Því miður tókst myndavélunum ekki að fanga númeraplötuna.

"Við skulum bíða aðeins," sagði Helen Mitchell, rekstrarstjóri sjúkrahússins. Hún var að hætta störfum eftir nokkra daga. "Áður en við látum móður stúlkuleikans vita. Við viljum ekki hafa áhyggjur af henni."

"Ég get ekki gert það," sagði læknir Brown.

"Lögreglan gæti komið barninu aftur á skömmum tíma."

"Ég vona að þú hafir rétt fyrir þér. Þetta er samt áhyggjuefni. Vonandi komast þeir ekki langt."

Símurinn hringdi, það var lögreglan. Þær sendu út alþjóðlega leit (APB) að litlu stúlkunni. Þær báðu um nýlegt mynd af henni.

"Þær vilja nýlegt mynd af henni," sagði Helen Mitchell.

"Eini vegurinn til að fá slíkt er að spyrja móður hennar," sagði læknir Brown.

Helen kinkaði kolli þegar Brown sneri sér að dyrunum.

"Segðu þeim að við munum senda það með faxi sem fyrst."

"Ég sendi einhvern frá áfallateyminu," sagði Helen. Síðan sagði hún við lögregluna í símanum: "Hún er blind og aðeins sjö ára gömul. Af hverju í ósköpunum myndu þessir þrír menn leggja sig svona fram við að koma henni burt úr sjúkrahúsinu á þennan hátt?"

"Ég get það ekki sagt," sagði lögreglumaðurinn í hinum endanum.

KAFLI 5

E-Z VISSI STRAX AÐ eitthvað var ekki í lagi með nýju vinkonu sína, Líu. Hún átti að vera sofandi í sjúkrahussænginni sinni, en rúmið hennar var á hreyfingu. Hvað í ósköpunum?

Hann hugsaði um að vekja hana, en hvað gæti hún gert jafnvel þó hann gerði það? Nei, best væri að hún sofnaði áfram – þangað til hann gæti fundið hana og bjargað henni. Eins og kom í ljós var hún upptekin við að dreyma um að hún væri að dansa ballett. Hann hafði aldrei veitt ballett mikla athygli áður, en honum fannst þessi litla stelpa vera efnileg. Og hún var að dansa með augunum í höndunum á meðan hún hreyfðist um sviðið.

E-Z flutti sig huganlega á staðinn þar sem hún var án mikillar fyrirhafnar. Þar var hún, fast sofandi í aftursæti ökutækis á ferð. Hún leit svo friðsæl út, því hugur hennar var fjarverandi í því að gera það sem hún elskaði – að dansa. Hann víkkaði sjónarhorn sitt og sá þrjú höfð. Það sem var að keyra var eðlilegrar stærðar og vaxtar, en hinir tveir mennirnir litu út eins og amerískir fótboltamenn.

"Auka hraðann!" skipaði E-Z stólnum sínum, en hann hafði þegar gert það.

Hvernig ætlaði hann að hjálpa henni þegar hann var enn fastur inni í silfurkúlunni? Hann þurfti að brjóta hana í mola – og því fyrr sem því fyrr. Hingað til hafði öll tilraun til að brjóta það ekki tekist.

Hann velti fyrir sér hvers vegna mennirnir hefðu tekið hana. Vissu þeir af völdum hennar? Hvernig gátu þeir vitað það? Flest sjúkrahús höfðu eftirlitsmyndavélar, gátu þeir hafa verið að fylgjast með henni? Það gerði þó engan sens. Hún var sjö ára blind stúlka. Hvað vildu þeir af henni?

Þegar E-Z brann um himininn af hraða gat hann ekki annað en velt því fyrir sér hvers vegna þeir hefðu rænt henni. Ætluðu þeir að krefjast lausnargjalds?

Í öllum tilvikum, ef það var það sem þeir voru að sækjast eftir, þá var það mun skynsamlegra fyrir hann. Betra en að þeir vissu að hún sæi. Með sérstökum völdum ofan á það. En samt var hans helsta forgangsmál að komast út úr kúlunni.

Hann öskraði, eins og hann hafði gert margoft áður: "AÐ HJÁLPPI!"

POP.

"Halló," sagði Hadz og settist á öxl E-Z. "Hvað í ósköpunum ert þú að gera hér inni? Þetta er of lítið pláss fyrir þig." Hadz snöraði upp augunum.

E-Z var meira en dálítið spenntur að sjá Hadz. Hann greip litla skepnuna og faðmaði hana fast að brjósti sér."Æ, passaðu vængina," sagði Hadz.

E-Z sleppti verunni. "Takk fyrir að koma og svara kalli mínu. Ég þarf algjörlega á þinni hjálp að halda til að komast út úr þessu. Ég veit að þér var vísað úr málinu mínu, en það er lítil stelpa sem heitir Lia og hún er í hættu og þarf á mér að halda. Þú verður einfaldlega að hjálpa. Ég er viss um að Eriel skilji það."

"Ó, svo þú vilt þá ekki vera í þessu?" spurði Hadz.

"Nei, ég vil ekki vera hér inni. Ég vil komast út, en hvernig?"

"Gerðu það bara," sagði Hadz.

"Ég hef reynt allt. Hliðin hreyfast ekki. Ég kallaði á Eriel til að hjálpa mér, en hann sagði að ég væri einn í þessu."

"Ah, honum myndi það ekki líka. Ég á ekki að hjálpa, en eitt get ég þó sagt þér: hugsaðu um umhverfi þitt."

"Það er engin hjálp," sagði E-Z og reyndi að halda skapi sínu í skefjum. "Ég bað stólinn um að fara með mig til frænda Sam. Hann myndi örugglega ná mér út úr þessu. En stóllinn hunsaði óskir mínar. Nú er lítil stelpa í vandræðum og hún þarf á hjálp minni að halda. Ef ég kemst ekki út, þá get ég ekki hjálpað sjálfum mér og ef ég get ekki hjálpað sjálfum mér þá get ég ekki hjálpað henni. Vinsamlegast. Segðu mér hvernig ég kemst héðan út. Smelltu mér út eða eitthvað."

Veruðin hristði höfuðið, flaug síðan upp á topp kúlunnar og snerti oddinn. "Íhugaðu eðlisfræði. Ef þú ert inni í kúlunni, sem þetta fyrirbæri líkist, þá verður hún að vera skotin af. Skotin af. Er það ekki rétt?"

E-Z hugleiddi valkosti sína. Hann gæti beðið stólinn um að sleppa sér, kastað sér til jarðar. Jarðvegurinn myndi dempa fallið. Mynduð þær brjóta kúluna algjörlega í sundur? Hann ákvað að það væri þess virði að taka áhættuna. "Allt í lagi," sagði E-Z, "ég þarf að fá stólinn til að sleppa mér, er það ekki rétt?"

Veruðin hló. "Þú ert fyndinn, E-Z. Ef þú dattir úr þessari hæð, myndi þetta stykki festast í jörðinni. Að því gefnu að það sprakk ekki við árekstrinn. Með þér inni í því." Hún hló aftur. "Eða að þú dóst ekki í fallinu. Ef þú dóst, gætirðu ekki bjargað litlu stelpunni. Hey, hvaða litlu stelpu ertu eiginlega að tala um?"

"Hún heitir Cecelia, Lia og hún er í Hollandi, ekki langt frá því hvar við erum núna."

Hadz fann fyrir oddi gámarins sem E-Z hafði hvorki séð né náð til. Veran ýtti honum. Sívalningurinn losnaði og opnaðist eins og túlípan. Hadz hjálpaði E-Z úr kúlunni og fljótlega sat hann í stólnum sínum, með hlutinn í kjöltu sér. Vængir E-Z opnuðust. Það var gott að teygja úr þeim.

E-Z tók á loft yfir himininn, bar sílindurinn með sér og sleppti honum í Norðursjó.

Þrjúmenningarnir, E-Z, stóllinn og Hadz, flugu á miklum hraða og héldu til Norður-Hollands þar sem bíllinn þrumaði áfram.

"Takk," sagði E-Z.

"Gjörðuð mér greiða," svaraði Hadz. "Ég verð hér í nágrenninu ef þú þarft á mér að halda."

"Frábært!"

KAFLI 6

E-Z VAR AÐ NÁ bílnum, sem var nú að nálgast Zaandam. Hann kíkti og Lia var enn sofandi aftur í sætinu. Hún var þó ekki lengur að dreyma, svo hann óttaðist að hún myndi vakna fljótlega.

Hjólstóllinn breytti stefnu, hraðaði sér og beindist að bílnum, og svifaði svo yfir honum. Leysingjinn sem var að keyra, tók eftir hjólstólnum á bak við sig í hliðarspeglinum.

"Hvað er þessi fljúgandi græja?" spurði hann.

Tveir ræningjarnir sneru höfði sínu.

Annarr sagði: "Ég veit það ekki, en auktu hraðann!"Annar ræninginn hló og tók byssu úr hanskahólfinu. Hann athugaði hvort byssan væri með skothylki. Snéri því aftur í og slökkti á örygginu.

Hjólstóll E-Z lenti á þaki bílsins með dynki.

Bílstjórinn bremsaði harkalega, sem olli því að hjólstóllinn renndi sér fram. Hann renndi sér niður framrúðuna, sneri fram á við, og síðan yfir vélarhlífina.

E-Z lyfti sér upp, svifaði og sneri sér að þeim.

"Hvað í ósköpunum?" öskraði ökumaðurinn þegar hann missti stjórn á bílnum, sem skaut út af veginum og fór í sígöngu.

E-Z og hjólastóllinn lyftu sér upp, sneru við og gripu í stuðara bílsins, sem stöðvaði hann algjörlega.Strax var farþegahurðin rifin upp og skot voru hleypt af.

Á aftursætinu hrjóti Lia áfram.

Glæpamaðurinn með byssuna rúllaði út um dyrnar, settist síðan á hnéin og undirbjó sig til að skjóta á E-Z.

Hadz kom úr engu og sló byssuna úr hendi glæpamannsins. Hún bundi hann síðan fyrir aftan bak og fyrir aftan fætur eins og kálf á kúrekasýningu.Annar glæpamaðurinn fór beint á E-Z, sem kastaði reimskinninu sínu um hann. Glæpamaðurinn féll, svo hann gat auðveldlega vafið reimskinninu utan um fætur hans.

Maðurinn reyndi að hoppa í burtu en komst ekki langt. Nú þegar hann var stöðvaður, sneru þeir sér að lækninum og notuðu búrið úr stólnum. Læknirinn var gripinn og lamaður.Lia svaf í gegnum allt, jafnvel þegar Hadz lyfti henni út úr bílnum og bar hana til öryggis.

E-Z setti þrjá mennina hlið við hlið í aftursæti bílsins.

"Fyrir hvern vinnurðu?" krafðist hann.

Hadz flaug til þeirra, "Þeir skilja ekki ensku." Hún þýddi spurningu E-Z fyrir mennina. Eftir að falska læknirinn svaraði þýddi Hadz. "Hann segir að þeir viti ekki fyrir hverja þeir vinna."

"Það er fáránlegt. Þeir rændu barni úr sjúkrahúsinu. Spyrðu þá hvar þeir voru að fara með hana þá? Og hvernig komust þeir að henni?"

Hadz þýddi. Leysingjinn svaraði aftur: "Okkur var sagt að taka hana á bryggjuna, og einhver myndi bíða hennar þar. Það er allt sem við vitum."

E-Z trúði þeim ekki, en Hadz staðfesti að þau væru sannarlega að segja sannleikann. "Hvað viltu gera við þau?" spurði hún.

"Geturðu hreinsað minni þeirra? Og minni þeirra sem tengjast þeim? Þessi þrjú eru tannhjól í vélinni. Við viljum hreinsa minni manneskjunnar á bryggjunni. Svo að þau gleymi henni öll – að eilífu."

"Klárt," sagði hún.

"Vá, þú ert fljót!"

E-Z og Hadz í stólnum héldu aftur til sjúkrahússins, rétt þegar Lia var að byrja að vakna. Hún hreyfði höfuðið, fann vindinn blása í hárið á sér og krullaði sér að brjósti E-Z. Hún opnaði hægri lófa sinn og horfði á vin sinn, drenginn/engilinn. Hún hló og faðmaði hann fast. Þegar hún tók eftir litla álffígúrinu á öxl E-Z notaði hún lófaaugun til að horfa á hann.

"Þú ert svo lítill og krúttlegur," sagði hún.

"Gaman að kynnast þér," sagði Hadz. "Og takk."

Þau flugu að sjúkrahúsinu.

"Þú ert örugg núna," sagði E-Z.

"Og þú ert ekki lengur í því," sagði Lia.

"Hadz hjálpaði mér að komast út," sagði E-Z og flögraði með vængjunum.

"Hvaðan fékkstu þær?" spurði Lia. "Má ég fá nokkrar?"

E-Z brosti. Hann vissi ekki alveg hversu mikið hann ætti að segja henni. Hann var áhyggjufullur um hvað Eriel myndi segja ef hann kæmi of mikið í ljós. "Ég fékk þær eftir að foreldrar mínir dóu."

"En af hverju?" spurði litla Lia."Ég byrjaði að bjarga fólki," sagði E-Z.

"Viltu meina að ég sé ekki fyrsta manneskjan sem þú hefur bjargað?"

"Nei, það ert þú ekki."

Hadz hnerraði, sem var merki fyrir E-Z um að hætta að tala.

Þau flugu áfram í þögn. Litla stelpan faðmaði brjóst E-Z. Hjólastóllinn vissi hvert hann þurfti að fara. Hadz fann sig aftur þörf.

E-Z var týndur í hugsunum sínum. Hann velti fyrir sér hvort að bjarga Lia hefði verið aðalprófið. Eða hvort að komast undan kúlunni hefði lokið verkinu. Kannski var þetta tvö í einu! Hversu mörg hefði það þá verið? Hann þurfti að skrifa þau niður til að hafa yfirsýn. Það var einmitt það sem hann hafði verið að gera í dagbók sinni, en undanfarið hafði hann ekki haft mikinn tíma til að skrá hluti.

"Ég heyri þig hugsa," sagði Lia. Hún hafði báða lófa opna. Hún horfði á utan á E-Z á meðan hún hlustaði á hvað hann var að hugsa innan í sér. "Ég vil vita meira um þessar prófraunir. Og ég vil vita af hverju ég get séð með höndum mínum í stað augna. Heldurðu að þessi Eriel muni vita það?"

POP

Hadz beið ekki eftir svari.

"Spítalinn er neðst," sagði E-Z.

Stóllinn fór hægt niður og þau gengu inn í spítalann. Vængir E-Z og stólsins hurfu. Hann ýtti sér eftir ganginum og fann herbergi Liju. Móðir hennar beið þar.

"Handtakið þennan dreng," öskraði móðir Liju.

E-Z var alveg hissa. Hvers vegna vildi hún láta handtaka hann? Hann hafði einmitt bjargað dóttur hennar.

"En mamma," byrjaði Lia.

Lögreglan kom inn. Þær náðu til handa E-Z og settu handjárn um þau.

Áður en þær lokuðu þeim, öskraði Lia. Síðan opnaði hún lófa sína og rétti þeim fram fyrir sig. Úr lófanum hennar kom blindað hvítur ljóssgeisli sem stöðvaði alla í herberginu nema hana og E-Z. Litla Lia stöðvaði tímann.

"Frábært! Hvernig gerðirðu þetta?" hrópaði E-Z þegar handjárnin féllu á gólfið með dynki.

"Ég, ég veit það ekki. Ég vildi vernda þig. Bjarga þér." Hún þagði og hlustaði. "Eitthverjum kemur; þú verður að komast héðan. Ég finn að einhver annar er á leiðinni, og þú verður að vera farin."

"Eitthver?" spurði E-Z. "Veitðu hver?"

"Ég veit það ekki. Allt sem ég veit er að einhver annar er að koma, og þú þarft að fara – strax."

"Viltu vera róleg? Eiga þeir eftir að meiða þig?"

"Mér mun líða vel – þeir eru að koma eftir þér – ekki mér. Farðu héðan, núna."

"Hvenær sé ég þig aftur?" spurði E-Z, á meðan hann braut gluggann á sjúkrahúsinu, flaug út um hann og beið eftir svari hennar.

"Þú munt alltaf sjá mig, E-Z. Við erum samofnar. Við erum vinir. Farðu héðan og ég skal sjá um restina." Hún blés kossi til hans.

Lia fór í rúmið, dró sængina upp að hálsi sér og þóttist fast sofandi áður en hún lét heiminn ganga aftur.

"Hvað gerðist?" spurði móðir hennar.

Allt var aftur eins og áður. Lia lá ósnert í rúminu.

Heimurinn hélt áfram eins og áður, á meðan E-Z flaug aftur heim.

"Takk' fyrir að hjálpa," sagði E-Z, þótt hún væri farin. Einhvern veginn vissi hann að hvar sem hún væri gæti hún heyrt hann.

KAFLI 7

Þ EGAR E-Z FLAUG UM himininn áttaði hann sig á að hann var að deyja úr hungri. Neðan hans var Big Ben. Hann ákvað að lenda og fá sér ensk fisk og franskar.

Þegar stóllinn var að lenda tók hann eftir hvítum sendibíl sem ók hratt eftir götunni. Hann var samhliða skóla. Hann sá foreldra í bílum og gangandi bíða eftir að sækja börnin sín.

Þegar sendibíllinn beygði um hornið jókst hraði hans.

Hjólstóllinn hans skall fram og lenti á þaki ökutækisins. E-Z notaði kveikjulínurnar til að binda hurðirnar á bílnum. Ökumaðurinn gaf meira í, í átt að skólanum. Börn byrjuðu að koma út.

E-Z greip í afturhluta sendibílsins. Með allri sinni styrk dró hann hann alveg í stöðvun með hvelli.

Ökumaðurinn gaf enn meira í, í tilraun til að losna undan. Honum mistókst algjörlega. Þeir sáu ekki hvað né hver var að halda þeim aftur.

E-Z braut lásinn á farangursrýminu, rétti inn höndina og tók út rafmagnsstangirnar. Stóllinn skall fram og lenti á þaki ökutækisins. E-Z notaði rafmagnsstangirnar til að binda hurðirnar á bílnum. Ökumaðurinn gat ekki komist út.

Læti sirena fylltu loftið.

E-Z flúði á brott og þegar hann tók eftir að nokkrir einstaklingar voru að taka myndir af honum með símum sínum flaug hann hærra og hærra.

Magi hans knirkti og hann mundi eftir fisk og frönskum. Hann átti engin bresk pund, svo hann gat engu að síður ekki borgað fyrir þau, svo hann hélt heim á leið.

Hann hugsaði til frænda síns sem var að velta fyrir sér hvar hann væri, ákvað að skilja eftir skilaboð og byrjaði á: "Ég er á leiðinni heim."

SMELLTU.

"Hvar ertu?" spurði frændi Sam.

E-Z var ánægður að þetta var ekki skilaboð!

"Ég er bara að fljúga yfir Bretlandi. Það er yndislegur dagur til flugs, finnst þér ekki?"

"Hvað? Hvernig?"

"Þetta er löng saga, ég útskýri þegar ég kem til baka."

"Ertu í flugvél?"

"Nopp, það er bara ég og stóllinn minn."

Neðst sá E-Z fólk taka myndir af sér. Þegar hann tók eftir 747-flugvél staðbundins flugfélags koma að honum áttaði hann sig á að hann væri í vandræðum. Áður en hann fékk tækifæri til að fljúga hærra voru myndavélar að taka myndir og birta þær um alla samfélagsmiðla.

"Fyrirgefðu, Eriel," sagði hann og flýtti sér hærra. "Þú þekkir máltækið um að alls konar auglýsing sé góð auglýsing? Jæja..." E-Z hló. Ef Eriel gat séð hann á hverjum degi og hverri stund, af hverju þurfti hann þá að kalla á hann til aðstoðar? Eitthvað stemmdi ekki alveg. Ekki að ég vissi til um að æðstu englunum hefði langað til að hann stæðist prófin.

Kuldi gekk um hann þegar himinninn breyttist, svartar skýjahylki snúðust og púlsuðu um hann. Hann flaug áfram, reyndi að auka hraðann, en þá byrjuðu eldingarnar og hann þurfti að forðast þær. Þá mundi hann eftir flugvélinni. Hann sá að hún var að lenda með góðum árangri og fólkið slasaðist ekki. Hann hélt áfram heim.

Eftir storminn komu stjörnurnar fram. Stóllinn hans hélt áfram að flögrast með vængina á meðan E-Z tók smá blundi.

"E-Z?" sagði Lia í huga hans. "Ertu þarna?"

Hann vaknaði með hvelli, gleymdi að hann væri í stólnum og datt út úr honum. Hann fór að falla, en vængirnir tóku við og fljótlega var hann aftur kominn í stólinn.

"Er allt í lagi, litli minn?" spurði hann.

"Já. Þau halda að allt hafi verið draumur, að ég hafi talað við þig. Teiknað myndir af þér. Mamma veit sannleikann, en hún vill ekki horfast í augu við hann."

"Ó, veldur það þér áhyggjum?"

"Nei. Kraftar mínir eru að aukast. Ég finn þá, og ég veit að eitthvað er að koma. Eitthvað sem þú munt þurfa aðstoð mína við. Ég mun fljótlega fara heim. Ég ætla að spyrja mömmu hvort við getum komið til að heimsækja þig. Fljótlega."

"Hvað? Á mamma þín að hringja í frænda minn Sam og þeir geti spjallað?"

"Já, það er snjall hugmynd. Mamma hefur séð myndirnar og hún hefur hitt þig, en hún man það ekki. Það er eins og hugur hennar hafi verið hreinsaður eða minningar hennar um þig séu sofandi."

"Ertu viss um að þetta sé rétt að gera?"

"Ég er viss. Ég þarf að vera þar sem þú ert. Ég þarf að hjálpa þér."

Hugur E-Z tómlaust. Lia var horfin.

Unglingurinn hugsaði um Lia sem var að koma til Norður-Ameríku. Hún var lítil stelpa, sjáandi með höndum sínum, já, en hvernig gæti hún hjálpað honum? Hún hafði hjálpað honum að flýja, en hann var ringlaður yfir þátttöku hennar. Hann vildi ekki setja hana í hættu. Hann kallaði aftur á Eriel. Hann kallaði á galdurinn, en ekkert gerðist.

Hann horfði yfir landslagið og tók hugann frá litlu stúlkunni um stund. Hann var næstum kominn heim núna. Guð sé þakkað fyrir að stóllinn hans var búinn aðlögun og hann gat ferðast

S-K-R-Ý-T-T!

KAFLI 8

Rétt framundan tók E-Z eftir ströndinni. Hann andaði léttar þar til hann tók eftir stórum fugli sem stefndi beint á hann. Þegar hann nálgaðist áttaði hann sig á að þetta var svanur. En ekki venjulega stór svanur. Hann var risastór og vængjaspennan yfir hundrað og fimmtíu tommur, að hans mati. Þetta var sami svanurinn sem hafði talað við hann áður.

Og ekki nóg með það, hann tók líka eftir björtum rauðum ljósi sem blikkaði á öxl fuglsins.

Örnin sveigði til og lenti þungt á öxlum hans. Hún hafði tekið sér far.

"Jæja, halló," sagði E-Z og leit upp á hinn fallega veru á meðan hún jafnaði sig.

"Hú-hú," sagði örnin. Þá hrist það höfuðið, opnaði gogginn og sagði: "Halló E-Z."

"Ég tel að ég eigi þér þakkir að gjalda," sagði hann.

"Ó, endilega. Og ég vona að þér sé ekki illa við að ég hafi tekið far með þér," sagði svanið og straukkaði í fiðrinu.

"Æ, engar áhyggjur," svaraði E-Z.

"Þetta er leiðbeinandi minn, Ariel," sagði svanið.JÍHÚ Engillinn setti rauta ljósið aftur á.

"Halló," sagði hún og settist á hné E-Z.

"Æ, gaman að kynnast þér," sagði hann.

"Hvernig get ég hjálpað?" spurði hann.

"Ég vona að þú og vinur minn, svani hér, getið myndað samstarf."

"Hvernig það?" spurði hann.

"Verndarbarnið mitt hefur gengið í gegnum margt. Hann getur fyllt þig inn í smáatrikin þegar hann telur sig tilbúinn, en í bili þarf ég á þér að halda til að hjálpa honum með því að leyfa honum að hjálpa þér við prófin. Þú getur vel notað smá hjálp, er það ekki?"

"Að því er ég best veit," sagði hann og beindi orðunum til Aríels. Síðan til svansins, "ekkert á móti þér, félagi." Nú til Aríels, "er það svo að enginn geti hjálpað mér í prófunum mínum. Það kom beint frá Eriel og Ophaniel."

"Ég hef fengið samþykki þeirra. Svo, ef það er eina andmælin þín," hún þagði og svo

HÚRRA

og hún var horfin.

Eftir það héldu E-Z og svani áfram yfir Atlantshafið og inn í Norður-Ameríku. Hann hafði alltaf viljað sjá Grand Canyon. Hann myndi verða að sjá það einhvern annan tíma. Svani hnerraði og króktaði sér að hálsi E-Z.

E-Z rétti úr í vasanum og tók símann sinn fram. Hann tók sjálfsmynd með svaninum. Hann hélt símanum í hendinni og ætlaði sér að taka upp svaninn næst þegar hann talaði. Hann þurfti sönnun þess að hann væri ekki að missa vitið.

Kortari tíma síðar beindi E-Z sjónum sínum að húsinu sínu. Það var skóladagur, en hann var alltof þreyttur til að fara. Þegar stóllinn hóf niðurleiðina vaknaði svanurinn. "Erum við komnir þangað?"

"Já, við erum hjá mér," sagði E-Z og ýtti á upptökuhnappinn á símanum sínum. "Viltu að ég láti þig einhvers staðar?"

"Nei, takk. Ég á að vera hjá þér," sagði svanurinn og rétti úr hálsinum til að skoða húsið sem hann myndi dvelja í. "Þú og ég þurfum að tala."

E-Z ýtti á spilun en það heyrðist bara dauð þögn. Ekki var hægt að taka svaninn upp. Undarlegt.

Þeir lentu við framdyrnar. E-Z setti lyklinn sinn í lásinn en áður en hann gat opnað hurðina var frændi Sam kominn þangað. Hann gaf frænda sínum stórt faðmlag og sagði: "Velkominn heim." Hann klóraði sér í hakanum og leit dálítið áhyggjufullur út þegar hann sá félaga E-Z, einstaklega stóran svan.

"Gott að vera kominn aftur," sagði E-Z og gekk inn.

Svani fylgdi á eftir með lappir sínar sem smátt og smátt smugu eftir gólfinu.

"Og hver er þessi, eh, fjöðruði vinur þinn?" spurði frændi Sam.

E-Z áttaði sig á því að hann vissi ekki einu sinni nafnið á svana.

Svani sagði: "Alfred, ég heiti Alfred."E-Z kynnti þá formlega.

Örninn gekk síðan léttum fetum niður ganginn, inn í herbergi E-Z og flaug upp á rúm hans til að taka sér vel verðskuldaða blundi.

E-Z fór inn í eldhúsið með frænda sínum Sam á hjólunum.

"Hvað í ósköpunum er svanurinn að gera hérna?" Hann treggaðist við, tók mjólk úr ísskápnum og hellti fullum glasi fyrir frænda sinn. "Hann getur ekki dvalið hér. Við yrðum að setja hann í baðkar, ef hann passar. Hann er stærsti svani sem ég hef nokkurn tíma séð. Hvar fannstu hann og af hverju komstu með hann hingað?"

E-Z kyngdi mjólkinni niður. Hann þurrkaði mjólkurskegg sitt. "Ég fann það ekki, það fann mig. Og það getur talað. Það, hann, var þarna þegar ég bjargaði þeirri litlu stúlku og þegar ég bjargaði því flugvélinni. Hann segir að við þurfum að tala."

Frændi Sam gekk niður ganginn án þess að svara. E-Z fylgdi honum þétt á eftir án þess að segja neitt.

"Talaðu!" krafðist frændi Sam.Hérólds svanurinn opnaði augun, yaugnaði og sofnaði svo aftur án þess að láta neitt heyrast.

"Ég sagði: talaðu," sagði frændi Sam og reyndi aftur.

Hérólds svanurinn opnaði gogginn og snörtaði.

"Það er í lagi, Héróld," sagði E-Z. "Þetta er frændi Sam minn."

"Hann skilur mig ekki. Og ég held að hann muni aldrei geta það. Ég er hér fyrir þig og engan annan," sagði svani Alfred. Hann snörtaði, krullaði sér svo aftur undir sængina og sofnaði aftur.

Frændi Sam horfði á, á meðan svani hafði vaknað til lífs og horft ákaflega á E-Z.

Hann og frændi Sam lokuðu hurðinni á leiðinni út og fóru aftur inn í eldhúsið til að ræða málin.

E-Z var svo þreyttur að hann var varla með augun opin.

"Getur þetta ekki beðið þangað til morguns," spurði hann.

Sam hristði höfuðið.

"Allt í lagi, hér fer það. Fyrst sló ég hafnabolta út úr vellinum. Og ég hljóp eða ók á hjólastól um basena. Síðan var ég fanginn inni í kúluformuðum íláti án útgönguleiðar.

Þá gat ég talað við litla stelpu í Hollandi. Ég fór þangað til að bjarga henni. Hún heitir Lia, og móðir hennar mun hringja í þig. Ég stöðvaði ökutæki frá því að meiða börn í London í Englandi. Síðan hitti ég Alfred lúðróssvaninn. Og nú ertu upplýstur – má ég þá fara að sofa?"

"Hvað á ég að segja þegar hún hringir?" spurði Sam. "Við þekkjum ekki einu sinni þessa manneskju, en við eigum að láta þau dvelja hér hjá okkur í húsinu. Okkur og svaninum Alfred?"

"Já, vinsamlegast gerðu eins og til er ætlast. Það er áætlun í gangi hér og ég þekki ekki alla smáatriðin enn. Lia hefur kraft, augu í lófunum og hún getur lesið hugsanir mínar og stöðvað tímann. Svanurinn Alfred hefur líka kraft, hann getur lesið hugsanir mínar og talað. Ég held að við þrír séum tengdir á einhvern hátt, kannski vegna prófana. Ég veit það ekki. Hvað sem er getur gerst með Eriel að njósna um mig allan sólarhringinn," sagði E-Z.

Þegar þau komu niður ganginn heyrðu þau slætti svanafótanna þegar hann vaggandi gekk. "Ég er of svangur til að sofa," sagði Alfred svani.

"Hvaða mat borðar þú?"

"Maís er góður, eða þú getur látið mig út aftan í garðinn og ég næ mér í smá gras."

"Erum við með maís?" spurði E-Z.

"Aðeins frosinn," sagði frændi Sam. "En ég get látið kornin liggja undir volgum vatni, og þá verða þau tilbúin á skotstund."

"Segðu honum að þakka honum," sagði Alfred svani. "Það er mjög gott af hans hálfu."

Frændi Sam setti maísinn á disk og Alfred borðaði það sem boðið var upp á. Hann var þó ennþá svangur og þurfti að fara út til að tæma blöðruhálskirtilinn, svo hann bað um að fá að fara út að lokum. Á meðan hann væri úti myndi hann gæða sér á grasinu.

E-Z og frændi Sam horfðu á svaninn í nokkrar sekúndur.

"Ég vona að chihuahua nágrannans komi ekki í heimsókn," sagði frændi Sam. "Þessi svanur er svo stór að hann myndi hræða lífið úr honum."

E-Z hló. "Ímyndaðu þér hvað hundurinn myndi gera ef hann gæti skilið þetta eins og ég get?"

Svanurinn Alfred gerði sér heimili. Hann var viss um að hann myndi vera hamingjusamur hér.

KAFLI 9

S íðar bað svani Alfred um að tala við E-Z í einkasamtali.

"Hér máttu segja hvað sem er," sagði E-Z. "Frændi Sam skilur þig ekki, mundu það?"

"Já, það veit ég. En þetta snýst um kurteisi. Maður talar ekki við einn þegar annar er viðstaddur, sérstaklega sem gestur í heimahúsi annars. Það væri, já, frekar dónalegt. Reyndar mjög dónalegt."

E-Z áttaði sig þá fyrst að svani Alfred talaði með bresku hreim.

"Má ég fara?" spurði E-Z.

Frændi Sam kinkaði kolli og E-Z fór inn í herbergið sitt með svana Alfred í eftirdragi.

"Allt í lagi," sagði E-Z. "Segðu mér af hverju Ariel sendi þig hingað og hvað nákvæmlega þú ætlar að gera til að hjálpa mér?"

Nú þegar E-Z var kominn í rúmið sitt, svanaði svaniinn um og settist á sængina, nuddaði hana til að koma sér þægilega fyrir.

"Þú getur sofið neðst í rúminu," sagði E-Z og kastaði kodda þangað.

"Takk," sagði svaniinn Alfred. Hann vaggandi gekk á koddann og barðaði hann með vættfætum sínum þar til hann var orðinn þægilegur. Síðan settist hann niður."Nú skulum við byrja," sagði Alfred.

E-Z, nú í náttfötunum, hlustaði á meðan Alfred sagði söguna sína.

"Ég var einu sinni maður."

E-Z hné fram andlitið.

"Það er best að trufla mig ekki fyrr en ég er búinn," hrópaði svanurinn. "Annars mun sagan mín dragast á langinn og hvorugur okkar mun fá svefn."

"Fyrirgefðu," sagði E-Z.

Örninn hélt áfram. "Ég bjó með eiginkonu minni og tveimur börnum. Við vorum ótrúlega hamingjusöm, þar til stormur gekk yfir, rífði niður húsið okkar og drap þau öll. Ég lifði af en vildi ekki lifa án þeirra. Þá kom engill til mín, Ariel sem þú hitti, og hún sagði mér að ég gæti séð þau öll aftur, ef ég samþykkti að hjálpa öðrum. Mér finnst gaman að hjálpa öðrum og það myndi gefa mér tilgang. Að auki hafði ég engin önnur valkostir, svo ég samþykkti."

"Þú hefur prófraunir?" spurði E-Z. Hann hafði ranglega gert ráð fyrir að saga Alfreds væri búin.

"Sagan mín er ekki búin enn," sagði svani Alfred nokkuð pirraður. Hann hélt síðan áfram. "Þetta er kjarni sögunnar minnar. Ég er ekki að ganga í gegnum prófanir, því ég er ekki engill í þjálfun. Vængir mínir eru ekki eins og vængir ykkar. Ég er svanur, þó stærri en venjulegir svanir. Tegund mín heitir Cygnus Falconeri, sem einnig er kölluð risasvanur. Tegundin mín dó út fyrir löngu. Tilgangur minn var óljós. Ég sat fastur í milliveröldinni, rakandi um tímann vegna þess að ég gerði mistök. En ég vil ekki tala um það núna. Þegar ég sá þig bjarga þessari litlu stúlku kallaði ég á Ariel og spurði hvort ég gæti verið þér til þjónustu. Hún skammaði mig fyrir að hafa flúið og ég var send aftur í millibilsheiminn. Ég slapp þaðan aftur og hjálpaði þér með flugvélina og Ariel bað Ophaniel um að gefa mér annað tækifæri. Nú hef ég tilgang – að hjálpa þér."

"Og Ophaniel, samþykkti hann? En hvað með Eriel?"

"Þeir gerðu það ekki í fyrstu. Það var vegna þess að Hadz og Reiki kærðu mig fyrir að hjálpa þér með því að kalla á fuglafélaga mína. Þegar ég heyrði að þeim var komið fyrir í námunum, og ég slapp aftur, tók Ariel málið upp fyrir mig og Ophaniel samþykkti. Ég veit ekki um Eriel. Er hann leiðbeinandi þinn?"

"Já, hann tók við af Hadz og Reiki. Þeir komu og fóru, en hann segir að hann geti alltaf séð hvar ég er og hvað ég er að gera."

"Það hljómar eins og ofvöxtur. En samt langar mig til að hitta hann einhvern daginn. Fyrir núna erum við lið. Ég get hjálpað þér, svo að einn daginn verði ég líka aftur með fjölskyldu minni. Svo, hvert sem þú ferð, E-Z, þangað fer ég."

E-Z lagði höfuðið á koddann og lokaði augunum. Hann var þakklátur fyrir alla hjálp. Eftir allt saman hafði svaniinn hjálpað honum áður með flugvélina.

"Ég mun ekki standa í vegi fyrir þér," sagði svaniinn Alfred. "Ég veit, þú ert að hugsa að við séum óskynsamlegt par og þegar Lia kemur munum við verða enn óskynsamlegri þríeyki en..."

"Bíddu," sagði E-Z. "Þú veist um Líu? Hvernig?"

"Ó já, ég veit allt um þig og ég veit allt um hana og ég veit líka meira. Að við þrír séum tengdir. Fyrirfram ákveðið að vinna saman." Hann teygði kjálkana, sem leit út eins og hann væri að reyna að hnerra. "Ég er of þreyttur til að tala meira í kvöld." Skömmu síðar var álfurinn Alfred farinn að hrjósa.

E-Z rifjaði upp allt sem hann vissi um svana í huga sínum. Sem var ekki mikið. Um morguninn myndi hann rannsaka tegund Alfreds.

Hann velti fyrir sér hvernig PJ og Arden myndu taka Alfred. Þurfti hann að kynna þá fyrir honum eða gæti Alfred verið leyndarmál?

Hann loftaði upp koddann með hnefunum og undirbjó sig til að sofna.

Það vakti Alfred, og hann var pirraður út af því."Þarfðu endilega að gera þetta?" spurði Alfred.

"Fyrirgefðu," sagði E-Z.

KAFLI 10

Næsta MORGUN VAKNAÐI E-Z við dynjandi bank á hurðinni hjá sér. "Vaknaðu, E-Z! PJ og Arden eru þegar á leiðinni til að skutla þér í skólann."

E-Z yaug og teygði úr sér. Hann klæddi sig og kom sér svo fyrir í stólnum sínum. Þar sem Alfred var enn sofandi myndi hann smygla sér út og hitta hann eftir skólann.

"Þú mátt ekki fara neitt án mín!" sagði Alfred. Hann hristuðu fiðrurnar af sér og stökk svo niður á gólfið.

"Þú mátt ekki koma með mér í skólann. Gæludýr eru ekki leyfð."

"E-Z, komdu nú, strákur!" hrópaði frændi Sam úr eldhúsinu. "Annars missirðu af morgunmatnum."

Magi E-Z knirknaði þegar lyktin af ristaðu brauði barst til hans. "Komið!"

Með engum tíma til að rífast opnaði E-Z hurðina. Hann gekk inn í eldhúsið rétt þegar Arden og PJ komu. Bílhljómur fyrir utan lét hann vita að þau væru komin.

"Allt í lagi, allt í lagi!" kallaði E-Z og tók sér sneið af ristuðu brauði. Hann gekk eftir ganginum með nýja fætterfótagarpinn sinn á eftir sér.

PJ steig út úr bílnum til að hjálpa E-Z inn og festi hjólastólinn hans í farangursrýminu. Þegar hann var að loka honum sá hann Alfred reyna að komast inn í bílinn.

"Æh, þetta getur ekki komist inn í bílinn," hrópaði PJ.

Arden lét niður gluggann.

"Hvað í ósköpunum er þetta? Fékk ég ekki tilkynningu um að við ætluðum að hafa sýningu og frásögn í dag?" hann hló hæðnislega.

"Er þetta svanur?" spurði frú Handle, móðir PJ.

"Eða er þetta forseti aðdáendaklúbbsins þíns?" spurði PJ með kankvíslandi brosi.

Þegar inn í bílinn kom, svaraði E-Z. "Við erum of gömul fyrir sýningu og frásögn," hringaði hann. "Hvíti svani er verkefni mitt. Tilraun, eins og leiðarhundur fyrir blinda. Hann er hjólastólsfélagi minn." Hann festi öryggisbelti um Alfred.PJ fór að setjast aftur í farþegastólinn hjá móður sinni.

Hvíti svani sagði: "Ætlarðu ekki að kynna mig?"

Frú Handle ók bílnum af stað og þau lögðu leið sína í skólann.

"Alfred," E-Z kastaði augunum til vina sinna, "þetta er frú Handle. Og tveir bestu vinir mínir, PJ og Arden. Allir, þetta er Alfred, trompetsvaninn." E-Z lagði hendur yfir bringu.

Alfred sagði: "Hú-hú." Við E-Z sagði hann: "Mér er ótrúlega ánægjulegt að kynnast þér. Þú getur þýtt fyrir mig."

"Hvernig veist þú nafnið hans?" spurði PJ.

"Þú ert ekki að breytast í, hvernig hét hann nú, gaurinn sem gat talað við dýr, ertu það, E-Z? Vinsamlegast segðu mér að þú sért það ekki. Þó gæti þetta orðið alvöru peningavél. Við gætum markaðsett hæfileika þinn. Spurt um spurningar og birt svör á okkar eigin YouTube-rás. Við gætum kallað það E-Z Dickens, svanahvíslari."

"Frábær hugmynd!" sagði PJ þegar mamma hans stoppaði við gangbraut. "Fyrir nokkrum árum hefðum við líklega grætt milljónir á netinu. Nú á dögum er erfitt að græða peninga á netinu. Þeir hafa herpt verulega að sér."

"Vertu ekki dónalegur," sagði frú Handle og ók áfram.

"Persónan sem hann er að vísa til er Doktor Dolittle," bætti Alfred við. "Þetta var tólf bóka röð skrifuð af Hugh Lofting. Fyrsta bókin kom út árið 1920 og hinar fylgdu, allt til ársins 1952. Hugh Lofting dó árið 1947. Hann var líka breskur. Maður frá Berkshire, fæddur og uppalinn."

"Ég veit hverja þeir meina," sagði E-Z við Alfred. "Og nei, það er ég ekki."

Arden sagði: "Ég vona að svanasfélagi þinn steli ekki öllum stelpum frá okkur í dag. Þú veist hversu mikið stelpur elska allt sem er fjöðruð."

Frú Handle hnerraði.

"Ég var ansi mikill konungur hjartans á sínum tíma," sagði Alfred og bætti við: "Hú-hú!" sem hann beindi að PJ og Arden.

PJ sagði: "Hvíta svaninn þinn fær mig virkilega til að hlæja."

Arden spurði: "Hvaða fuglamynd vann Óskar?"

PJ svaraði: "Lord of the Wings."

Arden spurði: "Hvar fjárfesta fuglar peningana sína?"PJ svaraði: "Á storkamarkaðnum!"

"Vinir þínir eru auðvelt skotspónn," sagði Alfred. "Þeir eru tveir fífl, úr sama efni. Ég skil af hverju þér líkar við þá. Mér líkar frú Handle. Hún er róleg og frábær ökumaður."

E-Z hló.

"Gaman að þú njótir morgunhlátursins," sagði PJ.

"Ég er það nú ekki," sagði Alfred. "Auk þess eruð þið alvöru fífl."

Arden og PJ urðu hissa.

E-Z varð líka hissa yfir því hve hissa þau urðu. "Hvað?"

"Heyrðirðu það ekki?" sögðu þau bæði í kór. "Svani getur talað – og með breskum hreim. Ó man, stelpunum mun hann virkilega líka."

Frú Handle hrist höfuðið. "Hættið nú að gera ykkur heimskar, þið tvö!"

E-Z leit á svana Alfred sem virtist ringlaður.

Alfred reyndi sjálfur grín til að sjá hvort þau gætu virkilega skilið hann. "Hvers vegna humma kolibríar?" spurði hann.

Þrír drengirnir horfðu á; það var ljóst að bæði Arden og PJ gátu nú skilið hann.

Alfred sagði brandarann: "Af því að þær vita ekki orðin, auðvitað."

PJ og Arden hlógu, svona eins konar, en þau voru aðallega hneyksluð.

"Hvernig getur það verið að þau skilji þig líka núna?" spurði E-Z. "Fyrst gátu þau það ekki, en nú geta þau það. Ég hélt að þú hefðir sagt að það væri bara ég. Og af hverju gat frændi Sam ekki skilið þig?

"Nú þegar þeir gátu skilið hann varð Alfred feiminn. Hann hvíslaði að E-Z: "Ég veit það hreint út sagt ekki. Nema það sem ég er hér fyrir hafi eitthvað með þá að gera líka."

"Og þá er frændi Sam ekki með í þessu? Eða frú Handle?"

"Kannski ekki," svaraði Alfred.

"Og hvar fannstu þennan talandi svan?" spurði Arden.

"Og af hverju ertu að koma með hann í skólann?" spurði PJ.

Frú Handle blés. "Þið eruð öll mjög heimsk. E-Z segir að hann sé félagssvanur. Hann getur ekki talað."

"Í fyrsta lagi er hann ekki bara svanur, hann er Cygnus Falconeri. Einnig þekktur sem risasvanur og tegund sem hefur verið útdauð í aldir."

"Ég hef ekki séð marga svana í alvöru," sagði Arden. "Þeir sem ég hef séð í náttúrusjónvarpinu virtust þó ekki vera eins stórir og hann. Fætur hans eru risastórir! Og hvað gerist ef hann þarf, þú veist, að fara á klósettið?"

"Meðal risasvans var lengd frá nefi til hala á bilinu 190-210 sentímetrar," bætti Alfred við. "Og ef ég geri það, mun ég nota grasið – íþróttavöllurinn ætti að gefa mér nægt rými til að éta og sinna þörfum mínum ef og þegar þess þarf."

"Þú meinar að þú borðir grasið og farir svo á grasið?" sagði PJ.

"Æsj!" sagði Arden.

Þau voru orðin óskaplega nálægt skólanum núna, svo E-Z útskýrði. "Ég get ekki gefið þér nákvæmar upplýsingar því ég veit þær ekki sjálfur. Það eina sem ég veit fyrir víst er að Alfred er hér til að hjálpa mér, og þið munið sjá hann mikið."

"Ég held ekki að þeir muni láta hann inn í skólann," sagði Arden.

"Það verður ekki vandamál, þar sem ég er fylgdarmaður þinn," sagði Alfred.

PJ, Arden og Alfred hlógu þegar bíllinn stöðvaðist fyrir utan skólann."Hringdu í mig ef þú vilt að ég sæki þig eftir skóla," sagði frú Handle.

"Takk," svöruðu þeir.

Eftir að stóll E-Z var tekinn úr farangursrýminu ók frú Handle af stað frá kantsteininum.

Vinir hans hjálpuðu honum inn í hann, en Alfred flaug upp og settist á öxlina hans. Þeir héldu til framhliðar skólans þar sem skólastjórinn Pearson var að hvetja nemendur til að fara inn.

"Góðan morgun, strákar," sagði hann með breitt bros á vör. Þangað til hann tók eftir Öldafi svaninum. "Hvað er þetta?" spurði hann.

"Hann er félagssvanur," sagði E-Z.

"Cygnus Falconerie, nákvæmlega," sagði Arden.

"Hann er með okkur," sagði PJ.Skólastjóri Pearson lagði hendur yfir bringu. "Það skrímsli, þessi svana-hvað-hef-ég-nú-kallað-þig, kemur ekki inn hér!"

Alfred sagði: "Það er í lagi, E-Z. Við skulum ekki gera senuna. Ég verð hér þegar tími þinn er búinn. Sjáumst síðar." Alfred flaug upp og settist á þakið á byggingunni. Hann naut útsýnisins áður en hann flaug niður á fótboltavöllinn. Það var nóg af grasi til að naga. Þegar hann var saddur myndi hann finna sér skugga undir tré og taka smá blundi.

Skólastjóri Pearson hristði höfuðið, en hélt síðan hurðinni fyrir E-Z og vini hans. Inni hringdi fimm mínútna viðvörunarbjallan.

Þessi skóladagur var atburðalaus fyrir E-Z og vini hans.

Ekki hafði enn heyrst frá Eriel um neinar nýjar tilraunir.

KAFLI 11

Alfred aðlagaði sig að nýju rútínunni sinni. Krakkarnir í skólanum kynntust honum – þó að aðeins E-Z og vinir hans vissu að hann gæti talað.

Þennan dag, fyrir utan skólann, beið Alfred eftir E-Z og spurði: "Máum við tala?"

E-Z leit í kringum sig; hann vildi enn ekki að hinir nemendurnir heyrðu hann tala við svana. Hann hvíslaði: "Æ, getur þetta beðið þangað til við komum heim?"

"Ó, ég skil," sagði Alfred. "Þér finnst ennþá óþægilegt þegar við spjöllum. Sem er skiljanlegt, en krakkarnir elska mig hér. Þeir raða sér í röð til að klappa mér og gefa mér að borða. Að auki, verður frændi Sam ekki heima? Ég þarf að tala við þig einn."

"Þar sem hann skilur þig samt ekki, munt þú tala við mig einn, jafnvel þegar við erum heima."

"En þetta er nokkuð alvarlegt mál og frekar tímaskammt," sagði Alfred.

PJ keyrði að kantsteininum við hlið þeirra. Arden spurði hvort þeir vildu far heim.

"Æ, strákar. Mér þykir það leitt, en ég ætla að ganga heim með Alfred í dag. Hann hefur mikilvægar upplýsingar til að miðla til mín."

PJ og Arden hristu höfuðið. Arden sagði: "Við bjuggumst við að einn daginn myndum við verða skilin útundan fyrir stelpu – en ekki fyrir fugl." Hann hló hæðnislega.

"Og hvað með leikinn?" spurði Arden.

"Í dag er í dag og leikurinn er ekki fyrr en á morgun. Fyrirgefnið strákar." E-Z hraðaði för sinni. Bíllinn skrunaði áfram við hlið hans, en svo brunaði hann burt með hvell frá dekkjunum.

"Fávitar," sagði Alfred.

"Þeir meina vel. Hvað er svona mikilvægt?"

"Hefurðu heyrt eitthvað frá Líu nýlega? Ég er áhyggjufullur um hana." Alfred vaggandi gekk hlið E-Z, og kiptu af höfði blómkarlsgresisins á leiðinni."Af hverju ertu að hafa áhyggjur? Engar fréttir eru góðar fréttir, er það ekki?"

"Jæja, eiginlega hef ég heyrt frá henni og það hefur verið, æh, jæja, óvænt ný þróun."

E-Z stöðvaðist. "Segðu mér meira."

"Haltu áfram að ganga," sagði Alfred og nagaði nú höfuð smjörblóms. "Lia og móðir hennar eru þegar á leiðinni hingað. Þær ættu að koma einhvern tíma á morgun."

"Hvers vegna ertu svona flýtt? Ég meina, já, þetta er óvænt. Við vissum að þær myndu koma fljótlega. Hvað er svo flókið við það?"

"Það er ekki það sem er flókið."

"Hættu að tefja og segðu það sem þú átt við!"

"Lia er ekki lengur sjö ára – hún er nú tíu ára."

"Hvað? Það er ómögulegt.""Heldurðu að hún myndi ljúga?"

"Nei, ég held ekki að hún myndi ljúga en – þetta er algjörlega út í hött. Fólk eldist ekki úr sjö ára í tíu á nokkrum vikum."

"Hún sagði að hún hefði farið að sofa. Næsta morgun gekk hún inn í eldhúsið til að borða morgunmat og barnfóstran hennar byrjaði að öskra. Þannig komst hún að því að hún hafði elst um þrjú ár yfir nótt."

"Vá!" hrópaði E-Z."Og það er meira."

"Meira. Ég get ekki ímyndað mér neitt meira."

"Hún tókst á við móður sína um að það væri ekki þörf á að hún dveldi hér allan tímann. Hún er upptekin viðskipakona. Það tók töluverða sannfæringu. Lia sagði að það væri betra miðað við reynslu Sam af þér og prófunum. Móðir hennar samþykkti það, með nokkrum skilyrðum.""Til dæmis?"

"Að henni líki við frænda Sam."

"Allir vilja vel við frænda Sam."

"Einnig að þú útskýrir fyrir henni hvernig dóttir hennar gat elst svona yfir nótt."

"Og hvernig í ósköpunum á ég að gera það?"

"Til að vera hreinskilinn," sagði Alfred, "ég hef enga hugmynd. Þess vegna vildi ég tala við þig einn. Ég meina, frændi Sam veit að Lia er á leiðinni, er það ekki?"

E-Z kinkaði kolli. "Ég geri ráð fyrir því, ef þau eru á leiðinni."

"En hann býst við sjö ára stelpu, þegar tíu ára stelpa mun mæta á þröskuldinn hjá honum."

E-Z þagði aftur. Frændi Sam. Hann hafði ekki einu sinni hugsað um að frændi Sam þyrfti að takast á við tíu ára stelpu.

"Ég er ekki viss um að ég hafi nokkurn tíma nefnt aldur Liju við hann!" Alfred hélt áfram. "Ég hef heyrt af því að menn eldist hratt. Það er sjúkdómur sem kallast Progeria. Hann er erfðasjúkdómur, nokkuð sjaldgæfur og mjög banvænn. Flest börn lifa ekki lengur en þrettán ára og Lia er þegar tíu ára, svo við verðum að komast að þessu."

"Hvernig er þetta sem þú nefndir..."

"Progeria."

"Já, Progeria, hvernig smitast það?" spurði E-Z.

"Svo sem ég best veit kemur það fram á fyrstu tveimur árunum. Og börnin eru yfirleitt ljót."

"Lia er ljót, vegna glerins, ekki vegna sjúkdóms. Er til lækning?"

"Engin lækning. En E-Z, það er eitthvað annað. Þetta hefur eitthvað með augun í höndum hennar að gera. Þau eru ný og sjúkdómurinn er nýr. Of mikil tilviljun, finnst þér ekki?"

E-Z hugleiddi þetta og komst að þeirri niðurstöðu að Alfred hefði rétt fyrir sér. Þetta var of mikil tilviljun. En hvað ætlaði hann að gera í því? Ætti hann að hringja í Eriel? "Þekkir þú Eriel?"

Alfred hægði á göngu sinni og E-Z gerði það líka. Þau voru nánast komin heim og þurftu að ræða þetta áður en þau myndu hitta frænda Sam. "Já, ég hef heyrt um hann. En eins og þú veist er Eriel ekki minn engill. Þú hittið leiðbeinanda minn, Ariel, og hún er náttúrunnar engill, það er ástæðan fyrir því að ég er í ástandi sjaldgæfs svans. Hún gæti hjálpað, en við verðum að bíða eftir næstu birtingu hennar til þess."

"Þú meinar að þú getir ekki kallað hana fram?"

Alfred kinkaði kolli. "Geturðu kallað Eriel fram að vild?"

E-Z hló. "Ekki alveg að vild, en hann er náðst. Hann er þó alveg plága og vill ekki vera kallaður eða boðaður." E-Z hugsaði þögullega og svo gerði Alfred líka. Húsið þeirra var nú í sjónmáli og frændi Sam var heima því bíll hans var á bílastæðinu. "Ég held að við ættum að bíða og sjá hvað gerist með Líu."

"Samþykkt," sagði Alfred og steig af stígnum, tók nokkra grasið úr jörðinni og tyggði það. E-Z horfði á. "Ég kýs frekar að borða ekki of mikið gras; ég meina garðgrass. Það er það sem ég borða allan daginn þegar þú ert í skólanum – fyrir utan fáu blómin sem ég finn. Núna langar mig í eitthvað blautt sem vex undir vatni. Það er ferskara og safaríkara."

"Ég skil það alveg," sagði E-Z. "Mér finnst gott að borða salat þegar það er ferskt og stökkt. Mér líkar það ekki eins vel þegar það kemur í pokum og eina leiðin til að kyngja því niður er að dýfa því í salatsósu."

"Ég sakna mannsmatsins."

"Hvað saknarðu mest?"

"Ostaborgara og franskar, án efa. Ó, og ketsjúp. Hversu mikið ég elskaði þessa þykku, rauðu, seigluðu sósu sem fer á allt."

"Kannski væri það ekki svo slæmt, á grasinu?" hringdi E-Z upp úr hlátri, en Alfred var að hugsa um það.

"Ég væri til í að prófa það."

"Skalum setja þetta á óskalista þinn," sagði E-Z.

"Hvað er óskalisti?" spurði Alfred.

KAFLI 12

E-Z HUGLEIDDI SPURNINGU ALFREDS. Alfred vissi ekki hvað bucket list var... og hugtakið var búið til árið 2007 í sama nafna kvikmynd Nicholson og Freeman. Hann útskýrði án þess að fara of mikið í smáatriði.

"Þetta er mjög áhugaverð hugmynd," sagði Alfred og loðaði upp fjöðrum sínum. "En hvað er eiginlega tilgangurinn með að halda úti drawalista? Vissulega myndir þú muna allt sem þú vildir virkilega gera?"

"Við skulum sjá, Alfred, ég er ekki alveg viss. Ég held að þetta tengist aldri. Að eldast og missa minni."

"Skynsamlegt."

Þeir héldu áfram för sinni og komu heim. Þegar E-Z keyrði sig upp rampa, stökk Alfred á eftir. Svani flaug með vængjunum til aðstoðar við upphafshreyfinguna. Efst, þegar E-Z opnaði hurðina, heyrðu þeir ókunnuga rödd.

"Ó nei, þeir eru þegar komnir!" sagði Alfred.

"Þú hefðir getað varað mig við!" svaraði E-Z og hengdi tösku sína á krók á leiðinni inn í stofuna."Auðvitað hefði ég gert það, hefði ég vitað það!"

Lia stóð upp.

Fyrir tíu ára gamla E-Z leit Lia ótrúlega öðruvísi út, þar til hún rétti fram opnar lófa sína.

Lia hrópaði af gleði, hljóp til hans og gaf honum stórt faðmlag. Síðan faðmaði hún Alfred og sagðist ótrúlega glöð að fá loksins að hitta hann.

Móðir Liju, Samantha, stóð einnig og horfði á dóttur sína faðma drenginn sem hafði bjargað lífi hennar. Engildrenginn í hjólastólnum. Dóttir hennar hafði nefnt Alfred, en ekki að hann væri risasvanur.

Frændi Sam stóð upp og sagði: "Ó, E-Z! Guð sé lof að þú ert kominn heim!" Hann færði sig nær frænda sínum. Síðan stakk hann upp á, dálítið klaufalega, að þeir færu inn í eldhúsið til að fá sér að borða og drekka.

"Við erum í lagi," sagði Samantha.

Sam krafðist þess samt sem áður að þau færu inn í eldhúsið.

"Æh," stamaði E-Z. "Mig langar í drykk."

Sam andvarpaði.

"Ekki gera neina sérstaka fyrirhöfn fyrir okkur," sagði Samantha.

"Þetta er engin fyrirhöfn," sagði Sam og ýtti stól E-Z að útganginum úr stofunni. "Lia, þú ert mjög falleg," sagði Alfred og beygði höfðið svo hún gæti klappað honum.

"Takk," sagði Lia roðin í kinnum. Hún kastaði augunum til E-Z þegar þau gengu út úr herberginu, en hann tók það ekki eftir því augun voru á frænda sínum.

Þegar þau voru komin inn í eldhúsið setti Sam frænda sinn á stað. Hann opnaði ísskápinn og lokaði honum aftur. Hann fór að skápnum, opnaði hurðina og lokaði henni aftur.

"Hvað er að?" spurði E-Z.

"Ég, ég bjóst ekki við þeim svona fljótt og hvað í ósköpunum borða og drekka fólk frá Hollandi? Ég held að ég eigi ekkert hentugt heima. Á ég að fara út og kaupa eitthvað sérstakt?"

"Þau eru bara fólk eins og við, ég er viss um að þau muni prófa hvað sem er. Ekki hugsa of mikið um þetta."

"Hjálpaðu mér núna, krútt. Hvaða mat eigum við að bjóða? Ost og kexi? Eitthvað heitt, ostabrauðsneiðar? Við erum með vatn, djús og gosdrykki."

"Allt í lagi, skulum bjóða ost og kexi í bili. Sjáum hvernig gengur. Og bakka með ýmsum drykkjum."

Sam andvarpaði og setti allt saman á bakka. "Ó, servíettur!" sagði hann og tók fram hrúgu af þeim úr skúffunni.

"Er allt klárt?" spurði E-Z.

"Takk, kríli," sagði Sam og tók upp bakkann fullan af mat og drykk. Hann gekk inn í stofuna og frændi hans fylgdi á eftir. Sam setti allt á borðið, stökk svo upp og kallaði: "Aukaskálar!" og fór út úr herberginu, en kom skömmu síðar aftur með þá.

E-Z kastaði fljótlegu auga til Liau þegar hann tók sopa af drykknum sínum. Hann sá hana enn sem litla stelpu, þótt hún væri það ekki lengur. Hár hennar var lengra.

Móðir Liau leit enn óþægilegri út en frændi Sam. Hún fiktaði við kexi en bitaði ekki úr því. Hún færði drykkjarglasið fram og aftur en drakk ekki úr því. Hún kíkti til frænda Sam öðru hvoru, en ekki í langan tíma. Síðan andvarpaði hún mjög háværlega og fór aftur að fikta við matinn sinn.

"Hvernig var flugið þitt?" spurði E-Z.

"Það var barnalega auðvelt miðað við að fljúga með þér," sagði Lia. Hún hló og gosdrykkurinn kom næstum út um nefið á henni. Fljótlega hlógu þau öll og fundu fyrir meiri afslöppun.

Alfred spjallaði frjálslega, vitandi að aðeins Lia og E-Z gætu skilið hann. "Nú erum við saman, Þrír. Eins og ætlað var."

Lia og E-Z skiptust á augnaráði.

Alfred hélt áfram. "Ég velti sífellt fyrir mér hvers vegna okkur var safnað saman. E-Z, þú getur bjargað fólki og þú ert ofur-duper sterkur, auk þess geturðu flogið og stóllinn þinn líka. Lia, kraftar þínir felast í sjón þinni. Þú getur lesið hugsanir. Af því sem E-Z hefur sagt mér hefurðu ljóskraft og getur stöðvað tímann.

Ég, ég get ferðast, flogið um himininn og ég get stundum sagt til um þegar hlutir ætla að gerast áður en þeir gerast. Ég get líka lesið hugsanir, ekki allan tímann. Einnig elska flestir svana. Sumir segja að við séum englar. Það eru jafnvel til þeir sem trúa því að svanir hafi máttinn til að breyta fólki í engla. Ég veit ekki hvort það sé satt. Ég sjálfur get hjálpað öllu lifandi, andandi lífi að læknast."

Síðasti hlutinn var nýjburður fyrir E-Z. Hann vildi vita meira.

Alfred boðaði fram: "Að gefast upp er fyrsta skrefið."

E-Z og Lia voru uppteknir í hugsunum um játningu Alfreds.

"Hvað gerum við núna?" spurði Lia.

"Hvert lið þarf leiðtoga, formann. Ég tilnefni E-Z," sagði Alfred.

"Ég styð tilnefninguna," sagði Lia.Lia og Alfred lyftu glösum sínum fyrir E-Z. Frændi Sam og móðir Liau,

Samantha, tóku einnig þátt í skálinni, þótt þær hefðu enga hugmynd um hvað þær væru að skála fyrir.

E-Z þakkaði þeim öllum. En innra með sér velti hann fyrir sér hvernig allt myndi ganga fyrir sig. Hvernig ætlaði hann að leiða litla stelpu og trompetsvan? Hvernig ætlaði hann að halda þeim öruggum og utan hættusvæða?Frændi Sam og Samantha buðust til að þrífa, á meðan þremenningarnir gengu aftur inn í stofuna.

"Þetta verður gott tækifæri fyrir þau til að kynnast hvoru öðru aðeins betur," sagði Alfred.

"Já, mamma hefur aldrei verið svona kvíðin áður. Í starfi sínu hittir hún marga og talar við þá, jafnvel algjöra ókunnuga, eins og hún hafi alltaf þekkt þá. Það er eitt af leyndarmálum árangurs hennar, held ég. En með Sam er hún eins þögul og mús og kvíðin."

"Kannski er þetta tímamismunur," benti E-Z á.

Alfred hló. "Nei, þau laðast að hvoru öðru. Þið eruð bæði of ung til að taka eftir því, en það var eitthvað í loftinu."

"Í alvörunni, mamma hefur áhuga á Sam?"

"Frændi Sam var líka klaufskapur – en hann hittir ekki margar stelpur þessa dagana þar sem hann vinnur heima og eyðir mestum tíma sínum í að hjálpa mér. Ég legg til að við skiptum um umræðuefni."

"Ég líka," sagði Lia.

"Þið tvö eruð ekkert skemmtileg."

"Ég held að það sé kominn tími til að við köllum á Eriel," sagði E-Z. "Hann hlýtur að vera sá sem sameinaði okkur öll. Við þurfum að fá að vita áætlunina. Að vita hvað verður krafist af okkur og hvenær."

"Hver er Eriel?" spurði Lia. "Ég man að þú spurðir mig áður hvort ég þekkti hann."

"Hann er erkiengill og hann hefur verið leiðbeinandi í prófunum mínum. Jæja, allavega síðustu nokkrar."

"Engillinn minn, sá sem gaf mér gjöf hand-sýnar, heitir Haniel. Hún er líka erkiengill. Hún er umönnunarengill jarðar."

Þetta kom E-Z á óvart. Ef þau voru öll að vinna fyrir sína eigin engla, af hverju voru þau þá sett saman? Var annar engill máttugri en hinn? Hver var yfirmaðurinn? Hver svaraði fyrir hverjum?

"Ég myndi gjarnan vilja vita hvað er eiginlega í gangi," sagði Alfred.

"Allt sem ég veit," sagði Lia, "er að eftir slysið var mér boðið að verða ein af þremur. Og nú, voilà, hér erum við."

Frændi Sam og Samantha komu inn í herbergið. Þau spjölluðu saman í smá stund í viðbót þar til Samantha, sem var orðin þreytt eftir flugið, fór inn á sitt herbergi. Frændi Sam fór líka inn á sitt herbergi."Komum í herbergið mitt og tölum," sagði E-Z.

Lia og Alfred fylgdu í kjölfarið. Eftir nokkurra klukkustunda umræðu áttaðu þau þrjú sig á því að þau höfðu margar spurningar en fá svör. Lia fór í herbergið sitt sem hún deildi með móður sinni. Alfred svaf við brúnina á rúmi E-Z. E-Z hnerraði og snörti. Á morgun væri annar dagur – þá myndu þau komast að öllu.

KAFLI 13

N æsta morgun bar Lia fram skálar af morgunkorni út í bakgarðinn. Sólin var að rísa á himni, það var skýlaust veður og klukkan var að verða tíu. Alfred var að naga grassið við stíginn.

Lia rétti E-Z skálina hans, settist svo undir regnhlífina á veröndinni og tók sér skeifu af Cornflakes.

"Norður-amerískir cornflakes bragðast öðruvísi en þeir sem við fáum í Hollandi."

"Hver er munurinn?" spurði E-Z.

"Allt hér bragðast sætara."

"Ég hef heyrt að þeir noti mismunandi uppskriftir í mismunandi löndum. Viltu eitthvað annað?" Hún neitaði með því að hrista höfuðið. "Ég gat ekki sofið í gærkvöldi," sagði E-Z og tók annan skeifu af Captain Crunch.

"Fyrirgefðu, var ég að hnerra of mikið?" spurði Alfred og þrýsti andliti sínu í daggvætt grasið.

"Nei, þú varst fínn. Ég hafði margt á hjarta. Ég meina, við erum öll hér. Þrír – og ég hef ekki haft réttarhöld um tíma... Síðan Hadz og Reiki voru sett niður í stöðu, veit ég ekki hvað er að gerast. Eftir þá síðustu orustu við Eriel – sem ég vann, að vísu – hef ég ekki heyrt neitt frá honum. Það gerir mig stressaðan. Ég er að velta fyrir mér hvað hann er að plana til að gera líf mitt ömurlegt."

Alfred vaggandi burt í garðinum, á meðan einhyrningur settist á grasið.

"Til þjónustu," sagði Litli Dorrit.Einhyrningurinn nuddaði höfuðið að Líu, á meðan hún stóð og kysti hann á ennið.

Yfir þeim hófst blár skrifstraumur á himninum. Hann stafsaði orðunum:

FÓLLF MEGIN.

Stóll E-Z reis upp. "Komdu!" hrópaði hann.

Litla Dorrit beygði sig niður og leyfði Líu að klífa upp á sig.Alfred sveiflaði vængjunum og gekk til liðs við hina.

"Hefurðu hugmynd um hvert við erum að fara?" spurði Alfred.

"Allt sem ég veit er að við verðum að flýta okkur! Hristingarnir aukast svo við verðum að vera nálægt."

"Sjáðu framundan," hrópaði Lia. "Ég held að við séum nauðsynleg í skemmtigarðinum."

Strax varð E-Z ljóst hvers vegna þau voru nauðsynleg. Rússíbani hafði farið af braut. Vagnarnir voru hengandi, sumir að hluta til á og sumir að hluta til af brautinni. Farþegar á öllum aldri öskruðu. Eitt barn hékk svo hættulega með fæturna út af vagninum að það var ljóst að hann myndi detta fyrstur.

"Við grípum barnið," sagði Lia og tók á loft. Hún og Litla Dorrit flugu beint að drengnum. Hann sleppti takinu, féll og lenti örugglega framan á Lia á einhyrningnum.

"Takk," sagði drengurinn. "Er þetta virkilega einhyrningur, eða er ég að dreyma?"

"Það er hann," sagði Lia. "Hún heitir Litla Dorrit."

"Mamma mín á bók með því nafni. Ég held að hún sé eftir Charles Dickens."

"Það er rétt," sagði Lia.

"Eru einhyrningar í Litlu Dorrit? Ef svo er, verð ég að lesa hana!"

"Ég get ekki sagt það með vissu," sagði Lia. "En ef þú kemst að því, láttu mig vita."

E-Z greip í vagnana sem héngu út úr einn af öðrum. Það tók nokkra vinnu að halda jafnvægi, það var dálítið eins og slinky sem hallar sér alveg til annarrar hliðar í fyrstu. En reynsla hans af flugvélinni hjálpaði honum og veitti honum innblástur þegar hann lyfti vögnunum aftur upp á brautina. Hann hélt þeim stöðugum þar til allir farþegarnir voru öruggir inni.

Þökk sé hjálp Alfreds gekk þetta ferli hnökralaust. Alfred notaði vængi sína, gogg og hreinan kraft til að lyfta þeim til öryggis.

"Er allt í lagi með alla?" kallaði E-Z og fékk hávær lófaklapp frá öllum farþegunum.

Verkinu lokið með góðum árangri flaug Alfred upp til Liju og hinna. Þetta var frábær staður til að fylgjast með.

"Máum við leyfa drengnum að fara niður núna?" spurði Lia.E-Z gaf henni þumalfingur upp.

Niðri var krani kominn til að lyfta þeim upp til björgunar. Hann var alls ekki tilbúinn ennþá. Hann horfði á verkamennina flýta sér um í gulum öryggishöttum.

E-Z flautaði til stráksins sem keyrði rússíbana til að ræsa hann.Reiðhjólastapans stjórnandi kveikti aftur á vélinni. Fyrst héldu vagnarnir áfram að strita sér örlítið, en svo stöðvuðust. Farþegarnir öskruðu af ótta við að þeir myndu aftur fara af braut. Sumir héldu um hálsinn á sér, sem hafði hristst í upphaflega atvikinu.

E-Z setti hjólastólinn sinn framan við vagnana til að fylgjast með því að staða þeirra breyttist ekki. Hann tók eftir að vindurinn var að aukast, þar sem hár farþega sveiflaðist um í vögnunum. Einn aldraður maður missti LA Dodgers-stutthúfuna sína. Allir horfðu á þegar hún féll til jarðar.

"Reynið aftur," hrópaði E-Z, vonandi að það gengi betur en hugsaði um varaplan ef allt færi úrskeiðis.

Rekstraraðilinn gaf í vélinni. Aftur hélt rússíbani áfram að færast áfram. Núna aðeins lengra, en hann stöðvaðist aftur alveg.

E-Z hrópaði til Little Dorrit: "Settu Liju niður á jörðina. Svo taktu keðjulengju með krókum á báðum endum og komdu með hana upp til mín."

Einhyrningurinn kinkaði kolli og sneri sér niður með "ó-um" og "á-um" frá mannfjöldanum sem hafði safnast saman niðri. Einn maður reyndi að grípa í hana og komast með í ferðina, en hún ýtti honum frá sér með nefinu og lögreglan hóf að afmarka svæðið.

"Hér!" sagði byggingarmaðurinn. Hann hafði heyrt hvað E-Z bað um. Hann setti hluta keðjunnar í munn Little Dorrit og vefði restina utan um háls hennar.

"Er þetta ekki of þungt?" spurði hann, þegar Little Dorrit tók á loft án vandræða og flaug upp að Alfred, sem beið nú við hlið E-Z.

Alfred notaði gogginn til að setja hengið beint fyrir framan rúllukerru-vagninn. Hann festi það og tengdi við hjólastól E-Z.

"Vinsamlegast sitjið kyrr," kallaði E-Z. "Ég ætla að koma ykkur niður, hægt en örugglega. Reynið að hreyfa ykkur ekki of mikið, ég vil að þyngdaraflið sé stöðugt. Á þrjú, skulum við rúlla," sagði hann. "Einn, tveir, þrír." Hann dró af öllum kröftum og vagninn rúllaði áfram með honum. Að fara niður var auðvelt, en þegar kom að upphafi þurfti hann að gæta þess að vagninn fengi ekki of mikinn hraða og losnaði aftur. Little Dorrit og Alfred flugu hlið vagnsins, tilbúnir til að grípa inn í ef eitthvað færi úrskeiðis.

Lia var svo hrædd, kvíðin og spennt."Þú getur þetta, E-Z!" hrópaði hún, og gleymdi því að hún gæti talað hugsanir sínar upp hávært og hann myndi heyra þær.

"Takk," sagði hann og hélt hraðanum hægum og stöðugum. Þó að E-Z væri þreyttur þurfti hann að klára verkið. Þegar vagninn beygði og stöðvaðist alveg fór hann aftur inn í göngin. Aftur þangað sem ferðin hafði fyrst hafist.

"Takk fyrir!" kallaði stjórnandinn.Slökkviliðsmenn, sjúkraflutningamenn og hjúkrunarfræðingar undirbjuggu sig fyrir straum farþega sem voru að stíga út á sama tíma.

"E-Z! E-Z! E-Z!" hrópaði mannfjöldinn, með síma á lofti og tók upp allt atvikið.

"Heldurðu að við höfum tíma til að ná í smá sykursmjöri?" spurði Lia.

"Og karamellukorn?" sagði Alfred. "Ég er ekki viss um hvort mér muni líka, en ég er tilbúinn að prófa!"

"Jú," sagði E-Z, "ég skal sækja bæði fyrir þig, engar áhyggjur! Ég gæti jafnvel fengið mér karamellu-epli."

Þegar hann fór að versla tók hann eftir að blaðamenn höfðu komið. Þeir voru safnaðir utan um einhvern sem var mjög hávaxinn með glettilega svart hár. Maðurinn hélt hattkúpu fyrir framan sig og líktist Abraham Lincoln. Við nánari skoðun áttaði hann sig á að þetta var Eriel í dulargervi. Hann færði sig nær til að heyra betur.

"Já, ég er sá sem sameinaði þetta kraftmikla þríeyki. Leiðtoginn er E-Z Dickens, hann er þrettán ára og stórstjarna. Fyrir utan að vera reyndasti meðlimur Þriggja manna, er hann leiðtoginn. Eins og þið hafið eflaust tekið eftir, ræður hann við nánast hvað sem er. Hann er frábært barn!"

E-Z fann kinnarnar hitna.

"Hvað með stelpu og einhyrninginn?" kallaði blaðamaður.

"Hún heitir Lia, og þetta var hennar fyrsta verkefni í ofurhetjuhheiminum. Einhyrningurinn hennar er Little Dorrit, og þær mynda ótrúlegt lið. Hún bjargaði þessum dreng," hann greip drenginn. Hann setti hann fremst og í miðjunni fyrir myndavélarnar.Þegar allir augar beindust að honum kláraði hann setninguna. "Með auðveldum hætti. Lia og Little Dorrit eru frábær viðbót við liðið og munu vera E-Z gríðarlegan lið í öllum framtíðarverkefnum hans."

"Hvernig var það?" spurði blaðamaður drenginn.

"Lia var mjög nice," sagði hinn ungi drengur.Myndin í myrkrinu ýtti drengnum frá sér. Hann klappaði rykinu af sér.

"Tónsveiflugan er nefnd Alfred. Þetta var fyrsta tækifæri hans til aðstoða E-Z. Hann setti sig hugrakkt í hættu. Alfred er annar frábær meðlimur þessa ofurhetjuliðs Þriggja manna. Þið munið sjá mikið af þeim í framtíðinni." Hann hikstaði, "Ó, og ég heiti Eriel, ef þú vilt vitna í mig í greininni þinni."

Nú óskaði E-Z þess að hann hefði ekki samþykkt að safna nammi á skemmtitjaldinu. Hann krækti sér niður til hliðar og vonaðist til að verða ekki tekinn eftir.

"Þarna er hann!" hrópaði einhver.

Aðrir sem biðu í röðinni á eftir honum ýttu honum að fremsta hluta röðunnar.

"Á kostnað hússins," sagði seljandinn og rétti honum eitt af hverju.

"Takk," sagði hann og tók á loft."Þetta er hann! Strákurinn í hjólastólnum! Hetja okkar!" hrópaði einhver neðan frá.

"Þarna er hann, taktu mynd af honum."

"Komdu aftur og fáðu mynd með okkur, vinsamlegast!"

E-Z leit til þar sem Eriel hafði staðið, en nú þegar hann hafði sést var enginn áhugi á honum. Áður en hann vissi af var Eriel horfinn."Förum héðan!" hrópaði E-Z og velti fyrir sér hvert þeir ættu nákvæmlega að fara. Ef þeir færu heim til hans, myndu blaðamennirnir og aðdáendur með allra líkindum elta þá. Á einhvern hátt saknaði hann daganna þegar Hadz og Reiki þvoðu minni allra sem komu að málinu – það gerði hlutina vissulega einfaldari.

Á leiðinni til baka gat E-Z ekki annað en velt því fyrir sér hvað Eriel væri að bralla. Eftir allt saman átti enginn að vita af prófunum hans. Það var mjög skrítið – en hann var of þreyttur til að ræða það við vini sína. Í staðinn velti hann fyrir sér hvers vegna það skipti ekki lengur máli að halda prófunum sínum leyndum – og hvernig það myndi breyta hlutunum. Það var gott að vængirnir brennslu ekki lengur og stóllinn virtist ekki hafa áhuga á að drekka blóð.

"Jæja, þetta var frekar auðvelt," sagði Alfred.Lia hló. "Og það var eiginlega gaman að sjá þig í aðgerð, E-Z."

"Hæ, hvað með mig, ég hjálpaði líka!"

"Það gerðir þú sannarlega," sagði E-Z. "Og Little Dorrit, takk! Ég hefði ekki getað gert þetta án þín!"

Little Dorrit hló. "Gaman að geta hjálpað."

"Þú varst stórkostleg!" sagði Lia og strauk sér um hálsinn.

En eitthvað var að angra þau. Það var augljóst að E-Z hefði getað gert allt sjálfur. Hann þurfti enga aðstoð.

Alfred fann sérstaklega að sem trompettrana var hann búinn að gera allt sem hann gat. En hann var ekki mikill hjálp í þessu björgunarstarfi. Ekki eins og einhver með hendur gæti hjálpað. Hann hafði lagt sig fram, en var það nóg? Var hann besti kosturinn til að vera meðlimur í Þríeykinu?Lia var að hugsa að Litla Dorrit hefði getað lent undir drengnum og bjargað honum án þess að vera á baki hans. Einhyrningurinn var snjall og hefði getað fylgt forystu E-Z og leiðbeiningum hans. Hún fann að hún hefði lagt allt þetta á sig, og fyrir hvað? Þetta var eiginlega alveg tilgangslaust.

Þau sneru aftur heim. Þó að þau hefðu áorkað einhverju dásamlegu saman, var þeim niðurdregnum.

Little Dorrit fór og hélt til þar sem hún bjó þegar hún var ekki þörf.

E-Z fór strax á skrifstofu sína þar sem hann vann aðeins í bókinni sinni. Hann hafði viljað uppfæra prófana til að sjá hvar hann staði. Hann ákvað að slá þau öll inn aftur frá upphafi:

1/ bjargaði litlu stúlkunni

2/ bjargaði flugvélinni frá því að hrapa

3/ stöðvaði skotmanninn á þakinu

4/ stöðvaði stúlkuna í búðinni

5/ stöðvaði skotmanninn fyrir utan húsið sitt

6/ tókst á við Eriel í tvívíg

7. komst undan þeirri kúlu

8/ bjargaði Líu

9/ kom rússíbana aftur á spor.

Hann var ekki viss um hvort að bjarga frænda Sam væri prófraun eða ekki. Hadz og Reiki höfðu hreinsað hug hans. E-Z hafði innsæi fyrir því að björgunin á frænda Sam hefði ekki verið prófraun.

Hann settist aftur í stólinn sinn og hugsaði um lokadaginn sem nálgaðist. Hann þurfti að ljúka þremur fleiri prófraunum á takmörkuðum tíma. Annars vegar vildi hann komast yfir þær og hafa það af. Hins vegar óttaðist hann að ljúka skuldbindingu sinni.

Á meðan ákvað Alfred að fara að synda í vatninu.

En Lia og móðir hennar fóru í göngutúr.

"**S**VO, HVERNIG VAR það?" spurði Samantha.

"Það var ótrúlega spennandi og ógnvekjandi á sama tíma. E-Z er eftirtektarverð. Óhrædd," útskýrði Lia.

"Og hvað var þitt framlag?"

Þær beygðu og settust saman á bekk í garðinum. Börn voru að leika sér, hlaupa fram og til baka og öskra. Bæði móðir og dóttir rifjuðu upp hvernig Lia hafði leikið sér svona, án áhyggna, þegar hún var sjö ára gömul. Nú þegar hún var tíu ára hafði áhugi hennar á leik minnkað verulega.

"Saknarðu þess?" spurði Samantha.

Lia brosti. "Þú veist alltaf hvað ég er að hugsa. Ég sakna þess ekki endilega, en einhvern tíma fljótlega langar mig að prófa að dansa aftur. Til að sjá hvernig og hvort ég gæti aðlagast.

"Þær sátu saman og horfðu á án þess að segja neitt.

"Varðandi mitt framlag, þá var lítill drengur að hanga af bílnum og án hjálpar Little Dorrit hefði hann getað fallið."

"Hefði getað?"

"Já, ég held að E-Z hefði bjargað honum og sinnt restinni, ef við hefðum ekki verið þarna. Hann er vanur að takast á við prófin sjálfur."

"Heldurðu að þú og Alfred hafið verið nauðsynleg?"

"Að við værum þarna til andlegrar stuðnings var hjálplegt, held ég. Ég veit ekki. Hinir æðstu englar hafa lagt sig hart fram til að koma okkur saman. Að fljúga okkur alla leið frá Hollandi, heimili okkar. Þegar, út frá þessari prófraun, held ég að við séum ekki nauðsynleg."

Samantha tók hönd dóttur sinnar í sína og þær stóðu upp af bekknum og sneru aftur heim á leið.

"Mér finnst gott að hafa lið, varalið, og ég er viss um að E-Z viti það og kunni að meta það. Hann virðist ekki vera af þeirri gerð sem einangrar sig. Hann spilaði hafnabolta, og spilar enn, að því er Sam segir mér. Hann veit að lið vinna vel saman, byggja á styrkleikum hvers og eins. Hvað þig varðar, myndi ég ekki hafa áhyggjur af því að þú værir ekki mikilvægasti þátturinn í þessari prófraun. Og vanmetðu aldrei gildi þitt."

"Takk, mamma," sagði Lia þegar þær beygðu inn á götuna sína. "Nú skulum við tala um Sam. Þér líkar hann virkilega vel, ekki satt?"

Samantha brosti en svaraði ekki.

$$***$$

Á SAMA TÍMA VAR Sam að kíkja til E-Z. "Er allt í lagi?" spurði hann og stakk höfðinu inn í skrifstofu frænda síns.

"Ég er ekki viss. Getum við talað?"

"Auðvitað, krútt."

"Lokaðu hurðinni, vinsamlegast."

"Hvað er að? Gekk ekki fyrsta liðsprófið vel?""Fyrst langar mig að spyrja þig, hvað er eiginlega í gangi með þig og mömmu Liju?"

Sam dró fæturna eftir gólfinu og þrífði gleraugun sín. "Skulum ekki gera þetta að umræðu um mig og Samantha. Það er okkar mál."

"Ó, svo það er 'við' þá?" hvæskti hann.

"Breyta um umræðuefni," sagði Sam.

"Allt í lagi þá, eins og þú viljir. Hvað varðar prófið þá gekk það vel, og hugsaðu ekki illa um mig. Ég er ekki að segja þetta af því að ég sé hrokafullur, en ég hefði getað klárað það án hinna."

"Segðu mér nákvæmlega hvað gerðist. Hvert var verkefnið þitt? Og ég verð að segja að þetta kemur mér á óvart, þar sem þú hefur alltaf verið liðsmaður."

"Ég veit það. Það er einmitt það sem plagar mig líka. Þetta var á skemmtigarðinum. Hjólabandið fór af sporinu. Framhliðin var að hanga út af brúninni og farþegar voru að falla út. Aðeins einn var í alvöru hættu – barn sem Lia bjargaði með hjálp Litlu Dorrit, einhyrningsins."

"Hljómar eins og þessi björgun hafi verið gagnleg."

"Það var hún, því barnið var á tíma, en ég var þarna og hefði getað bjargað því. Síðan sett vagninn aftur á spor og hjálpað hinum inn í hann. Það var eins og tíminn stæði kyrr fyrir mér – svo ég hefði auðveldlega getað leyst þessa stöðu án aðstoðar nokkurs."

"Það hljómar eins og Alfred hafi ekki verið mikil hjálp fyrir þig. Ertu að gefa í skyn að þú gætir verið án hans?"

E-Z gekk með fingrunum í gegnum dökku miðju hársins. Stífa tilfinningin gerði honum einhvern veginn gott að slaka á.

"Alfred hjálpaði. En ég var að leita leiða til að hann gæti hjálpað. Hann reynir svo hart. Við viljum svo gjarnan hjálpa, en í alvöru er hann nógu klár til að vita að ég skapaði honum vinnu. Svo hann gat hjálpað, og mér líður illa með það."

"Þetta er það sem liðsmenn gera. Þeir hugsa hvert um annan. Hjálpast að."

"Ég veit það, en þegar mannslíf eru í húfi er það mín skylda að sjá til þess að enginn deyi. Ef ég er að finna öðrum verkefni til að láta þá líða nauðsynlega er það hindrun, ekki hjálp." Hann andvarpaði djúpt og smellti fingrunum á lyklaborðið. Skaðsamur forðaðist hann augnsamband við frænda sinn.

Eftir nokkrar mínútur þagnar sneri E-Z sér aftur að bókinni sinni til að gefa frænda sínum tíma til að melta málin. Hann rýndi í smáatriði dagsins.Þegar hann ræddi atburðina niður, greindi þá í sundur og setti saman aftur, fékk hann uppljómun. Þetta var eitthvað sem hann hafði aldrei gert áður. Hann gat rætt málið við teymið sitt. Þeir gátu sagt honum hvernig hann stóð sig, gefið honum ráð svo hann gæti bætt sig. Já, margir kostir fylgdu því að vera einn af þeim þremur. Hann fann fyrir afslöppun og var hamingjusamari með þessa vitneskju.

"Ég held að þú ættir að gefa þessari teymisstarfsaðferð meiri tíma áður en þú tekur neina ákvörðun. Það hlýtur að vera gagnlegt fyrir þig að vita að hver og einn þeirra hafi sína sérstöku krafta til aðstoðar þér. Í þessari stöðu voru hæfileikar þínir í brennidepli. Það þýðir ekki að það verði alltaf svona. hlutirnir gætu breyst fyrir næja verkefnið. allt gerist af einhverjum ástæðum."

"Þú ert að hugsa eins og ég núna. allt er alltaf betra ef þú þarft ekki að takast á við það einn. þú kenndir mér það."

"Er einhver annar hérna heima að deyja úr hungri?" kallaði Alfred þegar hann vaggði eftir ganginum.

E-Z ýtti stólnum aftur og svaraði: "Ég!"

Sam sagði: "Hvað varstu að segja?"

"Ó, Alfred spurði hvort einhver væri svangur."

"Ég líka!" kallaði Sam.

"Ég er það," sagði Lia. "Hvað er í kvöldmatinn?"

Samantha lagði til að þeir pöntuðu pizzu. Allir fagnuðu, nema Alfred. Hann var ekki hrifinn af seigum osti.

Þau eyddu kvöldinu saman, fylltu sig af mat og horfðu á eina þáttaröð um uppvakninga í röð.

"Er þetta ekki of ógnvekjandi fyrir þig, Lia?" spurði E-Z,

"Þetta er of ógnvekjandi fyrir mig!" svaraði Samantha. Sam lagði handlegginn utan um hana, á meðan Lia glotti og hélt í hönd móður sinnar.

KAFLI 14

FLJÓTLEGA NÆSTA MORGUN VAKNAÐI Alfred með öskri. Ef þú hefur aldrei heyrt svana öskra, þá ert þú heppinn. Það var svo hávært að það vakti alla.

E-Z reyndi að róa Alfred. Svani flaug aðeins meira með vængjunum og lét frá sér hræðilegan hávaða. Það var eins og hann væri pyntaður. Annaðhvort það eða heimurinn væri að farast!

Frændi Sam kom til að athuga hvað væri í gangi. "Þetta er Alfred, en ekki hafa áhyggjur. Ég kemst yfir þetta," sagði E-Z.

Brátt komu Lia og Samantha til að kanna hvað væri að gerast. Lia sannfærði Samanthu um að fara aftur að sofa.

Lia varð eftir til að hjálpa E-Z að hugga Alfred. Sem fór strax að glugganum, opnaði hann með nefinu og flaug út í nóttina.

Yfir þeim hlustuðu E-Z og Lia á vatnsvætt fætur Alfred slá á þakið.

"Hvað eruð þið tvö að bíða eftir!" hrópaði hann. "Við verðum að fara – NÚNA!"

Lia klifraði út um gluggann og stóð skjálfandi á kantinum. Hún beið þar til E-Z komst í hjólastólinn sinn og gat fært hann í loftstöðuna.

"Bíddu, ég held að einhyrningurinn sé loksins á leiðinni," sagði Alfred. "Þess vegna er ég uppi hérna. Til að sjá hvort hún væri á leiðinni."

Little Dorrit lenti, stakk nefinu undir Lia og kastaði henni á bakið.

Þær flugu burt með Alfred í fararbroddi.

"Hægðu á þér!" hrópaði E-Z. Alfred hunsaði hann. Hann hélt áfram, hækkaði flugið og hraðann. Vængirnir á hjólastól E-Z byrjuðu að slá, eins og englavængir hans. Hann þurfti að hreyfa sig hratt til að halda Alfred innan sjónmáls.Lia skjálfaði. "Ég vildi að ég hefði haft með mér hettupeysu."

"Kúraðu þig upp að hálsinum á mér," sagði Little Dorrit. "Ég skal halda þér hlý."

E-Z jók hraðann, lokkaði að sér, en áttaði sig svo á því að Alfred var að hægja á sér. Eða það hélt hann. Í staðinn sá hann sjón sem aldrei myndi hverfa úr huga hans. Alfred var kyrrstæður í loftinu, með vængi og fætur útstrekkta. Eins og hann væri að mynda X-laga form.

Þá fór allt líkamlegt hans að skjálfa, sem breyttist í hröku. Það leit út eins og hann væri að fá raflost. Og andlit hans, með svip af óbærilegum sársauka, færði tár í augu vina hans.

"Hvað er að gerast með hann?" spurði Lia. "Ég get ekki horft á þetta lengur. Ég einfaldlega get það ekki," hvæskti hún.

"Það er eins og hann sé að fá raflost. Hver myndi gera svona?" Þegar hann sagði þetta vissi hann svarið. Aðeins

Eriel gæti verið svona grimmur. Eriel var að kalla á þá. Hann notaði þessa raflostatækni til að láta þá fylgja vini sínum, Alfred. En hvað ef hann lifði ekki af raflostin? Þegar hann sagði þetta losnuðu nokkrir fiður af Alfred frá líkama hans og flutu í loftinu. Hann hætti að skjálfa og hóf að fljúga.

Yfir öxlina sagði hann: "Komdu, haltu þig við áður en þetta kemur aftur á mig."

"Ertu okei?" spurði Lia.

"Þetta var þriðja skokið, og í hvert skipti verður það verra. Við verðum að komast þangað sem þeir vilja að við séum, og fljótt. Ég veit ekki hvort ég geti lifað af enn eitt – ekki verra en það síðasta. Það var ansi öflugt."Þau flugu áfram og spjölluðu meðan á því stóð.

"Mér þykir leitt að hafa vakið alla," sagði Alfred nú þegar raflostin voru hætt.

"Þetta var ekki þín sök," sagði E-Z. "Ég er nokkuð viss um hver ber ábyrgðina – og þegar við sjáum hann ætla ég að láta hann svara fyrir sig."

"Hvað áttu við?" spurði Lia og kúraði sig að hálsi Little Dorrit. Það var svo dimmt og kalt; hún gat ekki hætt að skjálfa.

Alfred sagði: "Okkur var kallað með því að senda raflost um allan líkamann á mér. Það var eins og fjaðrirnar mínar væru í logum að innan. Svo dónalegt. Svo ótrúlega dónalegt og í eina stund hélt ég að ég væri komin aftur í millilandið."

Allur svana-líkami hans nötraði við tilhugsunina. "Ég mun gefa þeim sem gerði þetta það sem þeir eiga skilið þegar ég sé þá líka!"

Alfred flaug áfram hlið við hlið við hina. "Áður hefur Ariel hvíslað í eyrað á mér til að vekja mig. Síðan ræddum við saman og gerðum áætlun. Hún gerði þetta jafnvel þegar ég var í millibilinu. Hún hefur alltaf verið blíð og góð við mig. Þessi köllun var öðruvísi."

"Hljómar eins og eitthvað sem Eriel myndi gera," játaði E-Z. "Hann er ekki mjög tillitssamur og getur verið dálítið melódramatískur og ansi ósénsítívur. Að ekki sé minnst á að hann hefur sjúkan húmor."

"Að kalla það dálítið melódramatískt er ekki einu sinni að nálgast sannleikann," sagði Alfred.

"Þú verður að segja okkur meira um þetta 'betwixt and the between' einhvern tíma. Nafnið hljómar krúttlegt, en mér finnst það vera mótsögn," sagði E-Z.

"Mér finnst ekki gott að tala um það," svaraði Alfred.

"Ég hlakka virkilega til að hitta þennan Eriel. EKKI," játaði Lia. "Það er eins og að hlakka til að hitta Voldemort. Orðspor hans fer fyrir sögum."

"Ah, þá ertu aðdáandi Harry Potter?" sagði Alfred.

"Alveg viss," játaði Lia.

Stjörnurnar á himninum geisluðu frá sér ímynduðum hita. Þær skjálfuðu samt óundirbúnar í næturloftinu.

"Erum við nánast komin þangað?" spurði E-Z.

"Ég veit það ekki með vissu," sagði Alfred. "Skelfingin sagði ekki hvert okkur var boðið og ég finn engar titringar í loftinu. Eina sem mun gefa til kynna að við séum ekki að gera það sem búist er við okkur, er önnur raflost. Því miður."

"Við viljum ekki að það gerist. Við verðum að flýta okkur."

"Það virðist sem við séum að nálgast það samt." Alfred stöðvaðist í loftinu; vængirnir fullt útbreiddir. "Ó nei!" hvíslaði hann og beið eftir nýja raflostinu. Hann beið og beið en ekkert gerðist. "Giska á að við séum nánast..."

Að þessu sinni var ekki nóg með að líkami svansins skjálfaði og titraði. Líkami Alfreds velti sér aftur og aftur, eins og hann væri að gera saltó á himninum.

Losnuð fjaður flugu um hann, dönsuðu í vindinum á meðan svanið féll í frjálsu falli.

E-Z flaug undir trompetsvaninn og náði honum. "Alfred? Alfred?" Vesalings svanið hafði misst meðvitund. "Eriel! Þú! Þú stóri loðni hræætur!" hrópaði E-Z og lyfti hnefanum til himins. "Þú þarft ekki að drepa Alfred. Segðu okkur hvar þú ert, og við komum þangað, en aðeins ef þú samþykkir að hætta þessum raflostum. Þetta er villimannlegt. Hann er svanur, fyrir sakir miskunnar. Gefðu honum frið."

"Það sem hann sagði," svaraði Lia og sneri opnum lófunum til himins.Í augnabliks kippu svifu þau kyrrstæð.

Þá skall raflost á hjólastólinn. Síðan skall það á Dorrit einhyrninginn. Og allir féllu í frjálsu falli.

Hlátur Eriels fyllti loftið í kringum þau. Heimurinn var hans Sensurround, og hann háði Þríeykinu eins og enginn annar gat. Eða myndi.

KAFLI 15

Þ AU HÉLDU ÁFRAM AÐ falla í nokkurn tíma. Enginn þeirra hafði stjórn á sérstökum völdum sínum né eiginleikum.

Þau voru hálfpartinn viss um að lík þeirra myndu splatast á gangstéttina fyrir neðan. Gangstéttin var að rísa til móts við þau.

Skyndilega stöðvaðist fallið. Það var eins og þau væru öll tengd einhverjum ósýnilegum marionettumeistara.

Eftir nokkrar sekúndur hófst hreyfing aftur. En að þessu sinni var hún blíð.Leiðbeindi þeim, þar til þeim var örugglega komið fyrir við fætur Eriels, Ariels og Haniels erkiengla.

"Var ferðin góð?" spurði Eriel. Hann hrópaði úr hlátri. Félagar hans horfðu á án þess að hlæja eða tala.

Alfred, nú vaknaður, flaug og lenti, og á eftir honum kom Litli Dorrit einhyrningurinn sem bar Líu.

Einhyrningurinn beygði sig fyrir hinum gestunum, og dró sig síðan til hliðar hinum megin í herberginu.

Eriel var hæstur hinna þriggja og stóð með hendur á mjöðmum, til að sýna glöggt hver var yfirmaðurinn.

Ariel var hins vegar álffögur.

Haniel var stórvaxin og geislaði af fegurð.

Eriel stígaði fram, lyfti sér frá jörðinni svo hann væri yfir þeim. Hann hrópaði: "Það tók ykkur nógan tíma að komast hingað! Í framtíðinni, þegar ég kalla á ykkur, verðið þið hér á augabragði!"

Haniel flaug nær Alfred. Hún snerti hann á ennið. Síðan sneri hún sér að E-Z og gerði hið sama. Hún brosti. "Gaman að kynnast ykkur báðum." Hún sneri sér að Lia. Lia opnaði lófann og þær snertu lófana og fingurna. Lia henti sér í faðm Haniel. Haniel vefði vængjum sínum utan um hana og dáðist að útliti nýju tíu ára stelpnanna.

Ariel flaug að E-Z. Hún augskemti honum og brosti til Lia. Hún flaug til Alfreds og tók burt sársauka hans.

"Nóg komið af amstri!" skipaði Eriel með rödd sem dynjaði svo hávær að E-Z óttaðist að hann myndi lyfta þakinu.

"Bíddu nú við," sagði Alfred og gekk með flaupið frá lappirnar sem slógu í steypugólfið. "Ég var næstum því rafskaðaður og ég vil fá afsökunarbeiðni."

Eriel breiddi úr vængjunum, víðar og víðar, eins vítt og þeir gátu náð. Hann svifti yfir Alfred sem skjálfaði en hélt sínum grunni. Augu þeirra mættust.

E-Z fann að Alfred lúðusvanurinn var annaðhvort mjög hugrakkur eða mjög heimskur. Hvort sem var, hann þurfti á hjálp að halda.

E-Z velti sér áfram og setti stólinn sinn milli þeirra. "Sem gert er, er gert," sagði hann við Alfred. "Dragðu þig til baka." Alfred gerði það. Síðan við Eriel: "Ég veit að þú ert eineltisfullur og það sem þú gerðir vini okkar var óafsakanlegt og grimmilegt. Það er mitt í nóttinni, svo komdu að kjarna málsins – segðu okkur af hverju við erum hér? Hvað er svona brýnt?"

Eriel lenti og breiddi vængjunum aftan að líkama sínum. Hann öskraði: "Tilraunir mínar til að ná til þín persónulega, verndarbarnið mitt, urðu án svars. Sama hvað ég gerði, hélt hroti þitt þér vakandi. Ég sendi Haniel til að sækja Lia, en hún gat ekki vakið hana án þess að vekja móður hennar sem svaf við hlið hennar. Þess vegna kölluðum við Alfred, sem svaraði heldur ekki í nokkurn tíma.

Framkvæmdastjóri hans reyndi að nálgast hann, á sinn vanahátt – en hvísli hennar voru ekki nógu öflugir til að vekja hann."

"Ég var áhyggjufull af þér," sagði Ariel.

"Mér þykir það leitt," sagði Alfred. "Rúmið hjá E-Z er ótrúlega þægilegt, og hann hnerrar ansi hávært. Það var löngu liðið síðan ég svaf í alvöru rúmi aftur."

"ÞEGIÐ!" hrópaði Eriel.

Alfred tók skref aftur á bak, en E-Z færði stólinn sinn ennþá nær verunni.

Eriel lækkaði röddina. "Haniel hélt að þú værir dáinn, svanur. Og þess vegna nýtti ég mér þetta tækifæri til að meta nýjustu tækni okkar."

"Hún hafði ekki verið prófuð á mönnum áður," játaði Haniel.

"Við héldum að það væri best að prófa hana á einhverjum sem var ekki maður – Alfred, þú hentaðir fullkomlega og það virkaði eins og heillað." Satt er að segja, þið komuð öll seint, en þið komuð. Eins og sagt er, betra er seint en aldrei."

"Þið notuðuð mig sem tilraunadýr?" sagði Alfred, sveiflandi hálsinum fram og til baka með gogginn vítt opinn og gekk áfram yfir gólfið.

E-Z setti hjólastólinn sinn aftur á milli þeirra. "Hættu þessu," sagði hann við Alfred.Eriel, Haniel og Ariel mynduðu hálfhring utan um þremenningana.

"Þú hefur rétt fyrir þér, E-Z. Það sem búið er, er búið. Betra er að þeir prófuðu þetta á mér en á ykkur tveimur. Nú skaltu koma þessu í verk," krafðist Alfred.

"Já, Eriel," sagði E-Z, "ég spyr aftur, af hverju erum við hér?"

"Fyrst og fremst," hrópaði erkiengillinn, "áætlunin var sú að þið þrjú mynduð mynda eins konar þriggja manna hóp."

"Við komumst að því sjálf," sagði Lia. Hún hélt lófunum opnum svo hún gæti séð alla þrjá erkiengla í einu. Hún leit líka um herbergið öðru hvoru til að kanna umhverfið. Það virtist kunnuglegt, með málmveggjum eins og í þeim stað þar sem hún hafði fyrst hitt E-Z. Aðeins mun rýmra.

E-Z leit um sig og horfði á Líu. Hann var að hugsa það sama. Því meira sem hann horfði á veggina, því meira virtust þeir þrengja að honum. Hann fann fyrir kulda og kvíða fyrir þröskuldum þrátt fyrir að rýmið væri gríðarstórt. Hann óskaði þess að hjólastóllinn hans hefði hnapp eins og í sumum bílum þar sem sætið gæti verið hitað.

"Þögn!" hrópaði Eriel. Þar sem allir þögðu virtist það óviðeigandi. Auðvitað höfðu þeir ekki tekið til greina að hann gæti einnig lesið hugsanir þeirra.

Alfred hló.

Eriel stysti bilið á milli þeirra og Alfred fór aftur á bak. Eriel stysti bilið aftur. Og svo framvegis þar til Alfred var kominn að veggnum. Alfred flaug í burtu. Eriel tók hann upp með klónum sínum. Hélt honum yfir hinum.

"Eriel, vinsamlegast," sagði Ariel. "Alfred er góð sál."

Eriel setti hann niður og rétti úr hnefum sínum. Eldingar flugu út úr þeim og skopruðu af málmlofti gámins. Allir nema Eriel léku sér að forðast fljúgandi rafhleðslurnar. Eriel horfði á. Hló. Þangað til hann var orðinn leiður á skemmtuninni.Traust Þriggja var komið á próf.

Eriel náði í eftirstandandi eldingarnar. Hann gerði mikið úr því þegar hann setti þær í vasana.

"Nú þá," sagði hann með lúmskri brosi. "Ný prófraun er á leiðinni til ykkar. Í dag. Einn ykkar mun deyja."E-Z reis upp í stólnum sínum. Alfred öskraði óviljuga "Hoo-hoo!" og Lia öskraði eins og lítil stelpa.

Eriel hélt áfram, án þess að huga að viðbrögðum þeirra. "Þið eruð hér til að velja. Hver ykkar mun deyja í dag? Eftir að þið hafið valið mun ég útskýra afleiðingarnar sem þið munið mæta vegna þessarar dauðsfalls." Eriel flaug nokkra metra í burtu og hinir tveir englarnir stóðu við hlið hans, einn á hvorri hlið.Fyrst lýsti Ariel dauða Alfreds:

"Ég get ekki sagt þér frá neinum smáatriðum þessa réttarhalds. Allt sem ég get sagt þér er að, Alfred, ef þú deyrð í dag, munt þú ekki uppfylla samningsbundna skuldbindingu þína. Þess vegna munt þú ekki sjá fjölskyldu þína aftur, hvorki nú né nokkurn tíma. Dauði þinn yrði hins vegar fallegur. Því eins og í lífinu er dauði svans ætíð fallegur. Veldilegur. Því þegar svanur deyr, verður hann að engli. Umbreyting þín yrði nýtt upphaf fyrir þig. Tilgangur þinn yrði til bættrar tilveru fyrir menn sem og dýr. Þér yrði gefið nýtt nafn og nýr tilgangur. Þú yrðir sannarlega metin að verðleikum á allan hátt. Og sál þín myndi snúa aftur til síðar hvíldarstaðar síns."

Tár runnu niður kinnar svansins trompetleikara, Alfreds. Ariel huggaði hann með því að vefja vængi sína utan um vængi hans.

Í öðru lagi sagði Haniel frá dauða Líasar:

"Barn, sem brátt mun verða að konu, eins og Ariel, get ég ekki gefið þér neinar upplýsingar um verkefnið sem framundan er. Allt sem ég get sagt þér, kæra Cecelia, einnig kölluð Lia, er að ef þú dæmir í dag, þá munt þú ekki lengur vera. Í neinu formi. Dauði þinn verður einmitt það, dauði. Endanlegur. Það verður eins og það hefði verið þegar ljósaperan sprakk; þú hefðir dáið. Fátæka líf þitt hefði þá endað. En samt ert þú hér núna, og þú hefur mikið að bjóða heiminum. Þú hefur ekki einu sinni skorið á yfirborð máttar þíns. En ef þú dæmir í dag myndu þessir kraftar verða ósnertir. Þú myndir fara í jörðina, ösku til ösku. Einungis minning fyrir þá sem þekktu þig og elskuðu þig. En sál þín myndi einnig snúa aftur til sífellds hvílustaðar síns."

Lia lokaði höndum sínum til að halda aftur af tárunum sem runnu úr þeim. Þau runnu einnig úr augunum. Augunum hennar. Líkaminn hennar skalf þegar hún hulkaði. Hún var of uppfull af tilfinningum til að geta talað.

Little Dorrit færði sig nær og nuddaði litlu stelpuna í öxlina. Haniel reyndi einnig að hugga hana með því að kyssa hana á ennið.

Og þá hóf Eriel að segja sögu E-Z:

"E-Z, þú hefur áorkað miklu síðan foreldrar þínir dóu. Þér hafa verið færð prófanir. Stundum, oft óyfirstíganleg verkefni fyrir mann. En þú hefur tekist að yfirstíga þau. Þú hefur bjargað mannslífum. Þú hefur ekki brugðist mér.

Hins vegar finnum við fyrir ..." Hún hikstaði og leit til beggja hliða. "Ég finn sérstaklega fyrir því að þú hafir hindrað mátt þinn. Stundum jafnvel neitað honum.

Þú hefur nýtt þér þann tíma sem við höfum gefið þér til að gera heiminn betri og sóað honum."

E-Z opnaði munninn til að tala.

"Þögn!" hrópaði Eriel. "Ekki reyna að réttlæta þig. Við höfum fylgst með þér spila baseball og sóa tíma með vinum eins og þú hefðir allan heiminn til að ljúka verkefnum þínum. Jæja, tíminn er búinn. Ef þú deyrð í dag verða prófanir þínar ófullnægðar."

E-Z hafði góda hugmynd um hvað kæmi næst, en hann þurfti að bíða eftir að Eriel segði það. Að tala orðin svo það yrði satt.

Eins og hann hafði grunað var Eriel ekki búin enn. "Sem skilur eftir ófullgerðar prófanir sem líf þitt var bjargað fyrir. Það væri óafsakanlegt. Ef þú dæir í dag myndir þú missa vængina þína. Það er bara í upphafi. Þær prófanir sem þú hafðir ekki enn fengið - myndu aldrei verða. Því þú varst sá eini sem gæti lokið verkefnunum. Einasta von okkar. Þess vegna myndu þeir sem þú hefðir bjargað ekki verða bjargaðir af neinum, nokkru sinni. Þeir munu deyja vegna þín. Allir sem þú hefur bjargað í prófunum þínum myndu deyja. Það væri eins og þú hefðir aldrei verið til. Dauði þeirra yrði endanlegur. Fullkominn. Engin tækifæri fyrir neinn þeirra til lífs eftir dauðann. Jafnvel að senda þá í millilendið væri ekki kostur. Dauði þinn myndi þá, E-Z, valda usla og koma ringulreið í heiminn. Eins og á þeim degi sem þú og ég börðumst. Manstu hvernig heimurinn var þann dag? Svona myndi jörðin vera – á hverjum einasta degi."

Eriel sneri sér við. Þeir horfðu á hann rétta út vængina, eins og hann væri að undirbúa sig til brottfarar.

Allir þögðu. Hugleiddu örlög sín.

Eftir stund rofnaði þögnina. "Ariel, Haniel og ég munum skilja ykkur eftir núna. Þið getið rætt með ykkur og tekið ákvörðun. En verið snögg. Við höfum ekki allan daginn."

Þríeykið af erkiengjum hvarf í gegnum loftið.

KAFLI 16

Eftir að æðstu englunum hafði verið vísað burt voru Þrír of hissa til að segja neitt. Þangað til E-Z braut þögnina.

"Mér finnst þetta engan veginn eiga neinn sens að þeir hafi safnað okkur öllum saman hér. Að pynta Alfred. Kalla okkur hingað. Og svo segja okkur að einn okkar verði að deyja. Og við verðum að velja hver það verður. Þetta er villimannlegt – jafnvel fyrir Eriel."Lia gekk fram og til baka með hnefana kreipta. Hún var of reið til að tala og henni var sama þótt hún rekti í eitthvað. Reyndar, þegar hún gerði það, sparkaði hún því.

Alfred tók til máls. "Ég held að ef einhver þarf að deyja, þá ætti það að vera ég. Kraftar mínir eru mjög takmarkaðir. Ég myndi líklega verða svanasúpa miðað við flækjustig prófanna. Eins og í síðasta prófinu. Ég veit að þú varst að hjálpa mér, E-Z. Það var gott af þér, en ég vissi að ég væri hindrun."

E-Z reyndi að stöðva hann en Alfred hélt bara áfram. "Ekki að tala um að ég gæti lent í vegi ykkar. Satt að segja gæti ég sett einn ykkar í hættu. Ég hef lifað sorglegu og einmana lífi síðan fjölskyldu minni var rænt frá mér. Stundum er einsemdin óbærileg. Að vera meðlimur í Þríeykinu hefur hjálpað en...

"Jafnvel sem svanur gat ég hugsað til þeirra. Minnst þeirra, elskað þá. Það að vita að þeir dóu saman og eru einhvers staðar saman gefur mér frið. Jafnvel þótt ég sé ekki með þeim, en það mun ég vera í dag, ef ég er sá sem deyr. Ég er reiðubúinn að taka þá áhættu. Að auki, þegar ég fer mun enginn á jörðinni sakna mín."

"Við munum sakna þín!" sagði Lia.

"Auðvitað munum við sakna þín!" sagði E-Z og var sammála, á meðan hann gekk yfir gólfið og tók eftir borði sem áður hafði blandast inn í vegginn. Hann gekk nær því og uppgötvaði þar pappírsstafla sem hann fletti í gegnum.

"Ég þakka fyrir tilfinninguna," sagði Alfred. "Hæ, hvað ertu að gera, E-Z? Hvaðan kom þetta borð?"Lia rétti fram báðar hendur svo hún gæti séð bæði E-Z og Alfred í senn.

E-Z hélt áfram að blaða. Brátt flugu blaðin um allt herbergið, snúnast í loftinu eins og þau hefðu festst í auga fellibyls.

Þrírnir safnuðust saman og horfðu á pappírsflóðið. Þá féllu þau allt í einu niður á gólfið.

Lia greip eitt þeirra og las það á meðan E-Z og Alfred horfðu á."Hvað er þetta?" hrópaði hún. "Þarna stendur nöfnin okkar. Þarna eru sögurnar. Okkar sögur. Um dauða okkar."

"Þarna stendur að við séum þegar dauðir!" sagði E-Z og las eitt af þeim pappírsstykkjum sem hann hafði gripið.

"Ó," sagði Lia og tár rann niður kinn hennar. "Þarna stendur líka að mamma mín sé dáin, eins og frændi þinn, Sam."

E-Z hrist höfuðið. "Þetta getur ekki verið satt. Það er ekki satt. Þeir eru að leika sér að okkur." Hann leit um sig. Eitthvað í herberginu hafði breyst. Veggirnir. Þeir voru nú rauðir. "Höfum við farið inn í aðra vídd eða eitthvað? Skoðaðu veggina? Erum við einhvers staðar annars staðar, þar sem framtíðin er þegar orðin fortíð?"

Alfred tók upp annað af fallnu blaðunum. Það greindi frá dauða konu hans, barna hans og frá dauða hans sjálfs. En samt, þegar hann leit á sjálfan sig, fann hann að hann var á lífi, með fjöðrum: trompettrana. "Ég vil komast út," sagði hann.

Lia brosti. "Átt þú við út úr þessu herbergi, eða út úr þessu lífi? Ég vil líka komast út, ég meina út úr þessum óhugnanlega málmíláti, en ég vil ekki deyja. Að sjá heiminn í gegnum lófana er skrítið og æðislegt í senn. Að geta lesið hugsanir, það er líka æðislegt. En þegar ég stöðvaði tímann, það var ótrúlegt. Ímyndaðu þér að geta kallað á þá krafta, til dæmis ef einhver væri í hættu, eða ef einhver hörmung yrði. Ímyndaðu þér hversu mörg líf mætti bjarga? Og nú er ég tíu ára og hver veit hvaða aðrir kraftar bíða mín."

"Guðdómlegt," sagði E-Z. "Ég veit hvernig þér leið, Lia. Svona leið mér líka þegar ég bjargaði þeirri fyrstu litlu stúlku, þegar ég bjargaði hinum og þegar ég bjargaði þér."

Þær mynduðu aftur hring og tóku í hendur á meðan þær endurtóku orðin: "Við höfum máttinn. Enginn deyr í dag. Sama hvað þeir segja." Þær snerust hring eftir hring, og kveittu nýja mantruna sína, þar til þær voru tilbúnar að kalla á erkiengla aftur.

KAFLI 17

ERIEL KOM FYRSTUR, MEÐ augabrúnirnar lyftar og varirnar krumpaðar af fyrirlitningu. Næst komu Ariel og Haniel. Þær tvær héldu sig fyrir aftan hann í skugga risavaxinna vængja hans. Eriel lagði hendur yfir sig, á meðan hinir tveir erkienglarnir færðust upp. Þær svifu á gagnstæðum hliðum herðanna á honum.

"Við höfum ákveðið," sagði E-Z. "Enginn mun deyja í dag."

Hlátur Eriels dynjaði um málmbyrgið. Hann lyftist upp í loftið og krossaði handleggina yfir bringu sér. Ariel og Haniel þögðu þögult, á meðan hlátur Eriels hækkaði í tóni, svo hár að hann særði eyrun á Alfred.

Alfred missti meðvitund en jafnaði sig fljótt. Lia og E-Z hjálpuðu honum upp. Þau studdu hann þar til Little Dorrit flaug að. Stuttu síðar sat Alfred hátt yfir þeim á einhyrningnum. Hann stóð andspænis Eriel.

"Takk, félagi," sagði Alfred.

"Gaman að geta hjálpað," sagði Little Dorrit.

"Nóg komið!" hrópaði Eriel og flýtti sér hærra yfir þeim. Hann ógnaði þeim með stærð sinni, óhollu eðli og þrumuhróðri. "Heldið þið að þið getið breytt því sem verða vill? Ég hef sagt ykkur hvað verða skal, og þið hafið engan annan kost en að hlýða mér. Þetta var hvorki skoðanakönnun né lýðræði. Þetta var sannleikur. Því svo er skrifað..."

Þá tók hann eftir að gólfið var þakið pappírum. Hann flaug niður og tók einn upp. Síðan flaug hann aftur upp og stóð andspænis Alfred. Í hendi sinni hélt hann sögu Alfreds.

"Ég sé að þú hefur lesið framtíðina. Nú veistu sannleikann, að þú ert að lifa í hliðstæðu alheimi. Það sem gerist hér berst sem öldur um hina alheimana. Á stöðum þar sem bæði framtíð og fortíð eru til."

Lia lét hægri höndina síga og rétti upp hina vinstri. Ermar hennar voru ekki sterkar, því þær voru enn að venjast því að þurfa að halda þeim uppi.

Eriel flaug yfir herbergið að rauðum sófa sem hann settist á. Hinir englirnir gengu til liðs við hann, einn á hvorri armpúðu. Eriel sat þægilega með vængina hvorki alveg innilimaða né alveg útbreidda.

Eftir að hann hafði komið sér fyrir hélt hann áfram.

"Í einum af heimum eru þið þrír þegar dánir. Þið lesið sannleikann. Í þessum heimi er enn von. Vonin er til vegna okkar, það er að segja mín, Ariel, Haniel og Ophaniel. Við höfum valið ykkur þrjá mannverur til að vinna með okkur. Við höfum gefið ykkur markmið og aðstoðað ykkur þar og þá sem við getum. Á meðan við erum með ykkur erum það einungis við sem leyfum tilveru ykkar að halda áfram.

Við einir gefum lífi þínu tilgang. Neitaðu að fylgja þeirri leið sem við höfum valið fyrir þig, og þú munt ekki lengur vera til hér í þessum heimi heldur. Þú munt verða strokinn út, eins og þú hefðir aldrei verið og aldrei myndir verða."

E-Z kreisti hnefana og stóllinn hans skall fram á við. "Í skjölinu, skjölinu um annað líf mitt, stóð að frændi Sam væri líka dáinn. Hann var ekki í slysinu með foreldrum mínum. Hann er ekki hluti af þessu samkomulagi. Ertu búin að drepa hann, Eriel, til að halda mér hér?"

Án þess að bíða eftir svari tók Lia til máls. "Í mínum skjölum stendur að mamma mín sé dáin. Hvernig getur það verið satt? Segðu mér vinsamlegast að það sé ekki satt!"

Alfred, sem nú líður betur, stökk af baki Little Dorrit. Hann vaggandi gekk nær sófanum og stóð aftur augliti til auglitis við Eriel.

E-Z horfði stoltur á vin sinn Alfred, óhræddan trompetsvan.

"Og í skjölunum er bæn minni svarað. Ég er þegar dáin. Ég dó með fjölskyldu minni eins og vera bar. Ég hefði frekar viljað vera látin. Að hafa dáið með þeim, í stað þess að endurfæðast sem trompetsvani. Þetta er eftir að Haniel bjargaði mér úr millirýmdinni."

Eriel rak Alfred burt. "Já, já, hið millibilslega rými. Ég hafði gleymt að þú varst sendur þangað. Ekki mjög hrifinn af því, varstu?"

Alfred hreyfði hálsinn og vræmdi með gogginn. Hann barði litlu, tönnuðu gogginn ákaflega eins og hann vildi bíta Eriel.

"Hættu þessu," sagði E-Z og rúllaði sér að sófanum.Alfred lokaði goggnum. Lia færði sig nær. Nú stóðu Þrír saman fyrir framan Eriel. Þau biðu eftir að erkiengillinn segði eitthvað, hvað sem var. Að þessu sinni þögull.

E-Z nýtti tækifærið til að ná tökum á aðstæðunum.

"Í blöðunum stóð að frændi Sam hefði látist í slysinu með móður minni, föður mínum og mér. Hann var ekki í bílnum með okkur, svo þetta hefði gerst hefði hann þurft að vera settur inn í ökutækið með okkur. Í hvaða tilgangi? Útskýrið fyrir okkur, þið svokölluðu erkienglar. Hvers vegna mynduð þið breyta sögunni til að henta ykkar eigin tilgangi? Að auki, hvar er Guð í öllu þessu? Ég vil tala við hann."

"Ég líka!" hrópaði Lia.

"Ég líka!" bætti Alfred við.

Eriel krossaði fæturna og breiddi út vængina. Hann lagði höndina undir hökuna og svaraði: "Guð á ekkert erindi við okkur né ykkur – ekki lengur." Hann yaug, eins og þetta verkefni væri honum leiðinlegt.

"Hvað ef ég segði ykkur að húsið ykkar væri í eldi eins og staðan er núna? Hvað ef ég segði ykkur að hvorki frændi Sam né móðir ykkar, Samantha, né Lia myndu lifa til að sjá annan dag?"

"Þú h-h-hundur!" hrópaði E-Z.

"Það sama gildir um þig!" sagði Lia.

"Nú nú," hvæsdi Eriel. "Við erum öll vinir hér. Vinir, erum við ekki? Húsið ykkar gæti verið í eldi, allt gæti gerst á meðan við erum hér á þessum stað, stöðvuð í tímann. Því lengur sem þið bíðið með að velja, því meira óreiðu skapið þið í heiminum." Hann reis upp og breiddi úr vængjum sínum, svo þremenningarnir tóku nokkur skref afturábak.

Hann hélt áfram: "E-Z, þú myndir leggja líf þitt í hættu fyrir frænda þinn Sam, er það ekki?" Hann kinkaði kolli. "Auðvitað myndirðu það. Og Lia, myndir þú leggja líf þitt í hættu til að bjarga lífi móður þinnar, já?" Lia kinkaði kolli.

"Og Alfred, elskaði litli trompettrana minn. Fjöðruði dauðavini minn. Hvorn þeirra tveggja myndir þú bjarga, ef þú gætir bjargað aðeins einum þeirra?" Eriel brosti, stoltur af rímunum sem hann hafði búið til.

"Ég myndi bjarga þeim báðum," sagði Alfred. "Ég myndi leggja líf mitt í hættu eða deyja við tilraunina."

"Þú hefur undarlega löngun til dauða, fjöðruði vinur minn."

Alfred steypti sér á Eriel."Þ-ú- ert- ekki- vinur- minn! Hættu að leika þér að okkur. Þú komst með okkur saman. Hvers vegna? Til að stríða okkur. Til að láta litla stelpu gráta. Þú ert ekkert annað en, en bara stór eineltis-nörd."

"Já," sagði Lia. "Hættu að einangra okkur."

"Það sem þau sögðu," bætti E-Z við.

Eriel sneri nú reiður, liturinn breyttist úr svörtum í rauðan, aftur í svartan og svo aftur í rauðan. Hann flaug þvert yfir herbergið og sló hnefa sínum niður á borðið.

"Viltu sannleikann? Þú ræður ekki við sannleikann!" Hann glotti. "Smá hliðarspjall, ég elska frammistöðu Jack Nicholson í A Few Good Men."

Það var eitt sem bæði Eriel og E-Z voru sammála um. Frammistaða Nicholson í þeirri mynd var fullkomin.

"Hættið þessu melódramatík og segið okkur hvað þið viljið af okkur."

"Við gerðum það nú þegar," sagði Eriel. "Ég sagði ykkur að einn ykkar verði að deyja í dag. Ég sagði ykkur að velja hver það yrði. Það stendur skrifað, einn ykkar verður að deyja. Þið verðið að velja. Núna."

Alfred stígur fram, með svana-hálsinn útstrekkktan. "Þá verð það ég."

Alfred hnippti sér á hné, líkaminn nötraði. Hann lækkaði höfuðið, eins og hann vænti þess að æðsti engillinn myndi höggva það af.

Í staðinn klöppuðu allir þrír æðstu englirnir. Þeir hoppuðu um herbergið, skærandi eins og leigðir klovnarnir væru að koma fram á barnafagnaði.

Eftir nokkrar mínútur af algjörri brjálæðisþoku hættu æðstu englirnir.

"Það er búið," sagði Eriel.

Og þá voru þeir farnir.

KAFLI 18

Með E-Z í ʜᴊóʟᴀsᴛóʟɴᴜᴍ sínum, Líu á Little Dorrit og Alfred svaninn enn, flugu Þrír um himininn. Þeir héldu áfram nokkrar mílur, þar til þeir sáu undir sér risastóra málmbrú.

Ungur maður stóð á brúninni og sveiflaði sér fram og til baka, gaf í skyn að hann ætlaði að henda sér. E-Z tók símann sinn fram og ætlaði að hringja í 911, á meðan Alfred flaug niður til mannsins án hika. Hann setti símann sinn aftur í vasa og hann og Lia fylgdu á eftir.

Alfred svifaði yfir manninum, ófær um að tala og láta skilja sig, allt sem hann gat sagt var: "Hú-hú!"

"Farðu frá mér!" hrópaði maðurinn og veifði fátæka Alfred frá sér, sem var bara að reyna að hjálpa.

Maðurinn skrunaði varlega nær brúninni, tók af sér skóna og horfði á þá detta í ána fyrir neðan sig. Hann horfði á vatnið gleypa þá, draga skóna undir sig með hungraðri munnhelju. Til að sjá meira tók hann af sér stuttermabolinn – sem kímnislega bar áletrunina "The End" á framhliðinni.

Ungi maðurinn horfði á uppáhaldsbolinn sinn sveiflast og dansa á leið niður. Þegar vatnið gleypti hann, hóf maðurinn að syngja:

"Hringinn um móberjalyngið fer ég.
Móberjalyngið, móberjalyngið.
Hringinn um móberjalyngið fer ég,
Á sólskinsmorgni."

Alfred heyrði hann syngja. Hann þekkti vísuna. Hann beið eftir að maðurinn syngdi aðra vísu. Reyndar vildi hann að hann syngi meira. En hann var hræddur við að trufla hann. Maðurinn myndi ekki skilja, jafnvel þótt hann reyndi að tala við hann.

Um þetta leyti beið E-Z eftir merki frá Alfred. Að lokum fékk hann eitt – Alfred sagði honum og Líu að koma ekki nær. Alfred óskaði þess að hinn ungi maður gæti skilið hann. Ef hann kæmi nær, gæti hann náð honum? Hann færðist nær og breikkaði vængina til fulls.

Hinn ungi maður sá hann. "Svanhvítur," sagði hann. Síðan stökk hann.

Trompet-svanurinn var stærri en venjulegur svanur. En ekki nógu stór til að ná fullvöxnum manni. Hann reyndi þó að brjóta fallið. Hann setti líf sitt í hættu til að bjarga honum. En sama hvað hann gerði, féll maðurinn samt sem áður eins og blýbelgur. Inn í hungraða munn árinnar.

Alfred, án þess að hugsa um sjálfan sig, sökkti sér á eftir honum. Enginn vissi hvernig hann hygðist bera manninn út. Sumir segja að það sé hugmyndin sem telji. Í þessu tilfelli var Alfred dreginn undir af hreinu þyngd mannsins.

Á þessum tíma var E-Z að svífa yfir vatninu og leita að því að maðurinn eða Alfred kæmu upp að yfirborðinu svo hann gæti hjálpað þeim. Hvorki Lia né Little Dorrit kunnu að synda. Og E-Z gat ekki farið út í vatnið til að ná í þá, hvorki með né án stólsins síns.

Úrþreyttur flaug hann að landi og leitaði að einhverju lífsmerki. Að lokum sá hann eitthvað sem flaut á hinni brúnni. Hann flýtti sér þangað, bar manninn þangað sem Lia beið og þegar hann fór að hósta, fór hann að leita að einhverjum merki um svaninn Alfred.

Þá sá hann hann. Hálfpartinn í vatninu og hálfpartinn upp úr. Sveiflandi með flóðinu.

"Alfred!" kallaði hann og lyfti höfði svansins, og tók strax eftir að hálsinn hans var brotinn. Alfred lúðrasvanurinn, vinur hans, var horfinn. Verkið var unnið.

Lia, sem hafði fylgst með hverju skrefi E-Z, sá hálsinn á Alfred og öskraði: "Neiíííí!"

E-Z lyfti líkinu á hjólastólinn sinn og hélt því. Hann fór líka að gráta.

Aftan við þá kallaði maðurinn sem Alfred hafði bjargað:

"Ég er ekki dauður! Þetta er ég, Alfred."

KAFLI 19

J ARÐARSTANSUN.

Fuglar stöðvuðust í flugi. Eins og flugvélar. Og önnur fljúgandi fyrirbæri eins og loftbelgir og drónar. Kúlur hættu að skjóta eftir að þær höfðu farið úr hylkinu. Vatnið hætti að flæða yfir Niagara-fossana. Skordýr hvæstu ekki lengur. Loftið var kyrrt.

Ophaniel birtist, ásamt Eriel, Ariel og Haniel. Með hendur á mjöðmum og höku beygða fram var meira en augljóst að hún væri pirruð.

Í stað þess að tala sneri hún sér í átt að E-Z.

Hann var kyrrstæður, munnurinn víður. Síðasta orð hans hafði verið: "NEeeeeeeeeeeeeeeee!"

Nú skoðaði hún Líu. Tár var frosið á kinn hennar. Það hafði runnið úr gamla auga hennar.

Nú aftur til E-Z. Hann bar lík. Lík dauðs svans.

Nú til Alfreds, sem var ekki lengur svanur. Hann hafði tekið á sig mynd manns. Sökkt manns.

Akkeris mannsins sem átti að taka við af honum í Þríeykinu.

"Jæja, hvað er eiginlega að þessu?" spurði Ophaniel, drottnari tungls stjarnanna.

Enginn þorði að tala.

"Eriel, þú ert hér yfirmaður. Í fyrsta lagi klúðraðirðu tengslamatinu við E-Z og Sam með því að láta sjálfan þig – afsakið orðalagið – verða algjörlega yfirbugaðan.

Nú hefur Alfred svani, vegna heimsku þinnar, tekið yfir mannslíkama. Líkamann manneskjunnar sem ég sagði þér að ætti að vera meðlimur í Hinum Þremur.

Þú veist hvað við erum að takast á við. Þú skilur hvað framtíðin ber í skauti sér ef við komum ekki hlutunum í lag. Þú veist það!

"Eriel beygði sig að fótum Ophaniel, lyfti sér svo af jörðinni áður en hún talaði. "Ég talaði orðin, það er fullgilt."

"Já, þú talaðir orðin og mistókst svo að tryggja að verkinu væri lokið, þú fífl!"

Hún svifaði nálægt nýja Alfred. "Mér þykir það leitt, en þetta flækir málin, jafnvel fyrir okkur. Jafnvel með völd okkar verður það ekki eins auðvelt að koma honum úr þessu mannlega líkama og aftur í svanaformið sitt. Við gætum þurft að senda hann aftur til hins millibils og millirýmis! Og hann á það ekki skilið. Reyndar," Ariel flaug að hlið Ophaniel og spurði: "Megi ég tala?"

"Þú mátt það, ef þú hefur einhverja innsýn í Alfred sem gæti hjálpað okkur út úr þessu klúðri."

"Ég þekki Alfred betur en nokkur annar hér. Hann samþykkti að vera sá eini, að fórna sér. Hann myndi gera það aftur án hiks – jafnvel þótt ekkert væri í því fyrir hann. Þetta er gríðarleg fórn fyrir hvaða lifandi vera sem er að gefa líf sitt til að bjarga öðrum. Einnig ætti að hafa í huga hversu mikið Alfred hefur þjáðst, bæði í mannlegu lífi sínu og sem svanur.

Hann er einstök sál og hann ætti að fá annað tækifæri, og þriðja, og fleiri!"

Eriel hvæsdi: "Hann ætti að hverfa, aftur til milliríkisins að eilífu. Hann er ekki verðugur..."

"Ég gaf þér ekki leyfi til að trufla mig!" hrópaði Ophaniel. Til að koma í veg fyrir að hann truflaði hana í framtíðinni lokaði hún munni hans með hnappi.

"Þetta er satt, það sem þú ert að segja, Ariel," sagði Ophaniel. "Alfred vinnur vel með bæði Liju og E-Z. Við ættum að gefa honum annað tækifæri í þessum nýja líkama. Hann átti ekki að vera í milliveröldinni. Það var niðurstaða Hadz og Reiki. Við hefðum strax eftir það rekið þá í námurnar. Í staðinn gáfum við þeim annað tækifæri með E-Z.

"En samt sendi Eriel þá í námurnar. Svo endar allt vel sem vel endar. Kannski á Alfred það skilið að fá annað tækifæri. Við skulum sjá hvað gerist, eins og menn segja, taka dagana sem þeir koma. Ef allt gengur vel. Annars má endurvinna þennan líkama þar sem andinn hefur þegar yfirgefið bygginguna."

"Takk," sagði Ariel og beygði sig djúpt fyrir Ophaniel. "Takk kærlega. Ég mun hafa auga með aðstæðunum. Ég mun ekki láta Alfred bregða þér."

Ophaniel kinkaði kolli, flaug burt og sagði orðin:

JARÐAR ENDURBYRJUN.

Tíminn fór að líða og heimurinn sneri aftur í fyrra horf.

Ophaniel hvarf fyrstur, hinir þrír biðu nokkrar sekúndur áður en þeir fylgdu í kjölfarið.

KAFLI 20

"**Ó** MÖGULEGT!" HRÓPAÐI E-Z OG renndi sér nær nýja Alfredinum. "Alfred, ert það þú? Getur það, getur það virkilega verið þú?"

Lia þurfti ekki að spyrja því hún vissi það þegar. Hún hljóp til Alfreds og varpaði örmum sínum utan um hann.

Alfred sagði með enska hreimnum sínum: "Eriel hlýtur að hafa gert einhverja svindlabreytu."Alfred, sem var einungis í gallabuxum, skjálfaði. "Þó að mér sé alveg iskalt, er samt ótrúlega gott að vera aftur í líkama." Hann spennti vöðvana og hljóp á staðnum til að hita sig upp. Síðan gerði hann nokkrar hjólaburðar yfir túnið á meðan E-Z og Lia stóðu og horfðu með opnum munni.

"Alveg ótrúlegur sýslumaður!" sagði Little Dorrit.

Alfred, sem hafði rétt þá tekið eftir henni, gekk til hennar og strauk hendinni um feldinn hennar. Hún var svo mjúk og hlý að hann nuddaði sig að henni.

"Þetta er nokkuð skrítin vending," sagði E-Z og hjólaði nær. "Ég veit eiginlega ekki hvað ég á að segja um þetta."

"Ég veit það heldur ekki," sagði Alfred, "En getum við rætt þetta á meðan við borðum? Ég er að deyja úr hungri og ostaborgari fullur af tómatsósu og lauk með risastórum frönskum væri alveg til sóma."

"Bíddu nú við," sagði E-Z. "Ef þú ert þessi gaur, þessi gaur sem við vitum ekki einu sinni nafnið á – hvað ef einhver þekkir þig?"Alfred beygði sig niður og snerti tærnar. Hann fann fyrir húðinni á andlitinu. Hárinu sínu. "Við munum sjá um það þegar kemur að því." Hann brosti, lyfti höfðinu í átt að himninum og sagði: "Takk fyrir, Eriel, hvar sem þú ert."

Flugvél sem flaug yfir þá skrifaði á himininn orðin:

Enn einu sinni til árásar, kæru vinir."Þetta er frekar undarleg orðasamband fyrir himinskrift," tók Lia eftir. "Vitið þið hvað það þýðir?"

E-Z hrist höfuðið. "Ég get googlað það." Hann tók fram símann sinn.

"Ekki þörf á," sagði Alfred. "Það er úr Shakespeare, eignað konungi Hinrik. Orðrétt þýðir það: 'Reynum við enn einu sinni.' Ég held að það hafi verið sagt í orrustu. Svo ég geri ráð fyrir að þetta sé skilaboð frá minni Ariel, sem láti mig vita að mér hafi verið gefin önnur tækifæri." Tár fylltu augun á honum.

E-Z var tortrygginn á þessa vendingu. Hann var glaður að Alfred væri enn með þeim, en hann velti fyrir sér hvaða verð það hefði krafist. "Ég er áhyggjufullur," játaði E-Z.

Lia sagðist það líka vera.

"Æ, ekki hafa áhyggjur. Ef Ariel sendir mér þessa skilaboð, þá er hún á okkar hlið. Að auki, maðurinn sem ég er í líkama hans – hann vildi hann ekki lengur. Ég reyndi að bjarga honum, en hann stökk samt. Kannski er þetta örlög, að ég hjálpi þér í prófunum þínum, E-Z. Hvað sem það er, tek ég það. Ég mun gefa því allt sem ég hef. Það er eftir að ég er kominn í skyrtu og skó." Ég velti fyrir mér hvaða völd þú hefur núna, Alfred. Ég meina, ef þú hefur þau ennþá, eða hvort þú hafir önnur völd. Eða engin. Þar sem þú ert aftur orðinn mannlegur," spurði Lia.

Alfred klóraði sér í gulhærða höfðinu. "Æh, ég veit það ekki. Eina sem þarfnast lækninga hérna er gamla svana-líkami minn. Ég vil ekki taka áhættuna á því að lækna hann, því þá endar ég aftur í honum. "

"Sanngjarnt," sagði Lia. "En við getum ekki skilið gamla svanhliðinn þinn eftir hér, er það nokkuð? Við verðum að grafa hann."

Þegar þau horfðu á líflausa líkamann hvarf hann upp í loftið.

"Jæja, það leysir vandann," sagði E-Z.

"Mér finnst ég eiga að segja nokkur orð, við brottför gamla líkama míns. Er einhver mótfallinn?"

Bæði E-Z og Lia lögðu höfðin niður.

Alfred flutti brot úr ljóði Lord Alfred Tennyson sem ber heitið:

Dauðandi svanur:

Slétta var grösug, villt og ber,

víð, villt og opin loftinu,

sem hafði reist um alla vegu

undirþak af drungalegri gráu.

Með innra hljóði fljótið rann,

þar niður flótti svanur dánar,

og hátt hann harmi kvað.

Þá hó-hó-aði Alfred þar til tár fylltu augu allra, á meðan ljóðið hélt áfram:

Það var hádegi.

Ávallt hélt hinn þreytta vindur áfram,

og tók reyrkrónur með sér á burt.

Þau stóðu saman í augnabliki þagnar.Þá sagði Lia: "Nú skulum við fá þér föt sem eru bæði fersk og þurr, og svo förum við öll á borgarabúllu. Ég er líka svöng og þyrst."

E-Z hrist höfuðið. "Matur væri góður, en ég er ennþá tortrygginn gagnvart Eriel. Eitthvað hér stemmir ekki."

"Við munum komast að því – þegar við höfum borðað! Leiddu mig til ostaborgaraparísar."

Þau hófu göngu eftir gönguleið við sjávarbakkan. Þau gengu um tíma þar til þau áttuðu sig á því að þau væru villt.

"Ég er frábær leiðsögumaður," sagði Little Dorrit einhyrningurinn, þegar hún flaug niður til að taka á móti þeim. "Klifrið um borð, Alfred og Lia. E-Z, þú mátt fylgja mér."

Alfred rétti hönd í vasa gallabuxnanna og dró fram veski. Inni í því fann hann nokkra seðla og skilríki líkamans sem hann nú bjó í. Ungmaðurinn hét David James Parker, tuttugu og fjögurra ára gamall. Hann hélt upp ökuskírteini.

"Fínt ljósmynd," sagði Lia.

"Já, ég er nokkuð myndarlegur."

"Ó, bróðir," sagði E-Z og þrýsti áfram.Upp, upp í loftið flugu farþegar Little Dorrit. E-Z fylgdi á eftir þar til hann vissi hvar hann var. Hann ákvað að biðja um að GPS yrði sett í hjólastólinn hans. Það var leitt að þeir hefðu ekki hugsað um það þegar þeir breyttu honum.

Niðurkomunni fylgdi stuttur ferill í notaða verslun. Alfred var nú í nýjum stuttermabol, gallabuxum, hlaupaskóm og sokkum. Því fylgdi stuttur biðröð áður en matarpantanir hófust.

Little Dorrit hélt sig fyrir aftan á meðan þremenningarnir sökktu tönnum í matinn. Þeir voru allir mjög svangir.

Alfred gaf frá sér kurrandi hljóð, of mörg til að lýsa nánar. Þegar þeir höfðu lokið máltíðinni, settu þeir ruslið í viðeigandi tunnur. Og héldu heim til sín.

Þegar þeir voru næstum komnir sagði Alfred við E-Z: "Við verðum að tala!"

"Getur þetta ekki beðið þar til þið lendið?" spurði Little Dorrit. "Eftir að ég er búinn hér, á ég staði til að fara til, fólk sem ég á að hitta."

"Hversu dónalegt," sagði E-Z. "Jæja, Alfred eða David eða hvað sem þú nefnist núna."

"Um það vildi ég ræða við ykkur," sagði Alfred. "Hvernig ætlið þið að útskýra umbreytingu mína fyrir frænda Sam og Samantha? Æh, Frænda Sam og Samantha, mig langar að kynna fyrir ykkur Alfred, trompettrana. Hann heitir nú David James Parker. Þökk sé líkamanum sem hann steig inn í og býr nú í. Þar sem hinn ungi maður sem átti líkamann áður framdi sjálfsvíg. Á Jones Street-brúnni."

"Ó guð minn," sagði E-Z. "Þetta er hundrað prósent sannleikurinn eins og við þekkjum hann, en við getum ekki sagt þeim sannleikann."

"Móðir mín myndi svima ef við segðum það. Hvers vegna segjum við þeim ekki að svani Alfred hafi flogið suður? Til að leita að sólskinsveðri. Eða að hann hafi fundið sér maka? Þá getum við kynnt Alfred sem D.J., sem hljómar miklu vinalegra en David James."

"Þú ert snillingur," sagði E-Z. "Þó að þar sem vinur minn heitir PJ gætu hlutirnir orðið dálítið ruglingslegir með DJ og PJ. Hvað finnst þér, Alfred? Viltu frekar kallast eitthvað annað?"

"Mér líkar ekki DJ. Það hljómar allt of algengt. Ég myndi frekar vilja kallast Parker. Parker þjónninn var einn af mínum uppáhalds persónum úr Thunderbirds."

"Þá er það Parker," kláraði E-Z að segja þegar Lia lét frá sér öskur og Alfred missti meðvitund – heimili þeirra var horfið. Brunnið til kaldra kola.

KAFLI 21

"Ó NEI!" HRÓPAÐI E-Z og hljóp að brennandi leifunum. "Ég verð að finna frænda minn Sam og Samantha. Ég verð bara að finna þá."

Stóll hans svifaði yfir leifunum; allt var kolað svart. Ógreinanleg rúst með engum merki um mannslíf. Hér og þar voru hlutir bleytir af vatni. Af og til risu reykjarskilaboð upp úr slöktu öskunni.

E-Z rétti hnefana í loftið. "Komdu hingað, Eriel, þú risavaxni—"

"Fljúgandi fífl!" kláraði Parker niðurlæginguna.

Lia reyndi að róa alla niður.

"Af hverju varðstu að gera þetta? Af hverju? Af hverju?" kallaði E-Z.

Lia féll til jarðar. Hún lagði höfuðið á hné E-Z og Parker faðmaði hana rétt þegar bíll gellti og stöðvaðist aftan við þá.

Tvö hurðir flugu upp: Sam og Samantha.

Þau hlupu og festu sig saman; eins og þau hefðu aldrei búist við að sjá hvort annað aftur. Allir létu tárin leka, áður en þau losuðu sig. Þegar þau áttuðu sig á því að hópföðmeiðið innihélt mann sem þau þekktu ekki.

Ókunnuglingurinn var hávaxinn maður sem myndi ekki eiga í neinum vandræðum með að komast í lið Raptors. Hann var klæddur frá toppi til táar í dökkum, svörtum pinstrípukostými með tilheyrandi skóm.

Óhnappaðar jakkahringir hans lögðu barefni svarts jakka með gljáandi efni, mögulega silki, að sjónum. Svörtu augun hans og vindsveiptu hár stóðu í skýrri andstæðu við ljósleitar húð hans. Hann minnti á einhvers konar blöndu af líkhúsmanni og töframanni.

Hann rétti fram höndina. "Halló, ég er tryggingamaður Sams."

Frændi Sam útskýrði að hann og Samantha hefðu farið út að borða. Þegar hann sá svip E-Z réttlætti hann það: "Hún hafði ekki getað sofið vegna tímamismunar." Samantha og Sam litu hvor á aðra og kinkaðu kolli. "Samantha og ég..."

"Ó, mamma!"E-Z sagði: "Samantha og frændi Sam sitjandi í tré – k-y-s-t-a-n-d-i."

"Hættu," sagði Parker. "Þú ert að gera þeim vandræði."

Allir horfðu á tryggingamanninn. Hann hét Reginald Oxworthy. Hann var í símanum. Að öskra. "Hvað áttu við með að hann uppfylli ekki skilyrðin?"

"Ó nei!" sagði Sam.

"Hann hefur verið viðskiptavinur okkar í mörg ár, fyrst þegar hann bjó í öðru ríki og síðan hann flutti hingað. Hann er tryggður, ég er viss um það." Það var þögn. "Jæja, SKOÐAÐU ÞAÐ AFTUR!" Hann skellti á símann. "Mér þykir leitt allt þetta."

Sam gekk nær og hinir fylgdu í kjölfarið. "Hver er eiginlega vandamálið?"

"Ó, ekkert vandamál, svo að segja."

"Það hljómaði nú eins og vandamál í mínum eyrum," sagði Samantha. Hinir kinkaðu kolli.

Oxworthy hreinsaði sér hálsinn. "Ég sagði þeim að athuga vátryggingarsamninginn ykkar aftur. "Gefðu mér," hringdi síminn hans. "Eina sekúndu," sagði hann og gekk frá þeim. Þeir fylgdu honum eins og hópur knattspyrnumanna í hnút, hlustuðu á hvert einasta orð sem hann sagði. "Æh, já. Allt í lagi. Þeir hafa staðfest það þá. Engar áhyggjur, svona gerist nú stundum."

Hann brosti breitt til Sams og sýndi honum þumallinn upp. Hann fjarlægðist hópinn og hélt áfram samtalinu.

Þau stóðu í hópi og horfðu á það sem eftir var af heimilinu þeirra. Heimilinu sem E-Z hafði búið á alla ævi. Hvað myndi gerast núna? Þyrftu þau að endurbyggja á þessum stað? Nýtt hús, án sögu eða merkingu. Nýtt hús sem myndi aldrei verða heimili fyrir hann. Myndu aldrei verða staður þar sem draugar foreldra hans, ef draugar væru til, gætu heimsótt.

Oxworthy gekk að þeim. "Jæja, nú. Ég biðst velvirðingar á töfinni. En hótelbókanir ykkar hafa verið staðfestar. Við getum farið af stað. Hjálpa ykkur að koma ykkur fyrir, þegar þið eruð tilbúin."

"Takk," sagði Sam. "Er einhver hugmynd enn um hvað olli eldinum?"

"Eftir fyrstu rannsóknir eru þeir níutíu prósent vissir um að sprengingin hafi orsakast af gasleka. En ekki hafa áhyggjur af því núna. Tryggingastefnan ykkar nær yfir allan kostnað vegna hóteldvalarinnar. Ég hef bókað fyrir ykkur þrjú herbergi. Það ætti að duga, ekki satt?"

"Það ætti að duga," sagði Sam. "Takk, Reg."

"Tryggingastefnan ykkar nær einnig yfir útgjöld vegna nýrra hluta, nauðsynjavöru og matar. Þið þurfið ekki að borga einn einasta eyri á hótelinu. Fyrir allar kaup, sendið mér kvittanir. Gerið afrit, þið geymið frumritin. Ég mun sjá til þess að þú fáir endurgreitt."

Sam og Oxworthy réttu hvor öðrum höndina.

"Þarf einhver far á hótelið?" spurði Oxworthy, og Lia og Samantha stigu aftur í aftursæti svarta Mercedes-bíls hans.

E-Z og Parker stigu í bíl Frænda Sam.

"Ég held að við höfum ekki verið kynntir," sagði Frændi Sam og rétti fram höndina til Parkers sem sat aftast.

"Gaman að kynnast þér," sagði Parker.

"Ó, þú ert líka breskur," sagði Frændi Sam. "Að því tilefni, hvar er Alfred?"

E-Z hrist höfuðið. "Ég útskýri það á morgun. Og þú getur haldið áfram með það sem þú varst að ætla að segja okkur, um þig og Samantha."

"Sanngjarnt," sagði Sam og leit í afturspegilinn til að ganga úr skugga um að Parker væri fast sofandi. Hann kveikti á bílnum og ók burt á miklum hraða.

"Við höfum öll átt ansi atburðaríkan dag," sagði E-Z.

"Þú segir ekki öðru."

"Fyrirgefðu, Eriel, að kenna þér um þetta," hugsaði E-Z. Þó að lítil rödd djúpt inni í huga hans gaf til kynna að úrskurðurinn væri enn ókominn í málinu.

KAFLI 22

Þ EGAR ALLIR KOMU á hótelið, innrituðu þeir á herbergin sín, með það í huga að hittast síðar í kvöldmat klukkan 6.

Frændi Sam hafði herbergi fyrir sig en milli herbergis hans og frænda hans var hurð. Parker gisti líka í herbergi E-Z, á meðan Lia og móðir hennar deildu herbergi nokkur herbergi neðar.

Eftir að hafa komið sér fyrir ákváðu Lia og Samantha að fara í nauðsynlegar verslunarferðir. Efst á forgangslistanum var nýr fatnaður, þar sem allt sem þær höfðu haft með sér hafði brunnið í eldinum.

"Hvað með vegabréfin okkar?" spurði Lia.

"Sem betur fer geymi ég þau alltaf hjá mér í töskunni."

"Æ, hvað ég er léttúð!" Þær gengu inn í hönnuðaverslun og hófu strax að prófa nýjustu tískuna frá Norður-Ameríku.

"Þetta ætti að vera sérstaklega skemmtilegt þar sem tryggingafélagið borgar fyrir allt!" hrópaði Samantha í gegnum vegginn til dóttur sinnar í næsta prófunarherbergi.

"Ekkert elskum við meira en verslunaræðið!" sagði Lia. "Ég er alveg að kaupa þetta, og þetta og þetta."

AFTUR á HÓTELINU VAR Parker að hnerra háværlega í rúminu. E-Z gekk fram og aftur um herbergið og hugsaði um tölvuna sína sem hann hafði misst. Sem betur fer hafði hann ekki komist of langt með skáldsöguna sína Tattoo Angel, en það sem hann hugsaði mest um voru eigur foreldra sinna. Hann gat ekki trúað því að allt væri – horfið. Það hjálpaði ekki að hann hafði ekki litið við þeim í óskaplega langan tíma.

En af hverju kenndi hann sjálfan sig um? Tryggingafólkið sagði að orsökin væri gasleka. Þau sögðust vera níutíu prósent viss. Af hverju hélt hann áfram að finna að þetta væri allt hans að kenna, af því að hann hefði getað stöðvað þetta, stöðvað Eriel þegar hann hafði tækifæri til.

Sam stakk höfðinu inn í herbergið. "Er ykkur tveimur sæmilegt?"

Parker teygði úr sér.

"Já, við erum sæmilegir. Komdu inn."

"Ég er að fara niður í búð til að kaupa nokkra nauðsynjavöru. Viljið þið gefa mér lista yfir það sem þið þurfið, eða ætlið þið að koma með mér?"

"Ef þetta snýst um mat – þá er ég með!" sagði Alfred.

"Þú ert alltaf svangur!"

"Hvað á ég að segja, ég hef lifað á grasinu einu í nokkurn tíma núna."

E-Z tók eftir svipbrigðum Sams og þóttist reykja ímyndaðan sígarettustubba.

Frændi Sam hæðnisglotti, undrandi á því hvernig þrettán ára frændi hans vissi svona mikið um slíka hluti. Til að breyta um umræðuefni lásu þeir herbergin sín og gengu niður ganginn.

"Hvar erum við eiginlega að fara?" spurði E-Z.

"Það er rétt, við förum ekki oft verslunar í borgina. Það er frábær verslunarmiðstöð sem ég hef viljað fara í síðan ég flutti hingað. Hún er ekki langt í burtu, svo ég hugsaði að við gætum spjallað á leiðinni."

"Geturðu sagt okkur hvað gerðist?" spurði Parker.

"Já, hvernig komst þú og Samantha saman svona fljótt?" spurði E-Z.

"Mmm," sagði Sam.

"Ég átti við eldinn," sagði Parker og gaf E-Z skakkt auga yfir öxlina á sér.

Þau komu að versluninni. Parker og Sam gengu inn um snúningshurðirnar, en E-Z notaði hnappinn til að opna hurðina.

Inni beygði Parker sig niður til að binda aftur skóna sína. E-Z tók snjalla gallabuxajakkavest af fatahenginu og prófaði það. Hann keyrði sig að spegli til að athuga hvernig það passaði. "Þetta lítur ansi vel út."

Sam kom til að meta stöðuna, "Samþykkt, þetta er nákvæmlega rétt. Lítur út fyrir að það hafi verið gert fyrir þig."

"Hvað finnst þér, Alfred?"

Sam staraði á hann. Parker sagði, "Gætirðu hætt að kalla mig Alfred! Hver var þessi Alfred-gaur eiginlega?"

"Æ, afsakaðu, það er breska framburðurinn. Hann hafði líka svona framburð. Alfred var, jæja, vinur okkar."

Sam sneri sér aftur að fötunum. Hann var að fylla innkaupakörfu af nærfötum og snyrtivörum.

"Hvað finnst þér, Parker?"

Hann fór yfir gólfið til að skoða betur. "Það passar vel. Ég held þú ættir að kaupa það. En það verður leitt þegar vængirnir þínir springa út og það eyðileggst."

Sam gekk framhjá og E-Z kastaði jakkanum í körfuna hans. "Ég held að þið ættuð líka að kaupa ykkur nauðsynjavörur, eins og nærbuxur. Nema þið ætlið að vera án þeirra."

"Æsj!" hvæskti E-Z.

"Ó, ég þekki þessa orðræðu. Uppruni hennar er, held ég fullviss, frá Bretlandi."

"Ég skil af hverju bróðir minn heldur áfram að kalla þig Alfred. Þetta er akkúrat það sem hann myndi hafa sagt."

E-Z horfði hrollvekjandi á Parker í eina stund. Hann fylgdi svo föðurbróður sínum að afgreiðslunni, stoppaði þar, prófaði hatt og kastaði honum í körfuna.

"Nú, hvar varð Parker úr?" spurði hann. Sam hélt áfram að skoða slaufustifti á meðan E-Z leitaði um verslunina að týnda vini sínum.Parker stóð kyrr í miðju fjórðu röðinni með hægri handlegg uppi og vinstri niður. Svipurinn á andliti hans var óneitanlega svipaður zombíi.

"Ó, nei!" sagði E-Z þegar hann hjólaði að honum. "Æ, Parker," hvíslaði hann. "Hvað er að? Þú verður að passa þig, annars gæti einhver ruglað þig saman við verslunargreyi."

Parker stóð kyrr.

"Komdu þér við," sagði E-Z og skall á Parker með stólnum sínum. Líkami Parkers hneigðist til hliðar og féll svo fram. E-Z greip hann rétt í tíma og hélt honum uppi við bakstykki skyrtunnar. Hann reyndi að rétta vin sinn af, svo hann liti ekki svona stífur og maníkínlíkur út, en það reyndist ekki auðvelt.

Frændi Sam hljóp til aðstoðar. "Hvað er að Parker?"

"Ég veit það ekki. Við verðum að koma honum héðan."

"Tekur hann vímuefni? Hann hefur undarlegt svipbrigði, eins og hann hafi séð draug eða eitthvað."

"Nei, engin vímuefni, fyrir utan smá gras öðru hvoru. Og draugar eru ekki til – hvað þá að það sé dagur. Kannski get ég borið hann á stólnum mínum? Við verðum að koma honum héðan áður en einhver tekur eftir því og hringir á lögregluna.

"Samþykkt. Ég veit ekki hvaða ástæðu þeir myndu gefa lögreglunni ef þeir kalla á þá. Það er strákur í búðinni okkar sem er að herma eftir mannekku! Komdu fljótt."

"Skemmtilegt," sagði E-Z. "Farðu og greiddu og ég verð hér. Við verðum að finna út leið til að koma honum héðan án þess að vekja of mikla athygli."

Frændi Sam fór að greiða fyrir vörunum á meðan E-Z beið eftir með Parker. Viðskiptavinir sem komu niður ganginn áttu í vandræðum með að komast að og framhjá þeim. E-Z stiærði stólnum til vinstri og síðan til hægri til að víkja fyrir verslunarfólkinu.

Að lokum, þegar nokkrir viðskiptavinir voru þar í einu, ýtti hann Parker upp að veggnum. Hann var að minnsta kosti úr vegi. Síðan settist hann og beið eftir Sam.

"Við erum hérna!" kallaði E-Z þegar hann sá hann.

"Af hverju snýr hann að veggnum? Og hvað ert þú að gera svona langt í burtu?"

"Það var fullt af viðskiptavinum og við vorum í vegi. Hugsaðirðu um hvernig við getum komið honum héðan út?"

"Já, ég ætla að sækja eitt af þessum pallvögnum," sagði Sam."Af hverju ekki að fá kerruna?" spurði E-Z. "Minna áberandi."

"Við myndum aldrei komast að því að setja hann í kerruna. Ekki nema þú viljir taka út vængina þína, lyfta honum upp og láta hann detta ofan í hana."

"Ég þarf að hugsa." Eftir nokkrar mínútur áttaði hann sig á því að það væri best að fá pallbíl. "Já, fáum pallbíl og ég get hjálpað þér að setja hann í hann. Þegar við erum komin út úr búðinni get ég flogið honum aftur á hótelið. Eina vandamálið verður, þegar ég kem þangað, hvað við eigum þá að gera við hann."

"Við finnum út úr því þegar við komum út úr búðinni." Sam fór að sækja kerruna. Í staðinn kom hann til baka með pallbíl. Það reyndist betri kostur. Þeir komu sér auðveldlega með Parker upp á pallinn og héldu aftur á hótelið.

"Förum rólega og hægt til baka," sagði E-Z. "Ég þarf jú ekki að fljúga. Við förum rólega og kát, förum upp á herbergið okkar og leggjum hann í rúmið hans."

"Þá fer ég og skilar pallbílnum, ég þurfti að lofa að skila honum persónulega."

"Gott planað. Óps."

Hópur af verslunarfólki tók nánast allan gangstéttinn. Það stoppaði til að láta þau komast framhjá, hélt svo áfram og var fljótlega aftur komið á hótelið.

Inni komst flatbörnin ekki inn í venjulega lyftu, svo þau þurftu að nota þjónustulyftuna. Það tók nokkra sannfæringu, þ.e. mútugreiðslu til móttökumannsins. Um leið og peningurinn hafði skipt um hendur hjálpaði hann þeim jafnvel að koma flatbörnunum út úr lyftunni. Hann bauðst einnig til að færa það aftur í búðina þegar þeir væru búnir. Tilboð sem Sam hafnaði kurteislega.

Nú, fyrir utan herbergi E-Z og Parkers, opnuðust lyftudyrnar og Lia og móðir hennar stigu út. Þær báðar voru með fjölda poka þegar þær tóku eftir strákunum og flatbedeinu.

"Ó, nei! Hvað gerðist?!" spurði Lia.

"Veit ekki," sagði E-Z. "Hann missti sig." Komum honum inn," sagði Sam.

Eftir að þær lögðu töskurnar niður hjálpuðu stelpurnar E-Z og Sam að koma Parker upp í rúmið.

"Kannski er hann undir galdri?" benti Lia á.

"Það er frekar skrítin ályktun hjá þér," sagði Samantha. "Þú hefur horft á of marga endursýningar af Charmed."

Lia hló. "Já, það var ein af mínum uppáhaldsþáttum. Ég meina eldri útgáfuna, þá með stelpunni úr Who's the Boss."

"Gott að vita að þú horfir líka á gömlu góðu rásina í Hollandi," sagði E-Z. Hann færði sig svo nær Parker. "Bíddu nú við. Er hann ennþá að anda?"

Þau fylgdust með brjóstkassanum hækka og lækka. Það gerðist ekki.

"Skoðaðu hjartsláttinn – eða púlsinn," lagði Samantha til."Hjartsláttur er þarna," sagði Sam. "Og hann er að anda, en það er óreglulegt."

Samantha beygði sig yfir og fann á enni Parkers. "Ó, guð minn, hann brennur af hita!"

"Fáðu ís!" hrópaði Sam, og fylgdi eigin fyrirmælum með því að hlaupa út í ganginn með ískunnu í eftirdragi.

"Ættum við ekki að hringja eftir lækni?" spurði Samantha.

KAFLI 23

"**É**G ER SAMMÁLA MÖMMU. Við þurfum að hringja á sjúkrabíl, eða kannski er læknir á hótelinu," sagði Lia.

E-Z vræmdi, sendi Liju hugboð – við verðum að losa okkur við frænda þinn og mömmu þína.

Sam kom aftur með fötu fulla af ís. "Við þurfum að koma honum í baðkarinu." Hann og Samantha hófu að lyfta Parkeri.

"Bíddu!" sagði Lia. "Æh, Sam og mamma, af hverju farið þið ekki og sækið helling af ísi? Ég meina, við þurfum að fylla baðkarinn áður en við setjum hann í það, er það ekki?"

"Æh, ég held að þau séu að reyna að losna við okkur," sagði Sam.

"Fyrirgefðu," sagði E-Z. "Geturðu gefið okkur nokkrar mínútur til að reyna að ráða í þessu Parker-máli?"

Samantha og Sam kinkuðu kolli og fóru síðan út úr herberginu.

E-Z sagði galdraorðin sem kölluðu á Eriel:

Roch-Ah-Or, A, Ra-Du, EE, El.

Engu að síður birtist æðstardrottningin ekki. Það að honum væri hunsað pirraði E-Z óendanlega, nú þegar hann vissi að Eriel fylgdist stöðugt með honum.

Lia reyndi að kalla á Haniel en fékk enga svör.E-Z og Lia vissu ekki hvað þau ættu að gera þegar hjarta Parkers hægðist á slætti sínum og stöðvaðist nánast alveg.

Án þess að vera kölluð fram eða með pompi og prakt kom Ariel. Hún flaug beint að Parker. Hún lagði hendur sínar á enni hans. Þau horfðu á tárin falla úr augum hennar og lenda á kinnum hans. Hún kvað upp lágt lag og beið. Þegar hann hreyfðist ekki né komst til meðvitundar sneri hún sér að því að fara. En áður en hún fór, harmði hún: "Hann er horfinn." Og sekúndum síðar var hún það líka.

Þrátt fyrir að þau væru á 45. hæð og þrátt fyrir að Alfred/Parker væri dáinn. Aftur. Lyfti E-Z honum upp úr rúminu og bar hann að glugganum. Hann kastaði auga til Lia yfir öxlina á sér.

Hún var að gráta á meðan hann og Parker féllu.

Fallandi, fallandi. Þangað til hjólabekksvængir E-Z runnu út. Þá flugu þau burt, hann og Alfred, hann og Parker. Þau voru bæði eins. Tveir á verði eins.

Hann var að verða ringlaður, eftir því sem hann steig hærra og hærra. Málmhlutir stólsins urðu sífellt heitari.

Hann óttaðist að þeir myndu sjálfkveikja.

Hann þurfti að laga þetta. Hann einfaldlega varð að því. Hann þurfti að finna Eriel.Hjólastóllinn fór að krampa, sem olli því að E-Z og Alfred/Parker féllu.

Þeir lentu án stóls í geymsluhúsinu þar sem E-Z hélt um líflausa líkama vinar síns.

Ekki leið langur tími þar til Eriel kom og svifandi í loftinu fyrir framan þá kallaði hann: "Ég sagði ykkur að þetta myndi gerast. Ég sagði ykkur það og hann var sammála. Samningurinn var gerður."

E-Z vissi að þetta var satt, og samt. "Af hverju gafstu honum þá von, og af hverju tilvitnunin úr Shakespeare um að gefa honum annað tækifæri?"

Eriel horfði á slæva líkama sem E-Z hélt í. "Það var ekki ég sem gerði það."

"Þá hverjum þarf ég að tala við?" spurði E-Z. "Komdu honum til mín. Guð, eða hver sem er yfirmaður. Ég krefst þess að fá að sjá hann!"

KAFLI 24

E RIEL BLÉS OG HVARF SVO.

E-Z og Alfred/Parker urðu eftir. Nafnið Parker var honum ekkert og enginn. Alfred var vinur hans og nú þegar hann var horfinn, myndi hann muna hann sem Alfred og engan annan.

Bíddi eftir einhverju og engu á sama tíma. E-Z faðmaði líkama hins látna vinar síns, óskaði þess að hann kæmi aftur til lífs.

"Viltu drykk?" spurði röddin í veggnum.

"Mig langar til að vinur minn verði aftur á lífi. Geturðu látið hann lifna við aftur? Geturðu vinsamlegast hjálpað mér að bjarga honum?"

"Vinsamlegast vertu kyrr."

PFFT.

Huggulegi ilmur lavender fyllti loftið. Hann sökkti sér í draumkenndan veruleika þar sem hann lifði endurminningu sem hafði færst og breyst til að passa við aðstæður hans.Þar voru móðir og faðir E-Z á lífi og vel haldnir, en yngri. Þau voru að koma frá sjúkrahúsinu í bíl sem hann hafði aldrei séð áður. Faðir hans, Martin, hljóp út úr ökumannssætinu til að hjálpa móður sinni, Laurel, úr bílnum.

Og saman réttu þau hendurnar inn í aftursætið og tóku upp barnabílstól. Þau litu ástúðlega á barnið í stólnum, sem var fast sofandi.

"Hann er eins og stóri bróðir sinn," sagði Martin.

"Já, E-Z sofnaði alltaf í bílnum," sagði Laurel.

"Komdu inn," hvíslaði Martin.

"Og kynnstu stóra bróður þínum," sagði Laurel, á meðan ungbarnið opnaði augun stuttlega og sofnaði svo aftur.

E-Z, sem hafði verið að horfa út um gluggann með frænda sinn Sam við hlið sér, vildi fara út og heilsa nýja litla bróður sínum eða systkini.

"Bíddu eftir að þau komi inn," sagði frændi Sam.

"Ok," sagði sjö ára gamli E-Z, með andlitið þrýst að glugganum og báðar hendur um hann.

Aðalhurðin opnaðist. "Við erum komin heim!" kallaði móðir hans, Laurel.

E-Z hljóp að framdyrunum, þar sem mamma hans og pabbi hans faðmuðu hann. Þau krupu niður til að kynna nýjasta meðlim Dickens-fjölskyldunnar.

"Hann er svo lítill," sagði E-Z.

"Þetta er strákur," sagði pabbi hans.

"Ó."

"Viltu halda honum?" spurði mamma hans.

"Í lagi," E-Z sagði, og rétti út örmum svo móðir hans gæti lagt yngri bróður hans í þær. "Ég vil samt ekki vekja hann. Myndir þú ekki vilja það?"

"Nei, hann mun ekki vakna," sagði Laurel.

"Ef hann gerir það, er það vegna þess að hann vill kynnast stóra bróður sínum."

"Hefur hann nafn?" spurði E-Z, tók nýfædda barnið í faðm sinn og knúsaði höfuð þess.

"Ekki ennþá, viltu nefna hann?" spurði móðir hans. "Frábært, halt um hálsinn á honum, rétt svona... mjög gott. Hvernig vissirðu að þú ættir að gera það? Þú ert svo góður stórbróðir."

"Frábært hjá þér, félagi," sagði faðir hans.

E-Z leit niður á andlit ungs svansins og sagði: "Hann lítur út eins og Alfred fyrir mér."

Tár runnu niður kinnar E-Z þegar hin tvö heimili rekust saman. Í öðru heimili haldið hann ungum bróður sínum, Alfred að nafni, í faðmi sér. Í hinu hélt hann dauðum líkama Alfreds í kímninni.

"Biðtíminn er nú sjö mínútur," sagði röddin í veggnum.

"Sjö mínútur," endurtók E-Z.

Hann hugsaði um Alfred, um kraftana hans. Um hvernig hann gat læknað önnur lífverur, þar á meðal menn. Hann velti fyrir sér hvort Alfred hefði læknað unga manninn. Hvort hann hefði gert skiptinguna sjálfur? Hefði það verið mögulegt?

"Alfred," sagði E-Z. "Alfred, heyrirðu mig?" Hann hristði líkama vinar síns. "Alfred!" sagði hann aftur og aftur, í þeirri von að vinur hans gæti heyrt hann einhvern veginn.

Þegar veggskráin taldi niður birtist Ariel. "Þú mátt ekki meðhöndla líkamann svona. Þetta er skömm." Hún breiddi úr vængjum sínum og ætlaði að lyfta slöku líkama Alfreds úr örmum E-Z til að taka hann með sér.

"Nei!" sagði E-Z. "Þú mátt ekki hafa hann."

Ariel hristir vængina, og síðan vísifingurinn að E-Z.

"Alfred hefur yfirgefið bygginguna, þú ert að halda utan um húðina, búninginn sem hélt honum. Alfred er þar sem hann á að vera núna. Láttu líkama hans í friði."

E-Z settist upp. Ef Alfred væri hjá fjölskyldu sinni einhvers staðar, ef það væri satt, þá gæti hann já, látið hann fara. Þangað til hélt hann fast.

"Hvar er hann nákvæmlega? Er hann hjá fjölskyldu sinni?"

Ariel flaug að honum, ótrúlega nálægt, næstum því að setjast á nefið á E-Z. "Það get ég ekki sagt."

"Þá ætla ég ekki að láta hann fara."

"Gott," sagði Ariel. Hún blés á sig og hvarf.

Yfir honum, í kílunni, birtust tvær verur, maður og kona. Þær hreyfðu sig í átt að honum og svifu niður. Næst og næst.

Hann núði sér í augun. Var hann að dreyma aftur? Þetta voru móðir hans og faðir hans. Martin og Laurel. Englar, komnir til að heilsa honum. Hann hristði höfuðið. Þetta gat ekki verið þeir. Þetta gat ekki verið. Hann hafði verið að dreyma um þá – þá sem komu heim með litla bróður. Nú voru þeir hér, hjá honum í geymsluturninum. Skýrari en skýrt – en var hann enn sofandi? Að dreyma?

"E-Z," sagði móðir hans. "Þessi maður, vinur þinn Alfred, er dáinn. Þú verður að láta hann fara og halda áfram með verkið þitt. Þú verður að ljúka prófunum og tíminn er að renna út. Þú ert að klárast tími."

Faðir E-Z, Martin, sagði: "Þetta er eina leiðin sem við getum öll verið saman aftur."

"En þeir lygðu að honum," sagði E-Z. "Þeir sögðu honum að hann myndi vera með fjölskyldu sinni. Hann getur ekki verið með fjölskyldu sinni núna, ekki svona. Hvernig veit ég að þeir séu ekki að ljúga að mér, um að vera með ykkur?

Hvernig veit ég að þú sért ekki leikur í höndum Eriels til að fá mig til að gera vilja hans?"

"Hver er Eriel?" spurði móðir hans.

"Við þekkjum engan Eriel," sagði faðir hans.

Þetta var algjörlega út í hött. Þetta var staður Eriels. Það skipti engu máli hvort þeir þekktu hann eða ekki, hann bar ábyrgð á því að þeir væru þar. Hann vissi hvernig átti að toga í hjartastrengina hjá E-Z. Hann vissi hvernig hann ætti að fá hann til að gera það sem hann vildi.

Hvað vildi hann nákvæmlega? Og af hverju notaði hann foreldra sína til þess? Þetta var ófáanlegt. Í loftinu fyrir ofan hann svifu foreldrar hans og kveiktu og slökktu á brosinu sínu eins og marionettur. Þá vissi hann með vissu að hin tvö draugarnir, eða hvað sem þau nú voru, voru ekki foreldrar hans. Þau voru afurð ímyndar hans, eða mögulega Eriels.

Það sem hann gat ekki skilið var af hverju. Af hverju var hann verið að stjórna honum svona grimmilega og ófárænt?

"Vaknaðu, E-Z!"

Hann var aftur í rúminu sínu. Í húsinu sínu.

Hann sneri sér við og sofnaði aftur... og lenti aftur í korngeymslunni – aftur.

KAFLI 25

Þ RJÁR SÍLÓ-LÍKAR VERUR FLUTU um herbergið eins og þær væru að spila leikinn Fylgdu leiðtoganum.

Þær voru ekki síló. Þær voru hinir sönnu, eilífu hvílustaðir sem kallaðir voru Sálaveiðarar.

Í hvert sinn sem lifandi vera fórst, að því gefnu að líkaminn sem hún bjó í hefði fæðst með sál, myndi hún einn daginn lifa áfram. Sálaveiðararnir voru margir, of margir til að telja. Fjöldi þeirra var mun meiri en við menn getum gert okkur í hugarlund. Meira en googolpleks, sem er stærsta þekkta talan.

Þegar E-Z kom, var hann, eins og áður, settur í sálaveiðara sinn sem beið hans.

Alfred kom næstur, enn látinn, og líkami hans var settur í sálaveiðara sinn.

Lia kom síðust, enn sofandi, og var sett í sálaveiðara sinn.

Það leið ekki á löngu þar til E-Z fór að finna fyrir þröngsýki.

"Viltu drykk?" spurði röddin í veggnum.

"Nei, takk," sagði hann og trommaði fingrunum á arminn á hjólastólnum sínum, þegar engill birtist. Nýr engill, einn sem hann hafði ekki séð áður.

Þessi engill var kona. Hún var í fljótandi svörtum kjóli og húf – eins og hún væri að taka þátt í útskriftarathöfn. Á ströngu andliti hennar var par af gleraugum. Svipuð þeim sem Marilyn Monroe bar á veggspjaldinu á kaffihúsinu. Munurinn var sá að ramminn pulseraði af rauðri vökva sem minnti á blóð.

"E-Z," sagði hún með skjálfandi háværri röddu. Rödd hennar endurómaði. "Velkominn aftur í Soul Catcherinn þinn."

"Sálaveiðari?" sagði hann. "Er þetta það sem þetta kallast? Fyrir mér lítur þetta frekar út eins og geymsluhylki. Svo, hvað er eiginlega Sálaveiðari?"

"Það er eilíft hvílustaður fyrir sálir," sagði hún, eins og hún hefði svarað sömu spurningu milljón sinnum áður.

"En er það ekki fyrir dauða? Ég er ekki dauður." Hann vonaði sannarlega að hann væri ekki dauður!

"Bíddu!" hrópaði hún.

Aftur lét hún veggina skjálfa þegar hún talaði. Og tennurnar á honum skjálfuðu líka. Svo mikið að hann hefði frekar viljað vera úti í snjónum en að þurfa að heyra hana segja annað orð.

"Ég sagði þér ekki að þetta væri spurninga- og svartími. Svo sem ég best veit hefur þú lokið flestum prófunum þínum með góðum árangri. Þó að Alfred hafi aðstoðað við próf númer tvö. Eins og þú veist er óleyfilegt að fá aðstoð."

E-Z opnaði munninn til að verja Alfred, en lokaði honum aftur. Hann vildi ekki taka áhættuna á að hún hækkaði aftur röddina. Hann óskaði þess sannarlega að þeir myndu hækka hitann þar inni. En aftur á móti var þetta staður fyrir sálir. Kannski kusu sálir frekar kæligeymslu.

TÍK-TÁK.

Teppi lá nú um axlir hans.

"Takkar þér fyrir." Þú hefur rétt fyrir þér, þegar þú deyrð mun sál þín hvílast hér. Eða hefði hvílt hér, hefðum við látið þig deyja. En við héldum þér á lífi. Við höfðum góða ástæðu til þess. En hlutirnir hafa breyst. Þetta hefur ekki gengið upp. Þess vegna viljum við rjúfa upprunalega samninginn okkar."

"Hvað áttu við með að rjúfa hann? Þú ert ótrúlegur! Að reyna að ógilda samning, hvað er það, bara af því að ég er krakki? Það eru lög gegn barnavinnu. Að auki hef ég gert allt sem mér hefur verið beðið um. Vissulega hef ég þurft að læra allt á staðnum. En í gegnum þykkt og þunnt hef ég staðið mig. Ég hef staðið við mitt af samningnum, og þú ættir að standa við þitt!"

"Ó já, þú hefur gert það sem þér hefur verið beðið um. Það er einmitt vandamálið – þér skortir frumkvæði."

"Skortir frumkvæði!" E-Z hrópaði og sló hnefana niður á armpúðana á hjólastólnum sínum. "Samkomulagið var að þú sendir mér prófanir og ég finn út hvernig ég á að yfirstíga þær. Ég hef bjargað mannslífum. Þú getur ekki breytt reglum leikins á miðri leið."

"Það er rétt, það var upprunalega samkomulagið. Síðan fór allt úrskeiðis með Hadz og Reiki – þeir gleymdu meðal annars að þurrka minni – og Eriel þurfti að koma sér af stað."

"Hann sendi mér prófanir, ég kláraði þær. Ég vann hann jafnvel í einvígi."

"Já, það gerðirðu. Ég bað hann um að meta tengslin milli þín og frænda þíns, Sam."

"Til að meta okkur?"

"Já. Aðalengill á ekki að SKAPA prófanir fyrir engil í þjálfun. Vegna, já, skorts þíns á frumkvæði, þurfti Eriel að koma meira að málunum en hann hefði átt að gera."

"Bíddu nú rólega! Þannig að þú ert að segja að ég hefði átt að fara út og finna mínar eigin prófraunir? Hvers vegna sagði mér enginn frá þessum kröfum?"

"Við vonuðum að þú kæmir auga á það sjálfur. Það hafa verið vísbendingar. Vísbendingar um heildarmyndina. Sameiginleg einkenni. Við vonuðum að þú hefðir aðra til að ræða prófraunirnar við. Prófraunirnar sem þú hefur þegar lokið. Að þú myndir einbeita þér að vandamálinu. Koma að sömu niðurstöðu.

Hjálpa okkur. Kannski jafnvel sigra það – án þess að við þurfum að mata þig á því. Við gáfum þér öll tækifæri, en þú gerðir það ekki. Svo erum við að fara aðra leið."

"Sameiginleg atriði? Ég gæti vitað hvað þú átt við."

"Ef þú kemst að því og velur ofurhetju-kostinn... Þá myndi það ganga. Svo framarlega sem allt væri kristaltært. Þú hafðir alla myndina. Þekkti áhættuna."

"Svo, verðum við áfram lið? Af hverju segirðu það ekki beint út? Gerir það auðvelt fyrir mig?"

"Áður fyrr, þótt fylgdarmönnum þínum hafi verið veitt kraftar sem þú áttir ekki – nýttir þú þá ekki. Í staðinn sátu þið þrír bara að bíða – sóað tíma – og beðið eftir að allt myndi gerast.

Fannst þér það ekki skrýtið þegar Eriel birtist í skemmtigarðinum? Hann var að auka sýnileika Þriggja. Það er ekki verkefni erkiengils. Það er þitt verkefni."

Hann hristði höfuðið. "Ég var ekki hundrað prósent viss um að það væri Eriel, fyrr en hann gaf sig fram í lokin. Áður en þá hafði ég grun. Hver annar myndi klæða sig eins og Abraham Lincoln? Auk þess hélt ég að enginn ætti að vita af þessu. Fram að þeim tímapunkti hélt ég að þró irnar væru leyndarmál. Ég var hrædd um að brjóta samkomulagið okkar. Ophaniel sagði að ef ég segði einhverjum frá, myndi ég missa tækifærið til að sjá foreldra mína aftur. Ég fylgdi reglum sem mér voru settar. Ég held að þú skiljir ekki hugtakið heiðarleiki í leik."

"Þetta er ekki leikur. Aðalenglar geta gert hvað sem okkur lystir!" hrópaði hún og færðist nær þeim stað þar sem E-Z sat. Hún stakk hökunni fram. "Við ákváðum að þú hentaðir betur í ofurhetjuleikinn en í englalekinn. Það var þá sem þér var veitt aðstoð í almannasamskiptadeildinni. Til að hvetja þig til að finna þína eigin fólki til aðstoðar. Guð veit að jörðin er full af þeim. Hvað kallaði Shakespeare þá, þá sem væla og kasta upp í örmum fæðingarmóður sinnar?"

"Ég hef ekki lesið neinn Shakespeare, en ég er skyld að Charles Dickens. Ekki að það skipti máli. En, allt í lagi, svo þú vilt að ég haldi áfram sem ofurhetja með Alfred, ef hann lifir, og Liju við hlið mér. Við getum auðveldlega fengið mikinn stuðning og umfjöllun í fjölmiðlum. Ég er enn skuldbundinn þér. Ef þú gefur okkur frjálsar hendur, þá verður himinninn okkur hámark. Við þekkjum marga krakka í skólanum og í íþróttageiranum. Við getum sett upp ofurhetjusímalínu og vefsíðu. Við getum notað samfélagsmiðla til að tengjast fólki um allan heim. Fólk mun standa í röð til að fá hjálp frá okkur. Þetta verður alveg ný leikur í bænum."

"Ah, loksins talar hann um frumkvæði... en kæri drengur minn, þetta er bæði of lítið og of seint. Eins og ég sagði áður, við viljum losna undan skuldbindingu okkar við þig. Þú ert ekki lengur bundinn okkur. Þú átt ekki lengur neina skuld að gjalda."

"En..."

"Þið þrír hafið sannað að þið séuð bara hér fyrir ykkar eigin hönd. Þegar englunum datt fyrst í hug að þið gætuð hjálpað okkur, talað fyrir okkur hér á jörðinni – þá höfðum við áætlun. Með Alfred var það sama. Síðan kom Lia. Síðan þá höfum við haft einhverja velgengni með ykkur tvö. Við tókum hana inn í þríeykið... en nú hefur þið orðið úrelt."

"Við bjargum fólki, við hjálpum fólki."

"Ekki koma með þetta hjá mér. Ef ég býð ykkur tækifæri til að vera með foreldrum ykkar í dag, hér og nú. Þið mynduð gefast upp. Þið mynduð fara án þess að hafa nokkrar áhyggjur af eða hugsa til þeirra lífa sem þið hefðuð getað bjargað hefðu prófanirnar haldið áfram. Það sama gildir um Alfred, geri ég ráð fyrir – ef hann lifir af. Hann myndi hverfa út á engil með fjölskyldu sinni án þess að blinka. Og þegar talað er um augu, ef Lia fengi sjónina til baka – hún myndi hverfa líka. Eftir gaumgæfilega íhugun komumst við að því að enginn ykkar er skuldbundinn neinu nema sjálfum sér, þess vegna höfum við fært okkur yfir í áætlun B."

"Bíddu nú við. Skulum skilgreina vinnu." Hann googlaði það og var ánægður að finna að hann hafði fjórar krár. "Samkvæmt orðabók á netinu: að vinna eða sinna skyldum reglulega fyrir laun. Ég vann fyrir þig, án launa. Fyrir utan loforð um bætur. Við gerðum munnlegt samkomulag. Ég er ekki viss um smáatriðin í samningi Alfreds, eða Líasar, en ég veðja að englir þeirra buðu þeim svipuð hvöt. Ég hélt mínum hluta samningsins, og þið ættuð að standa við ykkar. Ég er þrettán ára og," hann googlaði það.

"Já, eins og ég hélt, samkvæmt bandaríska vinnumálaráðuneytinu, er fjórtán ára lágmarks vinnualdur."

Hún hló og rétti við gleraugu sín. Hann tók eftir að hún var með blóð á höndunum. Hún þurrkaði þær á svörtu fötinu sínu. "Fyrstu lögin gilda ekki um engla né erkiengla. Það er þó naíf af þér að halda að svo sé." Hún þagði. "Við erum reiðubúin að bjóða þér tvo valkosti. Valkostur númer eitt: Þú munt dvelja hér í sálaveiðaranum þínum til æviloka."

"Hvað?"

Grunnur Soul Catcher-sins hans nötraði. Hugmyndin um að vera grafinn lifandi inni í þessum málmíláti gjörði honum illt í maganum.

"Lífið sem þú munt lifa, á meðan þú ert á lífi og andar, mun fara fram eins og þessir fávitahærri englar lofuðu. Með foreldrum þínum. Þ.e.a.s. þú munt lifa lífi þínu aftur með foreldrum þínum frá þeim degi sem þú varst fæddur og fram að þeim nákvæma augnabliki sem líf þeirra lauk. Þú munt aldrei vera í hjólastól, og þau munu aldrei deyja." Hún þagði. "Nú máttu tala."

"Átt þú við að ég muni lifa lífi mínu aftur með foreldrum mínum, hvern einasta dag sem við áttum saman, að eilífu, aftur og aftur?"

"Já."

"Hvað er valkostur tvö?"

"Geturðu ekki giskað?" spurði hún með tönnuðum glott.Brosið hennar var svo óheiðarlegt að hann þurfti að horfa undan.

Hann beið.

"Kostur tvö myndi þýða að þú ferð aftur til að lifa lífi þínu með frænda þínum, Sam." Hún hikstaði, hallaði sér nær E-Z. Hann var þegar orðinn kaldur, og nú var hún að kæla hann enn frekar með hverju vængjaslagi. Hann huldi sig með teppinu. Hún hélt áfram. " Eins og þú gætir hafa giskað á, munt þú hvorki nú né nokkru sinni aftur sameinast foreldrum þínum með hvorugri lausninni. Við myndum endurskapa fortíðina. Það væri eins og þú værir að lifa í leikriti eða sjónvarpsþætti."

"Hvað! Þetta er ekki það sem ég samþykkti!" hrópaði E-Z. "Ertu að segja að Hadz. Reiki, Eriel og Ophaniel hafi logið að mér?"

"Að ljúga er sterkt orð, en já. Sjáðu í kringum þig. Sálir eru settar í einstök hólf. Fyrir hverja sál er hólf undirbúið fyrirfram."

"Þannig að þú ert að segja að foreldrar mínir séu hvor í sínu hólfi?"

"Já, sálir þeirra eru það."

"Og hvað gerist svo við þær?"

"Jú, þær fljóta um í himninum."

"Það er sorglegt. Ég hélt alltaf að foreldrar mínir myndu vera saman, einhvers staðar. Ég veit að það var eina sem veitti Alfred einhvers konar huggun. Að eiginkona hans og börn væru einhvers staðar saman. Enginn vill hugsa til þess að ástvinur sinn deyi einn. En hvað þá að eyða eilífðinni inni í málmíláti og reika á milli staða."

"Mannleg tilfinningasemi. Sálir eru einfaldlega til. Þær lifa ekki og anda ekki, né borða þær né finna fyrir of miklum hita eða kulda. Menn skilja ekki hugmyndina."

Hann hæðist að.

"Ég meina ekki að móðga tegund ykkar. En þegar líkami deyr, er það sem eftir er, sálin, erfið hugmynd til að fást við. Mannheilinn er einfaldlega of lítill til að skilja flækjustig alheimsins. Þaðan kemur sköpun trúarbragða. Skrifuð á einföldu máli. Auðveld til að kenna og fylgja án nokkurra sönnunargagna."

"Þar sem sálum er meiri virðing sýnd en mönnum eins og mér, hvernig gæti ég lifað afganginn af lífi mínu í einu af þessum ílátum?"

"Við höfum gert breytingar, eins og áður. Þú áttir engan vanda með að vera hér inni þegar við komum þér inn, var það ekki?"

"Fyrir utan kvíðaköstin," sagði hann. "Og tímana þegar þeir þurftu að róa mig með því lavenderúði."

"Ah, já. Endurkomu kvíða vegna þröngsýni mun auðvitað ráðast af því hvaða valkost þú velur. Ef þú velur valkost númer eitt, mun umhverfið styðja þig á allan hátt þar til sál þín er tilbúin. Þá má losa sig við jarðneska líkama þinn. Menn aðlagast, og þú myndir venjast því. Auk þess munt þú vera með foreldrum þínum og rifja upp minningar. Þetta mun liðka fyrir tímanum. Nú, segðu hvað þú velur!"

"Bíddu, hvað með vængina mína og vængi stólsins míns? Hvað mun gerast við þá?" Hann hikstaði, "Hvað með kraftana hjá Alfred og Líu? Ef við veljum kostmöguleika eitt, munum við þá fara aftur til þess staðar sem við hefðum verið? Ég meina, áður en þú og hinir erkienglarnir komu inn í líf okkar?"

"Auðvitað ætlum við ekki að rífa af þér vængina, kæri drengur minn, né taka burt neina krafta sem þið hafið þegar fengið. Við erum erkienglar, ekki sadistar."

"Gott að vita, þá getum við haldið áfram að vera ofurhetjur."

"Þið getið það, en þið verðið að skapa ykkar eigin umfjöllun – því þegar við erum farnir – þá erum við farnir að eilífu."

"Vinsamlegast sitjið kyrrir," sagði röddin í veggnum, þó að E-Z hefði ekki mikinn valkost í málinu.

Arkengelinn sagði ekkert. Í staðinn beindi hún athygli sinni að því að þrífa gleraugun sín og setja þau aftur á sig.

"Eitt annað," spurði E-Z, "varðandi Alfred."

"Jæja, haltu áfram en flýttu þér. Annað sem mannfólk skilur ekki er að tíminn er til um allt alheiminn. Ég á nefnilega að vera á öðrum stöðum og hitta aðra erkiengla."

"Allt í lagi, ég kem að því. Alfred er núna í öðru mannlegu líkama. Ef sálin dvelur með líkamanum, eru þá tvær sálir þar inni? Er sálaveiðimaðurinn að bíða eftir tveimur sálum?"

Engillinn sneri baki við honum. Hún hreinsaði hálsinn áður en hún talaði: "Ég, við, vonuðum að þú myndir ekki spyrja þessa spurningu. Þú ert snjallari en við gerðum ráð fyrir." Hún lokaði augunum og kinkaði kolli. "Mmhm." Augun hennar héldu áfram að vera lokuð. E-Z leit til að athuga hvort hún væri með eyrnaprop, því hún virtist vera að hlusta á einhvern. Eða kannski var hann að ímynda sér það. Hún kinkaði kolli. "Samþykkt," sagði hún.

"Er einhver annar hér með okkur?" spurði hann.

Nýtt raddir dynjaði um allan salinn. Af hverju höfðu allir erkienglar svona háværa rödd?

"Ég er Raziel, vörður leyndarmála. E-Z Dickens, þú verður að hlýða orðum mínum. Því um leið og þau hafa verið mælt, munt þú ekki muna þau. Né að ég hafi verið hér.

Sálaveiðimenn og tilgangur þeirra varða þig ekki. Þú hefur farið yfir mörk þín, og við munum ekki þola það! Við höfum gefið þér tvennskonar valkosti af rækilegri góðvild. Ákveðið NÚNA, eða lærði vinur minn mun taka ákvörðun fyrir þig."

E-Z byrjaði að tala, en hugur hans tómlaðist. Um hvað voru þau að tala?

Aðalengillinn lokaði aftur augunum, mælti þögulega orðin "Takk fyrir," og rödd Raziels heyrðist ekki lengur.

Þ AÐ VAR EINS OG tíminn hefði hoppað afturábak. "Þú ætlar að krefjast þess að ég taki ákvörðun strax, án þess að gefa mér tíma til að hugsa um það? Án þess að tala við frænda minn Sam eða vini mína? Að tala um það, hvað með Alfred, honum var sagt að hann myndi sameinast fjölskyldu sinni aftur? Og Lia, henni var sagt að hún myndi fá sjónina til baka."

"Þar sem Alfred er horfinn, verður ákvörðun þín – hvort hann lifi áfram á jörðinni eða ekki – hans eigin ákvörðun. Fyrsta val hans verður hið sama og þitt. Myndir þú vilja endurupplifa líf þitt með fjölskyldunni aftur og aftur? Þar sem hann er horfinn gæti hann nú þegar verið að dreyma yndislega drauma um þau. En aftur á móti veit maður aldrei hvaða brögð hugurinn getur spilað. Hann gæti verið í vítahring martraða og aðeins þú getur bjargað honum og fjölskyldu hans með því að taka rétta ákvörðun fyrir hann."

"Ertu að segja að hann muni aldrei komast út úr þessu? Alveg örugglega?"

"Það get ég ekki sagt. Allt sem ég veit er að sálagríparinn er ekki tilbúinn að sækja sál hans... ennþá."

"Og Lia?"

"Mannlegu augun hennar eru horfin í þessu lífi, eins og fótleggir þínir. Hún getur endurupptekið daga sína með sjón, en hún gæti kosið að þú veljir fyrir hana líka. Enda hefur hún ekki haft tíma til að alast upp og þroskast eins og venjulegt barn myndi. Hún hefur þegar tapað þremur árum af lífi sínu og varðandi þessa öldrunarhrinu, þá vitum við ekki hvort þetta er einangrunartilvik, eða hvort það muni gerast aftur."

"Þú meinar að þú vitir heldur ekki hvað mun gerast við hana?"

"Nei, það vitum við ekki. Að auki sefur hún enn."

"Ég get ekki tekið þessa ákvörðun fyrir okkur þrjú með tímamörk. Þetta er stór ákvörðun og ég þarf tíma."

"Þá skaltu fá hann." Klukka birtist og taldi niður frá sextíu mínútum. "Tíminn ykkar byrjar núna. Gefið mér svarið ykkar áður en klukkan nær núlli. Annars verður allt sem við höfum rætt ógilt. Og þið munið finna ykkur aftur á hótelinu með látnum lík vini ykkar." Hún sló vængjunum og lyftist sífellt hærra.

"Bíddu, áður en þú ferð," hrópaði hann.

"Hvað er núna?"

"Eru aðrir til, ég meina önnur börn eins og við?"

"Það hefur verið gaman að kynnast ykkur," sagði hún.

"Tilfinningin er alls ekki gagnkvæm," svaraði hann.

KAFLI 26

Þ EGAR MÍNÚTURNAR LIÐU, RIFJAÐI E-Z upp allt sem honum hafði nýlega verið sagt. Hann óskaði þess að silóið væri nægilega breitt svo hann gæti hreyft sig meira. Að minnsta kosti sat hann þægilega í hjólastólnum sínum. Saman voru þeir eins og hinn kraftmikli tvíeyki.

"Viltu eitthvað að borða?" spurði röddin úr veggnum.

"Jú, endilega," sagði hann. "Epli, smá poppkorn – ostabragðs poppkorn væri gott og flaska af vatni. "

"Komandi strax," sagði röddin, og málmborð þrýsti sér í gegnum rifu í veggnum sem hann hafði ekki tekið eftir áður. Það nam staðar fyrir framan hann. Úr rifunni kom haki, sem bar fyrst flösku af vatni. Síðan kom annar haki með glas. Þriðji haki fylgdi með epli. Áður en hann setti það niður, pússaði hakinn það með handklúti. Síðan poppaði fjórði haki út, með skál af poppi.

"Takk," sagði hann þegar fjórir gripklóðir veifuðu og hurfu aftur inn í vegginn.

"Gjörðuð þér greiða."

"Umm, er nokkur möguleiki á að þú getir fært mér tölvuna mína? Hún eyðilagðist í eldinum. Ég myndi gjarnan vilja geta gert lista yfir hlutina til að taka þessa ákvörðun."

"Auðvelgt mál. Gefðu mér bara eina eða tvær mínútur."

Þegar hann var að klára eplið og hugsaði um poppið, birtist fartölvan hans úr annarri rauf í hinni veggnum. Krókurinn hélt henni hátt á lofti og beið eftir að E-Z færi hin hlutina til til að gera pláss fyrir hana. Þegar hann gerði það ekki, birtust krókar frá hinni hliðinni. Einn tók eplamiðjuna og hvarf aftur inn í vegginn.

Annar hellti afgangsvökvanum úr glasinu. Síðan tók hann tóma flöskuna aftur í gegnum raufina í veggnum. Þar sem hann vildi geyma poppið og vatnsglasið, tók hann þau af borðinu. Krókurinn setti fartölvuna hans niður, sneri svo aftur í gegnum raufina í veggnum.

E-Z fannst krókarnir vera flottir aukahlutir. Hann gæti auðveldlega selt þá til stórs sænsks keðjufyrirtækis.

Nú þegar krókarnir voru allir farnir lyfti hann lokinu af fartölvunni sinni og kveikti á henni. Fyrst kíkti hann í Tatu Angel-skrána sína; allt var ennþá þar! Hann var svo ánægður; hann hefði grátið ef klukkan hefði ekki verið að tikka tímann burt.

"Takk kærlega fyrir," sagði hann og troðfyllti hendina af ostapoppi í munninn. Og svo byrjaði hann að skrifa. Hann ákvað að hugsa um sjálfan sig í þriðja sæti. Fyrst átti hann að skrifa niður kosti og galla Alfreds. Hann vissi strax að Alfred myndi ekki hafa neitt á móti því að endurlifa fortíð sína með fjölskyldunni aftur og aftur. Hann hefði valið þá leið samstundis.

"En samt fannst E-Z að þetta væri ekki valkostur sem fjölskylda hans hefði viljað að hann tæki. Þar sem hann myndi vera að endurlifa það sem þegar var, ekki að halda áfram. Í lífinu á maður að halda áfram. Að halda áfram að læra og vaxa.

Því meira sem hann hugsaði um það, því meira áttaði hann sig á því að þetta væri eins og að horfa á lífs sögu sína í maratóni. Ímyndaðu þér líf þitt allan sólarhringinn, alla daga, í sífelldri endursýningu. Án þess að vita hvenær það myndi enda. Eða hvort það myndi nokkurn tíma enda. Það gæti breyst í allt annan helvíti. Eitt sem hann þoldi ekki að hugsa til.

Nema hann vissi fyrir víst að Alfred myndi alltaf vera í dái. Sem hinn erkiengillinn hafði gefið í skyn. Þá myndi það fyrir hann að taka ákvörðun halda slæmum draumum eða martröðum fjarri. Alfred yrði hjá fjölskyldu sinni að eilífu. Þó svo að það væri ekki hið sanna... gæti það verið nóg. Myndi hann kjósa það?

Hann kastaði auga á klukkuna, fimmtíu mínútur eftir. Hann fór að hugsa um mál Liju.

Draumur hennar um að verða fræg ballettdanskona hafði rofnað. Myndi hún vilja lifa æsku sinni aftur, vitandi að sá draumur myndi aldrei rætast? Fyrir hennar hönd væri það þess virði að taka séns á framtíðinni. Augun í lófunum gerðu hana sérstaka, einstaka... og hún var aðlaðandi. Hún gæti jafnvel orðið nýjasta útgáfa af undrakonu, ef hún gæti beislað alla krafta sína.

"E-Z?" sagði Lia. "Ég heyri þig hugsa, en hvar ertu?"

Ó nei! Nú þegar hún var vakandi myndi hann þurfa að útskýra allt fyrir henni, og það myndi taka tíma og tíminn var að renna út. Hann yrði að gera það, fljótt. "Hlustaðu, Lia," byrjaði hann, "ég á langa sögu að segja þér, vinsamlegast ekki stöðva mig fyrr en sögunni er lokið. Tíminn er að renna út."

Hann útskýrði allt, það tók hann tíu mínútur. Tíu mínútur liðnar. Fjörutíu mínútur eftir.

"Allt í lagi, E-Z, þú hugsar um þig og ég hugsa um mig. Við tökum fimm mínútur, svo tölum við aftur. Tíminn byrjar núna."

"Góð áætlun."

Fimm mínútum síðar sýndi klukkan að tuttugu og fimm mínútur voru eftir. E-Z spurði Líu hvort hún hefði tekið ákvörðun.

"Ég hef ákveðið það," sagði hún. "Hvað með þig?"

"Ég líka," sagði hann. "Þú byrjar, á fimm mínútum eða skemmri tíma ef þú getur."

"Þetta er frekar auðvelt val fyrir mig, E-Z. Ég vil ekki vera inni í þessu og lifa lífi mínu hér. Þegar Sálaveiðimaðurinn kemur með mig hingað þegar ég er dáin. Það er fínt. En ég vil ekki vera nauðungarföst í þessu rými. Ekki þegar ég gæti verið úti að finna hlýju sólarinnar, hlustað á fuglana, með vindinn í hárinu. Að ekki sé minnst á að eyða tíma með mömmu minni og frænda mínum Sam, og vonandi þér. Lífið er of stutt til að sóa og mér líkar nýju augun mín mestallan tímann." Hún hló.

"Ég er sammála og ef ég væri þú, myndi ég gera það sama."

"Takk, E-Z. Hvað er eftir núna?"

"Fimmtán mínútur í viðbót," staðfesti hann. "Núna ætla ég að rökstyðja málið mitt á vonandi innan fimm mínútna. Mér finnst ekkert leiðinlegt hér inni, það er ekki mikið öðruvísi en að vera úti. Ég hef lært að það að vera í hjólastól er ekki endirinn á heiminum. Reyndar hef ég orðið ansi vanur því. Ég get gert hluti sem ég gerði áður, eins og að spila hafnabolta, og ég er ekki alveg vonlaus í honum. Jú, þeir spila hann jafnvel á Paralympics.

"Foreldrar mínir myndu ekki vilja að ég eyði lífi mínu í að lifa í fortíðinni. Né heldur frændi Sam. Ég er ekki tilbúinn að gefa allt upp, bara af því að þessir fífl af yfirmengli gerðu nokkur óviðkunnanleg loforð. Svo ég er sammála þér.

Við erum að komast út úr þessu Soul Catcher-dóti. Við munum lifa lífi okkar til fulls þar til við erum búin að lifa. Og þá getur það komið og gripið okkur á réttum tíma. Árin síðar, eftir að við höfum vonandi lagt okkar af mörkum til mannkyns og lifað góðu lífi. Við gætum fundið aðra eins og okkur. Við gætum stofnað ofurhetjusímalínu og unnið saman um allan heim. Við gætum notað krafta okkar til að gera heiminn að betri stað.

Við gætum lifað lífi okkar til fulls; skapað innblásin líf sem við værum stolt af, og fjölskyldur okkar líka."

"Frábært!" hrópaði Lia. "En eru aðrir eins og við?"

"Ég spurði engilinn sem útskýrði allt fyrir mér, en hún svaraði ekki. Það fær mig til að halda að svo sé." Hann kastaði auga á klukkuna. "Aðeins tuttugu og ein mínúta eftir."

"Hvað með Alfred? Mun hann nokkurn tíma vakna?"

"Engillinn sagði að hún vissi það ekki, aðeins sálargripari veit það... en hún sagði þó að hann gæti verið að fá martraðir. Ef það er nokkur möguleiki á að hann sé í lifandi helvíti, þá er betra að láta hann í friði. Er það besti kosturinn fyrir hann, að endurtaka líf sitt með fjölskyldunni endalaust?"

"Ég er ósammála. Enginn okkar veit með vissu hvenær sálargripari kemur eftir okkur. Alfred myndi ekki vilja visna upp hér inni af ótta við að martraðir finni hann. Ekki þar sem er möguleiki á að hann geti hjálpað einhverjum eða veitt einhverjum innblástur. Við komum hingað saman og við eigum að fara héðan saman. Að mínu mati er það það."

Fjórtán mínútur og tíminn líður.

Hún hafði tekið á málefnum Alfreds á einstakan hátt. Átti hún rétt fyrir sér? Myndi Alfred í raun vilja fórna fjölskyldu sinni í þessu tilviki fyrir ókannaða framtíð? Erum við ekki öll til í ókannaðri veröld? Breytum stefnu, skreiðum okkur undan og sökkvum. Opnum glugga, lokum hurðum. Látum tilfinningar okkar leiða okkur afvega og svo aftur til baka. Þetta snýst allt um að lifa. Já, Lia hafði rétt fyrir sér. Málið var búið.

Átta mínútur eftir á klukkunni.

"Ég held að þú hafir rétt fyrir þér, Lia. Allir fyrir einn og einn fyrir alla," sagði E-Z. "Aðalengillinn sagði mér að ég þyrfti að tala orðin áður en klukkan rann út. Þá myndum við öll finna okkur aftur á hótelinu... eins og þetta Soul Catcher-hlé hefði aldrei gerst."

"Heldurðu að við munum samt muna eftir sálaveiðimönnunum? Það er mikilvægt fyrir okkur að læra af þessari reynslu. Jafnvel þótt við deildum henni ekki. Mundu að þetta rýfur allt sem við vitum um himnaríki og líf eftir dauða."

Fimm mínútur eftir.

"Það gerir það, en við ræðum þetta hinum megin." Hann kreisti hnefana þegar klukkan tók að sýna fjórar mínútur. "Við höfum ákveðið!" hrópaði hann. "Fáðu okkur þrjá út úr þessu, þessum sálaveiðikörlum – NÚNA!"

Veggir geymslunnar hjá E-Z byrjuðu að skjálfa. "Ertu í lagi, Lia?" hrópaði hann. Hún svaraði ekki. Jarðvegurinn undir fótum hans virtist nötra og dynja. Síðan byrjaði hann að snúast, fyrst réttsælis, svo rangsælis, svo aftur réttsælis.

Inni í maganum á honum snérist allt saman. Hann spúði út ostapoppi og tuggði rauðar eplabitar um allt.

Þau voru einu minjagripin sem Sálaveiðimaðurinn myndi eiga af honum. Vonandi í óskaplega langan tíma.

Takk fyrir!

Kæru lesendur,

Takk fyrir að lesa fyrstu og aðra bókina í E-Z Dickens-seríunni. Ég vona að ykkur líki við þessa nýju persónur og að þið hlakkið til að komast að því hvað gerist næst.

Næstu tvær bækur í seríunni verða fáanlegar fljótlega!Enn og aftur þakka ég beta-lesendum mínum, prófarkalesurum og ritstjórum. Ráð og hvatning ykkar héldu mér á réttri braut með þetta verkefni og framlag ykkar var og er ávallt þakkað.

Einnig þakka ég fjölskyldu og vinum fyrir að vera alltaf til staðar fyrir mig.

Og eins og alltaf, gleðilega lestrar!
Cathy

Um höfundinn

Cathy McGough er kanadískur rithöfundur sem skrifar barnabókmenntir, ungmennabókmenntir, bókmenntasögur, sálfræðileg spennutryllar, ljóð, smásögur og fræðibókmenntir.
Hún býr og skrifar í Ontario í Kanada með fjölskyldu sinni.

KOMANDI FLJÓTLEGA:

Ung fullorðins skáldskapur
E-Z DICKENS OFURHETJA BÓK 3: RAUTA HERBERGIÐ
E-Z DICKENS OFURHETJA BÓK 4: Á IS